અંધશ્રદ્ધાની વાસ્તવિકતા અને જીવનમૂલ્યો

ઢોંગી બાબાઓનો પર્દાફાસ અને સત્યનો બોધ

હરીશ દેશમુખ

Made with ♥ on the Notion Press Platform
www.notionpress.com

ગુજરાતમાં અંધશ્રદ્ધા નિર્મુલન અને વૈજ્ઞાનિક અભિગમના પ્રચાર પ્રસારને
સમર્પિત નીચેની સંસ્થાઓને અને તેમના નિષ્ઠાવાન કાર્યકર્તાઓને

બનાસકાંઠા જિલ્લા અંધશ્રદ્ધા નિર્મૂલન સમિતિ, પાલનપુર.

સત્ય શોધક સભા, સુરત.

ગુજરાત મુંબઈ રેશનાલીસ્ટ એસોસિયેશન.

અમદાવાદ રેશનાલીષ્ટ એસોસિયેસન.

ભારત જન વિજ્ઞાન જાથા

હ્યુમેનીસ્ટ રેશનાલીસ્ટ એસોસિયેશન, ગોધરા

સામગ્રી

પ્રસ્તાવના vii

સ્વીકૃતિઓ ix

1. પરિવર્તનના પ્રહરી : હરીશભાઈ દેશમુખ 1
2. આદરાંજલિ 4
3. પ્રસંસા મંજરી 7
4. પ્રશંસા 9
5. અભિવંદના 11
6. સમાજમાં વૈજ્ઞાનિક દૃષ્ટિકોણ સ્થાપિત કરવાની દિશામાં એક સશક્ત પગલું 13
7. અંધશ્રદ્ધા નિર્મૂલનના પથ પર આગેકૂચ 16
8. અંધશ્રદ્ધાના પ્રચંડ વિરોધી - ડો. અબ્રાહમ કોવૂર 21
9. જાદુઈ મંત્રોચ્ચાર દ્વારા ખાટલાને ચલાવાનો ચમત્કાર 27
10. જ્યારે ખાટલો ખસેડવાનો દાવો નિષ્ફળ નિવડયો 37
11. બેબી રાઠોડના ચમત્કારોનો પર્દાફાસ 42
12. મૃતાત્મા-પ્રેતાત્મા સાથે સંવાદ કરવાનો દાવો કરનાર ભગતસિંહ 53
13. ભૂતનો ભય ફેલાવનાર - શમસુદ્દીન કાદરી 60
14. જલીલ બાબા 64
15. શારીરિક વિકલાંગતાને ભગવાનનું સ્વરૂપ માનવાની વિકૃત સમજ 68
16. જસરાજ જ્યોતિષીનો પર્દાફાશ 73
17. ઠગ ફરીદ બાબા મેદાન છોડી નાઠો. 76
18. જસજીત માતાજીના કહેવાતા ચમત્કારોનો પર્દાફાશ 83
19. ટોકિંગ સ્ટોન: દાવો, દંભ અને ધરપકડ" 87
20. પાંડે મહારાજ : ચમત્કારોના દાવાથી કબૂલાત સુધી 96
21. પરૂને અમૃત માનનારા ભક્તો : ભક્તિ, ભ્રમ અને બાબાની ધરપકડ 101
22. કાંબળીવાળા બાબા ડરી ગયા 107

સામગ્રી

23. ગુરબીત બાબા 110
24. ચંદ્રા દેવીનો ધંધો બંધ થયો 113
25. ભવિષ્યવેતાઓ 116
26. જૈન સાધ્વી પોતાની રાખ પાછળ ગાયબ થઈ 119
27. રાયપુરમાં રેડ 122
28. અખિલેશનો ચમત્કાર ખુલ્લો પડ્યો 127
29. પુનર્જન્મ - દાવો કે ગપગોળ? 130
30. ઓરેકલનો હાથ? 139
31. ચમત્કાર વિરુદ્ધ અભિયાન : મુદ્દાની 145
32. વિદેશમાં અંધશ્રદ્ધા નાબૂદી 151
33. અન્ય રાજ્યોમાં આંદોલનની ગતિ 158
34. અંધશ્રદ્ધા સામેનો કાયદો: માનવતા, વિજ્ઞાન અને તર્કના માર્ગે ગુજરાતની એક મહત્વપૂર્ણ પહેલ 167

પ્રસ્તાવના

અંધશ્રદ્ધા નિર્મૂલન અભિયાન ચલાવનારાઓ માટે સૌથી મોટો પડકાર એ હોય છે કે સમાજનો એક વર્ગ તેમને નાસ્તિક, ધર્મવિરોધી કે રાષ્ટ્રવિરોધી તરીકે ઓળખાવી દેવાનો પ્રયત્ન કરે છે. પરિણામે, તેઓ જે નિર્દોષ અને ભોળા લોકોને જાગૃત કરવાનું પવિત્ર કાર્ય કરતા હોય છે, તેની સામે અનેક પ્રકારના અવરોધો ઊભા કરવામાં આવે છે. છતાં પણ, સત્ય અને વૈજ્ઞાનિક દૃષ્ટિકોણ પ્રત્યેની અડગ પ્રતિબદ્ધતા આવા કાર્યકરોને સતત કાર્યરત રાખે છે.

શ્રી હરીશભાઈ દેશમુખે વર્ષો સુધી મહારાષ્ટ્રમાં અને અન્ય રાજ્યોમાં અંધશ્રદ્ધા નિર્મૂલનનું કાર્ય અદમ્ય સાહસ અને નિષ્ઠાથી કર્યું. કહેવાતા બાબાઓ, ઢોંગી સાધુઓ અને તાંત્રિકો કેવી ચાલાકીપૂર્વક ભોળા, અબૂધ અને શ્રદ્ધામાં ડૂબેલા લોકોને પોતાની માયાજાળમાં ફસાવે છે, તેનો તેમણે નિર્ભયપણે પર્દાફાસ કર્યો. જીવનની મુશ્કેલીઓ કોઈ જાદુ-મંત્ર, દોરા-ધાગા કે ચમત્કારોથી દૂર થઈ જશે એવી ખોટી આશા રાખીને અનેક લોકો પોતાની મહેનતની કમાણી અને માનસિક શાંતિ ગુમાવતા હોય છે. દેશમુખ સાહેબે આવા અંધકાર સામે જ્ઞાનનો દીવો પ્રગટાવવાનો સંકલ્પ કર્યો હતો.

અનેક સંકટો, વિરોધો અને વિપરીત પરિસ્થિતિઓ વચ્ચે પણ તેમણે બાબાઓના ઢોંગ અને પાખંડનો પર્દાફાસ કરવાનો જે વિરલ સંઘર્ષ કર્યો, તે ખરેખર સમાજસેવાનું એક તેજસ્વી ઉદાહરણ છે. તેમના જીવનનો એકમાત્ર હેતુ હતો—સમાજને જાગૃત બનાવવો અને માનવ મનમાં વૈજ્ઞાનિક દૃષ્ટિકોણ વિકસાવવો. તેમનો સંદેશ અત્યંત સરળ, સ્પષ્ટ અને માનવકલ્યાણકારી હતો :“જીવનમાં આવતી મુશ્કેલીઓનો ઉકેલ વૈજ્ઞાનિક અભિગમ, પ્રમાણિકતા, શુદ્ધ આચરણ અને તર્કશુદ્ધ વિચારસરણી દ્વારા જ મળી શકે; કોઈ જાદુ-મંત્ર કે અંધવિશ્વાસથી નહીં.”

પ્રસ્તુત પુસ્તકના અનુવાદનું કાર્ય કરવાની અમને જે અમૂલ્ય તક દેશમુખ સાહેબે આપી, તે માટે અમે તેમના હૃદયપૂર્વક આભારી છીએ. દેશમુખ સાહેબ જેટલી તીવ્રતા અને અદમ્ય સાહસ અને સંઘર્ષશક્તિ અમારી પાસે નથી, પરંતુ શિક્ષણજગત સાથે સંકળાયેલા હોઈ અમે વિદ્યાર્થીઓ અને સમાજના વિવિધ વર્ગોમાં અંધશ્રદ્ધા નિર્મૂલન અંગે જાગૃતિ લાવવાનો અમારી શક્તિ મુજબ સતત

પ્રયત્ન કરતા રહ્યા છીએ. ખરેખર, દેશમુખ સાહેબ જેવા સમર્પિત કાર્યકરો અને "અખિલ ભારતીય અંધશ્રદ્ધા નિર્મૂલન સમિતિ" જેવી પ્રતિબદ્ધ સંસ્થાઓના કારણે જ સમાજમાં સાચી જનજાગૃતિ અને રાષ્ટ્રસેવાનું મહાન કાર્ય શક્ય બને છે.

વિખ્યાત તત્ત્વચિંતક બર્ટ્રાન્ડ રસેલનું એક વાક્ય અહીં અત્યંત પ્રાસંગિક બને છે :"Fear is the main source of superstition, and one of the main sources of cruelty."અર્થાત્ — "ભય એ અંધશ્રદ્ધાનું મુખ્ય મૂળ છે અને ક્રૂરતાનું પણ એક મોટું કારણ છે." અંધશ્રદ્ધા સામેનો સંઘર્ષ માત્ર અંધવિશ્વાસ વિરુદ્ધનો જ નહીં, પરંતુ માનવમુક્તિ, વિચારસ્વાતંત્ર્ય અને જ્ઞાનપ્રકાશ માટેનો સંઘર્ષ છે.

ડૉ મિહિર દવે
શ્રી વિક્રમ વજીર

સ્વીકૃતિઓ

આ પુસ્તકના અનુવાદની અનુમતિ આપવા બદલ આદરણીય શ્રી હરીશભાઈ દેશમુખ અને અખિલ ભારતીય અંધશ્રદ્ધા નિર્મૂલન સમિતિ પ્રત્યે અમે હૃદયપૂર્વક કૃતજ્ઞતા વ્યક્ત કરીએ છીએ. સમિતિની અનેકવિધ પ્રવૃત્તિઓએ અને પ્રો. શ્યામ માનવજી ના વિચારોએ અમારામાં વૈજ્ઞાનિક અભિગમનો દીવો પ્રગટાવ્યો અને આ ક્ષેત્રે જે વિશેષ રુચિ કેળવી છે તેનો સંપૂર્ણ શ્રેય સમિતિને જાય છે. સમિતિની પ્રેરણાથી જ અમે લોકજાગૃતિના કાર્યમાં જોડાયા અને આ પુસ્તક તેનોજ એક નમ્ર પ્રયાસ છે.

1

પરિવર્તનના પ્રહરી : હરીશભાઈ દેશમુખ

શ્રી હરીશભાઈ દેશમુખ ચાર દાયકાથી પણ વધુ સમયથી અંધશ્રદ્ધા નિર્મૂલન માટે કામ કરી રહ્યા છે. જેમ જેમ આપણે જીવનની ઘટમાળમાંથી પસાર થઈએ છીએ, તેમ તેમ આપણ એક બાબત તો સમજાય છે કે પરિવર્તનના મૂલ્યોના જતન અર્થે જે તે પરિસ્થિતિથી સંતુષ્ઠ રહીને બેસી રહેવું પાલવે એમ નથી. આપણે જોઈએ છીએ કે મહદઅંશે આપણી આસપાસના ગરીબો અને નિરાધારો અંધશ્રદ્ધાનો ભોગ બનતા હોય છે. અને તેમનું ભાવનાત્મક, માનસિક, આર્થિક અને જાતીય શોષણ પણ થતું જોઈએ છીએ. ધર્મની આડમાં કામ કરતા તમામ પ્રકારના પાખંડી લોકો માટે આવા ભોળા, ગરીબ અને નિરાધારો સરળ સાધન છે. હરીશભાઈએ બાળપણથી જ આવા ભોળા, ગરીબ અને નિરાધાર લોકોની પીડાને પોતાની પીડા માની અને તેમણે આ સમસ્યાને જડમૂળથી ઉખેડી નાખવાનો દ્રઢ નિર્ધાર કર્યો. આ પરાનુભૂતિઅને કરુણાના ભાવે તેમને સમાજ નવનિર્માણના ભગીરથ કાર્ય માટે પ્રેરિત કર્યા.

હરીશભાઈ ભાઈ એક જુદી જ માટીના બનેલા માનવી છે, જેમની અંદર સમાજમાં આમૂલ પરિવર્તન લાવવાના મિશન માટેની સંપૂર્ણ પ્રતિબદ્ધતા જોઈ શકાય છે. તેમણે નાની ઉંમરથી જ આ કાર્ય માટે અથાક અને અવિરત કામ કર્યું છે. અખિલ ભારતીય અંધશ્રદ્ધા નિર્મૂલન સમિતિની સ્થાપના થઈ ત્યારથી જ તેમણે પોતાની જાતને સમિતિ અને તેના કાર્યોને સમર્પિત કરી દીધી. તેમણે પ્રો.શ્યામ માનવ અને શ્રી ઉમેશ ચૌબેના સહયોગી તરીકે સમગ્ર વિદર્ભ પ્રદેશમાં અખિલ ભારતીય અંધશ્રદ્ધા નિર્મૂલન સમિતિના કાર્યની સુવાસ પ્રસરાવી. તેમણે નાગપુરમાં પ્રતિષ્ઠિત નામી હસ્તીઓ કે જે ચમત્કારનો દાવો કરતા હોય અને

પાખંડ આચરતા હોય તેમને ખુલ્લા પડ્યા. તેમણે લોકોને આવા ઠગો અને ધૂતારાઓની ચાલાકી અને ચાલબાજીઓથી સચેત કર્યા, તેમની વિરુદ્ધ પોલીસ ફરિયાદો નોંધાવી અને છાપાઓમાં તેની વિગતવાર અખબારયાદી અને માહિતી પણ આપી.

આજે, જો કોઈને અખિલ ભારતીય અંધશ્રદ્ધા નિર્મૂલન સમિતિ(ANIS) વિશે કોઈ વિગતો જાણવી હોય તો તે વ્યક્તિ માટે હરીશભાઈ એક પર્યાયરૂપ છે. ચમત્કારનો દાવો કરનારા ઠગો કે જેમણે રીતસરનો આને એક ધંધો બનાવ્યો છે તેવા ઢોંગીઓને કેટલાક મોટા રાજકારણીઓ અને શ્રીમંતોનું સમર્થન હોય છે, પરંતુ નાગપુર શહેરે આવા ચમત્કારનો દાવો કરનારાઓને ઉઘાડા પાડી તેમની ખોટી ચમક અને પ્રતિષ્ઠાને તોડી નાખી છે. આ સંદર્ભે પટવર્ધન બાબા અને શકુંતલા દેવીના દાખલાઓ સહેલાઈથી સ્મરણમાં આવે છે. અંધશ્રદ્ધા નિર્મૂલનના જે કાર્યને અન્ય કોઈ જગ્યાએ સિદ્ધ કરતાં સો વર્ષ લાગી જાય તે કાર્યને નાગપુરે છેલ્લા ચાલીસ વર્ષમાં સિદ્ધ કરી બતાવ્યું, જેનો શ્રેય અખિલ ભારતીય અંધશ્રદ્ધા નિર્મૂલન સમિતિને (ANIS) જાય છે.

સામાજિક પરિવર્તનના કાર્યને સિદ્ધ કરવાના ઘણા રસ્તાઓ છે. કેટલાક લોકો બેઠક અને વાર્તાલાપ કરે છે, કેટલાક લોકો વ્યાખ્યાનો આપે છે અને કેટલાક લોકો લેખો લખે છે. પરંતુ અન્યાયનો ભોગ બનેલા લોકોના સીધેસીધા સંપર્કમાં આવી અને તેમની સમસ્યાઓના નિવારણ લાવવાના રસ્તા પર ચાલનારા વિરલાઓ બહુ ઓછા જોવા મળે છે. પીડિતો સાથે ખૂબ જ ધીરજ ધરીને વાર્તાલાપ કરવો, તેમની સમસ્યાઓને જાણવી અને સમજવી,આવા અન્યાયનો ભોગ બનેલા લોકોને ભેગા કરવા વગેરે જેવા કામોને બિરાદર હરીશભાઈ ઘણા દાયકાઓથી કરતા આવ્યા છે. આમ, અખિલ ભારતીય અંધશ્રદ્ધા નિર્મૂલન સમિતિ (ANIS) દેશભરમાં એક પ્રતિષ્ઠિત અને લોકપ્રિય સંસ્થા બની તે પાછળના અનેક કારણોમાનું આ એક પ્રમુખ કારણ છે. અને એટલા માટે જ હરીશભાઈના સહયોગીઓ તેમને અંધશ્રદ્ધા નિર્મૂલનની ચળવળના મુખ્ય આધારસ્તંભ ગણે છે અને હરીશભાઈ હંમેશાં તેમના પડખે રહે તેવું તેઓ ઇચ્છે છે. અખિલ ભારતીય અંધશ્રદ્ધા નિર્મૂલન સમિતિ (ANIS) ના મંત્રી હોવા ઉપરાંત, પોતે કેન્દ્ર સરકારના એક ઉત્સાહી કર્મચારી છે અને પોતાના સુખી પરિવારના જવાબદાર સભ્ય પણ છે. તેઓ એક એવી વ્યક્તિનું જીવંત ઉદાહરણ છે કે જેમણે પારિવારિક, સામાજિક અને વ્યાવસાયિક જવાબદારીઓને પૂરી નિષ્ઠા સાથે સંભાળી છે. પરિવારમાં તેઓ હંમેશા એક પ્રેમાળ અને કાળજી લેનારા પુત્ર, પતિ અને પિતા તરીકેની ભૂમિકા નિભાવી જાણી છે.

યુવા કાર્યકરોને અંધશ્રદ્ધા નિર્મૂલનની ચળવળને આગળ ધપાવવા માટે માર્ગદર્શન આપવાની સાથે સાથે સહયોગ કરવાની જવાબદારી પણ તેમણે બખૂબી નિભાવી જાણે છે. સામાજિક પરિવર્તનના યુવા વયે આરંભેલ આ મિશનમાંથી નિવૃત્તિ થવાનો વિચાર સુદ્ધા તેમને ક્યારેય આવ્યો નથી કે તેમના સાથીદારોએ પણ આવું સ્વપ્નમાં પણ નથી વિચાર્યું. હરીશભાઈ સરીખા નિષ્ઠાવાન અને સમર્પિત સમાજ સેવકોનો હંમેશાં વિજય અને વૃદ્ધિ થાય એવી અભિલાષા સાથે.

- ડૉ.પ્રમોદ મુંધાટે

સભ્ય, સાહિત્ય અકાદમી, નવી દિલ્હી

2

આદરાંજલિ

મને આનંદ છે કે મારા મિત્ર અને દાયકાઓથી સાથીદાર હરીશ દેશમુખ આ પુસ્તક લઈને આવ્યા છે. તેમના રોચક અનુભવોને શબ્દબદ્ધ કરી પુસ્તક સ્વરૂપે લોકોમાં વહેતા કરવા એ ખૂબ મહત્વપૂર્ણ હતું. આ પુસ્તકમાં વર્ણવેલા હરીશભાઈના અનુભવો હવે વધુને વધુ વાચકો માટે અને અંધશ્રદ્ધા સામે પોતાનો અવાજ બુલંદ કરવા ઇચ્છતા સાહસવીરો માટે પ્રેરણા મેળવવા માટે એક ખજાનારૂપ બની રહેશે. સાંપ્રત સમયમાં જ્યારે યુવા પેઢી જાહેર હિતના કાર્યોમાં ઓછી અને સ્વ-કેન્દ્રિત વધુ બની રહી છે ત્યારે હરીશભાઈની ઝુંબેશની આ તર્કસંગત વિચારસરણી અને વૈજ્ઞાનિક અભિગમ આધારિત કથા અને સમાનતાવાદી સામાજિક વ્યવસ્થાની સ્થાપના માટેનો તેમનો સંઘર્ષ યુવા પેઢીમાં પ્રેરણાનો સંચાર કરશે અને તેમને સ્વકેંદ્રી માનસિકતાની માંથી બહાર લાવવામાં ચોક્કસ મદદરૂપ બનશે.

જોકે હું હરીશભાઈને પહેલીવાર ક્યારે મળ્યો હતો તે મને બરાબર યાદ નથી, પણ મને યાદ છે કે જ્યારે અમે બંને મધ્યપ્રદેશ-રાજસ્થાન બોર્ડર પર આવેલા પીપલોડા નામની જગ્યાએ એક અઠવાડિયા સુધી સાથે રહ્યા હતા. તે ગ્વાલિયર સાયન્સ ફોરમ દ્વારા આયોજિત અને NCSTC દ્વારા પ્રાયોજિત વર્કશોપ હતી. અમારી પાસે લગભગ પચાસ સ્વયંસેવકોનું જૂથ હતું જેમની સાથે અમે આખો દિવસ તાલીમ લીધી હતી. સાંજે અમે નજીકના કોઈ ગામમાં જતા અને હજારો ગ્રામવાસીઓ રાત્રિભોજન પછી તેમની સાદડીઓ, ધાબળા વગેરે પાથરી ભેગા થઈ બેસતા ત્યારે અમે તેમની સાથે વાર્તાલાપ કરતા. અમે તેમની સામે કહેવાતા ચમત્કારોનો પર્દાફાશ કરતા અને તે ચમત્કારોની પાછળના વૈજ્ઞાનિક સિદ્ધાંતો સમજાવતા. આ વાતને આજે ત્રણ દાયકા કરતાં વધુ સમય વીતી ગયો હોવા છતાં, તે બેઠકો હજુ પણ મારી સ્મૃતિમાં એવીને

એવી તાજી છે.

આ કાર્યશાળા મને એટલા માટે પણ યાદ છે કારણ કે હિન્દી ભાષામાં આ મારી પ્રથમ તાલીમ હતી. પછી તો અમે અનેક વખત મળ્યા; અમે સાથે હાર્યફર્યા, નાસ્તો- ભોજન પણ કેટલીયે વાર સાથે કર્યું ! જ્યારે રસાયણ સબંધિત કોઈ 'ચમત્કાર'નો કિસ્સો તેમની પાસે આવે ત્યારે તે મને અચૂક બોલાવે. અને નાગપુર, મધ્યપ્રદેશ કે છત્તીસગઢની નજીકના વિસ્તારોમાં કોઈ ઠગ કે ધુતારાની ચાલનો પર્દાફાશ કરવા માટે જ્યારે મારે તેમના સહયોગની જરૂર હોય ત્યારે હું તેમને ફોન કરું. મને એ પ્રસંગ યાદ આવે છે જ્યારે પાંડોખર સરકાર બાબા નામનો વ્યક્તિ રાયપુરના ભોળા લોકોને છેતરતો હતો. આ બાબાએ અને તેના અનુયાયીઓએ મને તેમના દેવત્વને ખોટું સાબિત કરવા માટે પડકાર્યા. મેં હરીશભાઈને ફોન કરીને પડકાર સ્વીકારવાનું કહ્યું અને તેઓ તરત જ સંમત થયા. જ્યારે અમે નાગપુર ખાતે અમારી સામાન્ય સમિતિ અને કારોબારી સમિતિની સભાઓ કરતા, ત્યારે હરીશભાઇની ટીમ દ્વારા અમારા રોકાણની અને સભાઓ માટે પણ ખૂબ જ સુંદર વ્યવસ્થા ગોઠવવામાં આવતી. આ પુસ્તકની વિષયવસ્તુ એ મહારાષ્ટ્રના ઉત્તર-પૂર્વીય ભાગોમાં ઘટેલી ઘટનાઓનું ક્રમબદ્ધ આલેખન છે. ખટોલી બાબા, વળગાડ વાળી સ્ત્રીઓ, અસંખ્ય બાબાઓ, જ્યોતિષીઓ અને આવા ઠગ લોકોને ખુલ્લા પાડવામાં આવ્યા છે. અહીં એ વાત નોંધાવી ખૂબ જરૂરી છે કે ઝુંબેશ હંમેશા કોઈપણ પ્રકારના ધાર્મિક પક્ષપાતથી સંપૂર્ણપણે મુક્ત રહી છે. કેટલાક લોકો 'અમે રૅશનાલિસ્ટો માત્ર કોઈ એક ચોક્કસ ધર્મના લોકોને જ ખુલ્લા પાડીએ છીએ' એવો આળ ચઢાવે છે, પણ સમિતિએ પોતાના તટસ્થ કાર્યો થકી તે બીજું કઈ નહિ પણ દુષ્પ્રચાર છે તે સાબિત કરી બતાવ્યુ છે. આ પુસ્તક આપણી સમિતિની નિષ્પક્ષતાને સમર્થન આપે છે. હરીશભાઈએ ભારતીય દંડ સંહિતા, ફોજદારી કાર્યવાહી સંહિતા અને સંસદ અને રાજ્યની વિધાનસભાઓ દ્વારા પસાર કરાયેલા વિવિધ કાયદાઓનો સહારો લઈને ગુનેગારોને કડક સજા આપવી છે. તેમણે ડ્રગ્સ એન્ડ મેજિક રેમેડીઝ (ઓબ્જેક્શનેબલ એડવર્ટાઇઝમેન્ટ્સ) એક્ટ ૧૯૫૪ કાયદાનો પણ કાળા જાદુનો દાવો કરતા લોકોને ઉઘાડા પાડવા માટે અસરકારક ઉપયોગ કર્યો છે.

આ પુસ્તક વાસ્તવમાં માત્ર આપણા દેશના દરેક નાગરિકે જ નહિ, પણ સમગ્ર વિશ્વના દરેક વ્યક્તિએ ફરજિયાત વાંચવું જોઈએ. આ પુસ્તક આપણને એક નાગરિક તરીકેની આપણી ફરજો નિભાવવા અને તર્કસંગત જ્ઞાન મેળવવા સક્ષમ બનાવે છે. ભારતનું બંધારણ વાસ્તવમાં પોતાના નાગરિકોને "વૈજ્ઞાનિક અભિગમ, માનવવાદ અને શોધવૃતિની ભાવના વિકસાવવા" માટે પ્રેરે છે. હું આશા રાખું છું કે આ પુસ્તકનો વ્યાપક પ્રમાણમાં પ્રચાર-પ્રસાર થાય અને તેના

વિચારોનું અમલીકરણ થાય.

- ડૉ.નરેન્દ્ર નાયક પ્રમુખ, FIRA

3
પ્રસંસા મંજરી

અખિલ ભારતીય અંધશ્રદ્ધા નિર્મૂલન સમિતિ (ANIS)ના રાષ્ટ્રીય મહાસચિવ શ્રી હરીશ દેશમુખ દ્વારા લખાયેલ '*અંધશ્રદ્ધાઃ માન્યતાઓ અને વાસ્તવિકતા*', પુસ્તક સમિતિના ચાલીસથી પણ વધુ વર્ષોથી ચાલી રહેલી મોટાભાગની કામગીરીને આવરી લે છે.

હરીશભાઈ હજુ તો માંડ ચૌદ વર્ષના હતા ત્યારે સમગ્ર સમાજની તમામ ભૌતિક, ભાવનાત્મક અને નાણાકીય શક્તિ છીનવી લેનારી અંધશ્રદ્ધા અને અનેક કુરિવાજો સામે તેમણે શિંગડા ભિડાવ્યા હતા. તે રેશનાલીસ્ટ એસોસિએશન ઓફ ઈન્ડિયા સાથે નજીકથી સંકળાયેલા છે અને તેમને ફેડરેશન ઓફ ઈન્ડિયન રેશનાલીસ્ટ એસોસિએશનના બી. પ્રેમાનંદ સાથે પણ નજીકથી કામ કરવાની તક સાંપડી હતી. એક સમયે નાગપુરમાં સૌથી મહત્વપૂર્ણ સામાજિક સેવાભાવી વ્યક્તિઓમાં અગ્રેસર એવા ઉમેશબાબુ ચૌબે(થોડા વર્ષો પહેલા અવસાન પામેલ છે)ની અંધશ્રદ્ધા નિર્મૂલનની પ્રવૃતિઓમાં પણ હરીશભાઇ હર હમેંશ સાથે રહ્યા હતા.

પ્રો. શ્યામ માનવે જ્યારે ૧૯૮૨માં અખિલ ભારતીય અંધશ્રદ્ધા નિર્મૂલન સમિતિ(ANIS)ની સ્થાપના કરી, ત્યારથી હરીશભાઈ સમિતિની સાથે જોડાયેલા છે. તમામ પ્રકારના પાખંડીઓ હોય કે જાદુ અને તંત્ર-મંત્ર દ્વારા લોકોને ઠગનાર ઢોંગીઓને ઉઘાડા પાડવાની ચળવળમાં હરીશભાઈ પોતાનો જીવ જોખમમાં મૂકતાં પણ સહેજેય ખચકાયા નથી. તેમની પ્રવૃતિઓ થકી તેમણે ભૂત-પ્રેત કે ડાકણો હોવાના અર્થહીન આરોપ અને અત્યાચારનો ભોગ બનેલા સેંકડો નિર્દોષ લોકોના જીવ બચાવ્યા છે. હરીશ ભાઈ રાત-દિવસ પાછું વાળીને જોયા વગર અંધશ્રદ્ધા નિર્મૂલનની સંઘર્ષમય પ્રવૃતિઓમાં રત રહ્યા.

આ પુસ્તક હરીશભાઈ સ્વયં પોતે જેમાં એક અગ્રણી સહભાગી હતા તેવી પર્દાફાસની ઘટનાઓની અધિકૃત રજૂઆત છે.

અંધશ્રદ્ધા નાબૂદીની ચળવળને દેશવ્યાપી બનાવવા માટે, તેમણે અને તેમના સહયોગીઓએ મધ્યપ્રદેશ, ઉત્તર પ્રદેશ, ગુજરાત, ગોવા, છત્તીસગઢ, બિહાર અને બીજા રાજ્યોના અસંખ્ય પ્રવાસો ખેડયા છે. અખિલ ભારતીય અંધશ્રદ્ધા નિર્મૂલન સમિતિના(ANIS) નેજા હેઠળ, તે દેશભરમાં વૈજ્ઞાનિક અભિગમના પ્રચાર અને પ્રસાર માટે અવિરતપણે કાર્યરત રહ્યા છે. તેમના અથાગ પ્રયત્નોને કારણે જ અખિલ ભારતીય અંધશ્રદ્ધા નિર્મૂલન સમિતિ(ANIS) આંતરરાષ્ટ્રીય મંચ પર પણ ગણના પાત્ર બની છે. વિશ્વભરના વિવેકબુદ્ધિવાદી સંગઠનો દ્વારા સમિતિને આદર અને માનથી જોવામાં આવે છે. હું તેમના દીર્ઘ આયુષ્ય માટે શુભેચ્છા પાઠવું છું અને આશા રાખું છું કે તેઓ આવનારા ઘણા દાયકાઓ સુધી વિવેકબુદ્ધિવાદ અને માનવવાદની પ્રવૃતિઓનો વ્યાપ આગળ વધારતા રહેશે.

- મધુકર કાંબલે

રાષ્ટ્રીય અધ્યક્ષ, ANIS

4
પ્રશંસા

હું હરીશ દેશમુખને ફેડરેશન ઓફ ઈન્ડિયન રેશનલિસ્ટ્સ એસોસિએશન (FIRA) ના સક્રિય સભ્ય તરીકે ઓળખું છું અને તેમની અંધશ્રદ્ધા નિર્મૂલનની પ્રવૃત્તિઓ વિશે સારી પેઠે અવગત છું. આ પુસ્તક વાંચીને મને સ્પષ્ટ થયું કે તેમણે કિશોરવયે આ ક્ષેત્રમાં પ્રવેશ કર્યો અને પછી ANIS સાથે જોડાઈને ઠગોનો પર્દાફાશ કરવાનું ચાલુ રાખ્યું. અંધશ્રદ્ધા, અંધવિશ્વાસ અને અવૈજ્ઞાનિક રીતરિવાજો દૂર કરવા માટેના તેમના પ્રયાસો ખરેખર પ્રશંસનીય છે. આપણને સૌને જરૂર આશ્ચર્ય થશે કે સિત્તેર વર્ષની ઉંમરે પણ તેઓ ભરપૂર ઉત્સાહ અને ઉર્જા સાથે કામ કરી રહ્યા છે. તેમના જીવનમૂલ્યો અને લેખન દ્વારા તેમણે નવા લોકોને આ ઝુંબેશ સાથે જોડ્યા છે. આ દેશના પ્રબુદ્ધ નાગરિકો પ્રત્યે આદર્શ જન્માવે એવી બાબત છે.

આપણા દેશમાં સંપત્તિ અને મિલકત મેળવવાનો સૌથી સરળ રસ્તો નિર્દોષ લોકોને છેતરવાનો છે. તમે ફક્ત 'બાબા' કે 'માતા' બની જાઓ એટલે પૂરું. આ કામ માટે કોઈ શૈક્ષણિક લાયકાતની જરૂર નથી. બસ, કપટી માણસ અને મીઠી વાણી પૂરતી છે. થોડી જાદુઈ યુક્તિઓ અને જાદુગરો જેવી હાથચાલાકી શીખવી જરૂરી છે. ભારતના લોકો ભોળ છે અને તાત્કાલિક ખોટી વાતોમાં આવી જતા હોય ખાતરી છે. ભણેલા અને સંપન્ન લોકો આ પાખંડનો ભોગ બને છે. જ્યારે જીવનની કોઈ અમૂલ્ય વસ્તુ દાવ પર હોય ત્યારે લોકો કોઈપણ બાબતનો સહારો લેવા તૈયાર થઈ જાય છે, અને અહીં જ બાબાઓ પિક્ચરમાં આવે છે. અને જેટલો બાબાનો ચુંબકીય અને ચતુરાઇભર્યો આડંબર અને પ્રભાવ તેટલી મોટી ભક્તોની લાઇન, જો વધારે પ્રભાવ હોય તો મોટા રાજકારણીઓ, અભિનેતાઓ અને ઉદ્યોગપતિઓ પણ તેમના દરવાજે લાઇન લગાવે છે. જ્યારે લોકો ઠગાવા માટે આટલા ઉત્સુક હોય, તો સ્વાભાવિક છે કે ઠગનારાઓની ભીડ પણ

આવવાની જ છે.

મને ખાતરી છે કે આ પુસ્તક યુવા પેઢીને પ્રેરિત કરશે અને તેમને તર્કસંગત વિચાર કરતાં શીખવશે. આશા છે કે જે લોકો અગાઉ ઠગાયા છે, તેઓ પણ આ પુસ્તકમાંથી શીખશે અને આ ધુતારાઓ અને ઠગોના ધંધાઓને રોકવા માટે અમારી સાથે જોડાશે. બાબાઓ, માતાઓ, ઠગો વગેરે સમાજને ભારે નુકસાન પહોંચાડે છે. હકીકતમાં તો આ ધુતારાઓ સૌથી મોટા રાક્ષસો અને ભૂતો છે, અને આ પુસ્તક તેમના આ ગોરખધંધાને ખત્મ કરવામાં વાંચકોને મદદ કરશે.

હું દરેક નાગરિકને આ પુસ્તક વાંચવાની ખાસ ભલામણ કરું છું અને આશા રાખું છું કે પુસ્તકને યોગ્ય સફળતા મળશે અને ઉમદા હેતુ માટે નવા લોકોને આ ચળવળ સાથે જરૂર જોડશે.

- એડવોકેટ ચેલિમેલા રાજેશ્વર

ઉપાધ્યક્ષ, FIRA

રાજ્ય સંયોજક, સોશિયલ મીડિયા, જન વિજ્ઞાન વેદિકા તેલંગાણા

5

અભિવંદના

હરીશ દેશમુખના અનુભવો પુસ્તક સ્વરૂપે વાચકો સમક્ષ રજૂ કરતાં મને આનંદ થાય છે કારણ કે તેઓ અંધશ્રદ્ધાને પોષતા અને પ્રસરવતા પરિબળો સામે લડ્યા હતા અને અડગ રીતે લડી પણ રહયા છે. તેઓ છેલ્લા ચાલીસ વર્ષથી અખિલ ભારતીય અંધશ્રદ્ધા નિર્મૂલન સમિતિ (ANIS)ના મહાસચિવ છે. આમ જોઈએ તો હરીશ ભાઈ અને હું અંધશ્રદ્ધા નિર્મૂલન ચળવળના કાર્યકરો તરીકે બે ભિન્ન પરિવેશમાંથી આવ્યા છીએ. હું એક એવો આધ્યાત્મિક, અંધશ્રદ્ધાળુ વ્યક્તિ હતો જે કોઈપણ ઈશ્વરીય સાધુ પુરુષને જોઈને , જોયા જાણ્યા વગર તેમની આગળ નતમસ્તક થઈ અને જળ ચઢાવતો. અને પહેલી વખત જીવનમાં અંધશ્રદ્ધા રૂપી રાક્ષસનો ભોગ બન્યાનો અનુભવ કર્યો હતો. હું અંધશ્રદ્ધાનો સંપૂર્ણ ગુલામ હતો. પરંતુ પછી મારા જીવનમાં, જેમ જેમ હું કેટલાક દીવા જેવી સ્પષ્ટ રોજબરોજના જીવનમાં બનતી ઘટનાઓ પરત્વે જાગૃત બનતો ગયો તેમ તેમ હું ધીમી પણ મક્કમ ગતિથી બદલાતો ગયો. બદલાવ એટલો તીક્ષ્ણ હતો કે એક તબકકે તો મને લાગ્યું કે મારે મારી અધ્યાપકની નોકરી છોડી દેવી જોઈએ, પત્રકારત્વ પણ છોડી દેવું જોઈએ અને પૂરી લગનથી અંધશ્રદ્ધા નાબૂદીમાં જોડાઈ જવું જોઈએ. આ રીતે અખિલ ભારતીય અંધશ્રદ્ધા નિર્મૂલન સમિતિ (ANIS)નો જન્મ થયો.

હરીશ દેશમુખનો સમિતિના કાર્યકર્તા તરીકેનો વિકાસ એક અલગ દિશામાંથી થયો છે. હરીશ દેશમુખ એક અંધશ્રદ્ધાથી ભરેલા વાતાવરણમાં ઉછર્યા હતા, તેમના વિવેકબુદ્ધિ વાળા માનસને આ બધી અંધશ્રદ્ધાની પ્રવૃતિઓની નિરર્થકતા હ્રદયમાં સૂળ ભોકય તેવી પીડા આપતી અને તેઓ તેનો વિરોધ અને પર્દાફાસ કરતાં કરતાં મોટા થયા હતા. ત્યારબાદ તેઓ રેશનાલીસ્ટ મિત્રોના સંપર્કમાં આવ્યા જ્યારે નાગપુરના રેશનાલીસ્ટ એસોસિએશને ખટોલી બાબા, બલીરામ બાબા, લશ્કરી બાબા અને અન્યનો પર્દાફાશ કર્યો. આ

પ્રવૃતિઓ દરમિયાન હરીશ દેશમુખની 'લોકમત'ના બાબા દલવી, ડૉ. ચંદ્રશેખર પાંડે, પ્રો. સુધાકર જોશી અને અન્યો સાથેની મિત્રતા ઘનિષ્ઠ બની.

અખિલ ભારતીય અંધશ્રદ્ધા નિર્મૂલન સમિતિ (ANIS)એ તેનું કામ ઇ.સ. ૧૯૮૨માં એવી ઘોષણા સાથે શરૂ કર્યું કે સમિતિ ભગવાન અથવા ધર્મની વિરુદ્ધ નથી; પરંતુ તે દંભ, છેતરપિંડી અને ધર્મની આડમાં ચાલતા ગોરખધંધા સામે છે. જ્યારે અમે અમારી પ્રવૃત્તિ એક અલગ પરિપ્રેક્ષ્ય સાથે શરૂ કરી, ત્યારે રેશનાલિસ્ટ ચળવળમાં મારા ઘણા જૂના સાથીદાર મિત્રો પણ જોડાયા. અને તે લોકોમાં જેઓ તમામ પ્રકારની હિંસા,તણાવ, ટીકા અને વિટંબણાઓમાંથી પસાર થયા અને ટકી રહ્યા તેમાં હરીશ દેશમુખ સૌથી મોખરે હતા. ધીમે ધીમે આંદોલનની જવાબદારીમાં તેમનો હિસ્સો વધતો ગયો. એક શાંત, ધૈર્યવાન, સામાન્ય દેખાતા યુવાનમાંથી તે એક જવાબદાર, નીડર, મજબૂત મનોબળ વાળા કાર્યકર અને પ્રભાવશાળી સમાજ સુધારક તેમજ સમિતિના નિષ્ઠાવાન આગેવાનના રૂપમાં ઊભરી આવ્યા.

આ પુસ્તકના લેખોમાં જીવનના અનુભવોનું વર્ણન છે અને અંધશ્રદ્ધા નાબૂદી માટે કાર્ય કરતા નવયુવાનો માટે આ અનુભવો જીવંત માર્ગદર્શક તરીકેની ભૂમિકા ભજવશે. હરીશભાઇ દેશમુખ જે જુસ્સા અને મહેનતનું પ્રતિનિધિત્વ કરે છે તેનું મૂલ્ય આંકવું શક્ય નથી. રાત-દિવસ હરીશભાઈ ચળવળને આગળ ધપાવવાની યોજનાઓમાં મગ્ન રહે છે. તેમના અથાગ પરિશ્રમ અને અવિરત ઉત્સાહને જાહેરમાં બિરદાવવાની તક હું આ તબક્કે લઉં છું. અંધશ્રદ્ધા નિર્મૂલનની ચળવળને વિદર્ભની સીમા બહાર અને અન્ય પ્રાંતોમાં લઈ જવા અને વિદેશમાં પણ આવા ઉમદા કાર્યની સુવાસ પ્રસરવવાના તેમના પ્રયાસો ખરેખર પ્રેરણાદાયી છે.

- પ્રો. શ્યામ માનવ

સ્થાપક-ઓર્ગેનાઇઝર, ANIS

6

સમાજમાં વૈજ્ઞાનિક દૃષ્ટિકોણ સ્થાપિત કરવાની દિશામાં એક સશક્ત પગલું

અંધશ્રદ્ધા: માન્યતાઓ અને વાસ્તવિકતા પુસ્તક, મૂળ મારા મિત્ર હરીશ દેશમુખ કે જેઓ અંધશ્રદ્ધા નિર્મૂલન સમિતિ (ANIS) ના જનરલ સેક્રેટરી છે તેમના દ્વારા મરાઠીમાં લખવામાં આવ્યુ હતું, ત્યારબાદ અમરાવતીના મારા બીજા મિત્ર પ્રો. નદીમ ખાને આ પુસ્તકને ખૂબ જ સરસ રીતે અંગ્રેજીમાં અનુવાદિત કર્યું. આ પુસ્તક ચાર દાયકા અને તેથી વધુ વર્ષોથી સમિતિ દ્વારા કરવામાં આવેલા "ભાંડાફોડ" (અંધશ્રદ્ધા અને ચમત્કારોનો પર્દાફાશ) કાર્યક્રમોનો સંગ્રહ છે. પરંતુ તે ઉપરાંત, આ પુસ્તક અંધશ્રદ્ધા દૂર કરવા અને સમાજમાં વૈજ્ઞાનિક દૃષ્ટિકોણ સ્થાપિત કરવાની દિશામાં એક સશક્ત પગલું છે. પ્રો. શ્યામ માનવે 1982માં અંધશ્રદ્ધા નિર્મૂલન સમિતિ (ANIS)ની સ્થાપના કરી ત્યારથી તે અત્યાર સુધીમાં ચાલીસ કરતાં વધુ વર્ષો વીતી ગયા છે; પરંતુ સમિતિ તેની ઔપચારિક સ્થાપના પહેલા પણ ઘણા વર્ષો સુધી કાર્યરત રહી હતી.

પુસ્તક લેખક શ્રી હરીશ દેશમુખને આ ક્ષેત્રમાં આવ્યાને હવે પચાસ વર્ષ થયા છે. સ્વર્ગસ્થ ઉમેશબાબુ ચૌબે જેવા હિંમતવાન વ્યક્તિ તેમના અંતિમ શ્વાસ સુધી તેમની સાથે હતા. તેમના નિધનથી સમિતિને મોટો આંચકો લાગ્યો છે. પરંતુ તેમ છતાં, સમિતિ આ ન પૂરી શકાય તેવી ખોટને પચાવીને પણ તેના મિશન પર

કામ કરવાનું ચાલુ રાખવામાં સફળ રહી છે. અંધશ્રદ્ધા નિર્મૂલન સમિતિ (ANIS) માં એક પણ હોદ્દો એવો નથી કે જેમાં કશું કરવાનું ના હોય. સમિતિના તમામ હોદ્દેદારો એક સમાન રીતે સક્રિય ભૂમિકા ભજવે છે અને બદલામાં કોઈ અપેક્ષા વગર પોતાના સમય અને શક્તિ ખરચવાના તે જુદું. સુપ્રસિદ્ધ મરાઠી સંત તુકોબાજીએ કહ્યું હતું તેમ, "પ્રજા ડૂબતી હોય ત્યારે કોઈ મૂંગા પ્રેક્ષક બનીને જોઈ રહે તેમ ન બની શકે". અંધશ્રદ્ધામાં ડૂબેલા સમાજને સાચો માર્ગ બતાવવા માટેનું આ કાર્ય તદ્દન કૃતજ્ઞતા વિહીન છે. આ બધાની ઉપર, ક્યારેક એવું પણ બને છે કે સમિતિ જે છેતરપિંડી કરનારાઓને ખુલ્લા પાડવાનું કામ કરતી હોય તેવા ધુતારાઓને રાજ્યનું રક્ષણ હોય છે તો ક્યારેક તેમની પાસે ગુંડાઓની ફોજ હોય છે તો વળી ક્યારેક તેમના પ્રખર ભક્તોનો ટેકો હોય છે. આવા સંજોગોમાં, તેમની સામે આંગળી કરવાનો અર્થ પોતાના જીવને જોખમમાં મૂકવો. આવા પ્રતિકૂળ સંજોગોમાં કાર્યકર્તાઓએ કામ કરવું પડે છે. પરંતુ ગમે તે સંકટ હોય, સમિતિના બહાદુર અને કર્મઠ કાર્યકર્તાઓએ ક્યારેય પીછેહઠ કરી નથી કે તેઓએ કોઈ કામ અધૂરું છોડ્યું નથી.

આ પુસ્તકમાં આવરી લેવામાં આવેલા દરેક કિસ્સાઓમાં હરીશ દેશમુખ મુખ્ય ભૂમિકામાં છે. અને તેમની સાથે સતત બાબુજી પણ પડછાયાની જેમ સાથે રહેતા હતા. તેમના અવસાન પછી તેમની ખોટ હરિભાઉ પાથોડે, શરદ વાનખેડે, સુરેશ ઝુરમુરે, પ્રશાંત સપાટે, છાયા સાવરકર, ડૉ. પ્રકાશ ધોટે, ઉત્તમ સુલકે, હરીશ કેદાર, સુનીલ વણજારી વગેરે મિત્રોએ પૂરી કરી અને અત્યારે આવા સમર્પિત અને સેવાભાવી કાર્યકરોના સાથ સહકાર થકી હરીશભાઇ દેશમુખ અંધશ્રદ્ધા નિર્મૂલનની પ્રવૃતિઓ કરી રહ્યા છે. અંધશ્રદ્ધા નિર્મૂલન સમિતિ (ANIS)ના ભૂતપૂર્વ પ્રમુખ તરીકે, મને પણ સમિતિના ઉદેશયો અને ધ્યેયો પૂર્ણ કરવા નાનું સરખું પણ મારાથી બનતું યોગદાન આપવાનું સૌભાગ્ય મળ્યું છે.

સમિતિના માર્ગમાં સૌથી મોટી અડચણ એ રહી છે કે સમિતિના આ ઉમદા કાર્યને તેના વિરોધીઓ ભગવાન અને ધર્મ વિરુદ્ધનું ગણાવે છે, અને આ તો માત્ર હિન્દુઓને જ નિશાન બનાવ્યા કરે છે તેવું આળ ચડાવે છે. જો કે, હકીકત એ છે કે સમિતિ ક્યારેય ભગવાન અને ધર્મની વિરુદ્ધ નથી રહી, પરંતુ એવા ઢોંગીઓ વિરુદ્ધ રહી છે જેઓ ભોળા અને અબુધ લોકોને છેતરવા માટે ધર્મનું આવરણ લે છે. સમિતિએ ઘણી વખત આ સ્પષ્ટતા કરી હોવા છતાં વિરોધીઓ કેમ જાણે આ રીતે આરોપો મૂકવાનું ચાલુ રાખે છે; કદાચ તે પાછળનું કારણ એ પણ હોઇ શકે કે સમિતિ પર આરોપ લગાવવા માટે આ સિવાય બીજું કશું બચ્યું નથી. સમિતિએ હંમેશા પ્રામાણિકતા અને પારદર્શિતા સાથે લોકો અને મીડિયાની હાજરીમાં જ છેતરપિંડી કરનારાઓને ઉઘાડા પાડવાનું કામ કર્યું છે.

આ પુસ્તક અંધશ્રદ્ધા અને ચમત્કારોના પર્દાફાસ કરતાં કેટલાક ચુનંદા કિસ્સાઓ રજૂ કરે છે. ખરી હકીકત એવી છે કે સમિતિએ અંધશ્રદ્ધા અને ચમત્કારોના પર્દાફાસ કરેલા નાના અને મોટા કિસ્સાઓની વાસ્તવિક સંખ્યા સેંકડોમાં છે. તે દુર્ભાગ્યપૂર્ણ છે કે વર્તમાન સામાજિક વાતાવરણે સમિતિના કાર્યને હજુ પણ અઘરું બનાવ્યું છે. ગમે તેટલો પ્રયત્ન કરવામાં આવે તો પણ, અંધશ્રદ્ધા ઓસરવાનું નામ નથી લેતી; ઊલટની રોજબરોજ વધતી જ જાય. કદાચ તેનું એક કારણ આધુનિક જીવનની વધતી જતી અનિશ્ચિતતાઓ હોઈ શકે છે. તે સમજવું ખૂબ જ સરળ છે કે જ્યારે લોકો તેમની પર આવી પડેલી મુશ્કેલીઓને સમજણ અને બુદ્ધિ વડે નિવારી નથી શકતા ત્યારે તેઓ ટૂંકા રસ્તે વિપત્તિઓ માંથી મુક્ત થવા જ્યોતિષીઓ, તાંત્રિક-માંત્રિક, ભુવા-ભરાડીઓના શરણે જાય છે. પરંતુ અત્યંત ચિંતાજનક બાબત એ છે કે રાજકીય લાભ મેળવવા માટે લોકોમાં ધાર્મિક લાગણીઓ ભડકાવવાનો ઇરાદાપૂર્વક પ્રયાસ કરવામાં આવી રહ્યો છે. આવા સંજોગોમાં, જેઓ પોતાનો સ્વાર્થી હિતોને સાધવા માંગે છે, તેઓ સમિતિ ધર્મ વિરોધી છે એવી બુમરાણ મચાવે છે, અને આમ સમિતિ માટે આગળનો માર્ગ વધુ કપરો બનાવે છે.

આ એક વિચિત્ર વિરોધાભાસ છે કે આજના વિજ્ઞાન અને ટેક્નોલોજીના યુગમાં અંધશ્રદ્ધા નાબૂદીની જરૂરિયાત પહેલા કરતાં આજે વધારે છે. સમિતિની કામગીરી આમ જોવા જઈએ તો કોઈને એવું લાગે કે આ તો માત્ર અરણ્યરુદન છે. આટઆટલા પુરાવા એકઠા કરવામાં આવે,ચમત્કારોનો દાવો કરનારાઓને ખુલ્લા પાડવામાં આવે તો પણ સો માંથી માંડ એક જ છેતરપિંડી કરનારને તેની દુકાન બંધ કરવી પડે છે. અને અધુરામાં પૂરું કે સમાજની માનસિકતા અંધશ્રદ્ધા પરત્વેનો ઝુકાવ અકબંધ રહે છે. તો પછી પ્રશ્ન એ થાય છે કે, કોઈએ આ સમાજ નિર્માણના ભગીરથ કાર્યમાં શા માટે આવવું જોઈએ? ભગવદગીતા આ પ્રશ્નનો વ્યાજબી જવાબ આપે છે: 'વળતરની અપેક્ષા વિના કામ કરો.' સમિતિના સમર્પિત કાર્યકરોએ આ અશક્ય પડકારને પહોંચી વળવા વાસ્તવમાં કોઈ ત્વરિત પુરસ્કારની અપેક્ષા રાખ્યા વિના પોતાનું જીવન દાવ પર લગાવી દીધું છે.

આ પુસ્તકના લેખો ચોક્કસ મનોરંજન પૂરું પાડશે, પરંતુ હું આશા રાખું છું કે, સમિતિના કાર્યકરોએ તેમના મિશનને અનુસરવા માટે કરેલી ભારે મહેનતને જોતાં, કેટલાક વાચકો આગળ વધે અને ગમે તે રીતે મદદરૂપ થવા માટે પ્રેરિત થશે. જો એમ થાય, તો આ પુસ્તક ખરેખર તેનો હેતુ પૂરો કરશે.

- પ્રો. શરદ પાટીલ

પૂર્વ રાષ્ટ્રીય અધ્યક્ષ, ANIS

7

અંધશ્રદ્ધા નિર્મૂલનના પથ પર આગેકૂચ

'અંધશ્રદ્ધા નિર્મૂલન'ની પ્રવુતિની મારી બાળપણથી આજ સુધીની યાત્રાએ મારા જીવનને કેવી કેવી રીતે પ્રભાવિત કર્યું તેના વિષે જ્યારે જ્યારે હું વિચાર કરું છું ત્યારે ત્યારે મને મારી જાત પર આશ્ચર્ય થાય છે. નાનપણમાં હું અમરાવતી જિલ્લાના વરુડ શહેરમાં અભ્યાસ અર્થે મારા મામા સાથે રહેતો હતો તે સમયનો એક કિસ્સો મારા મગજમાં કાયમ માટે ઘર કરી ગયો છે. વાત કૈંક એમ છે કે, એક વૃદ્ધ મહિલાને તેના ઘરમાં કાયમ માટે પૂરી રાખવામાં આવી હતી અને તેને ખાવા-પીવાનું પણ બારીમાંથી આપવામાં આવતું હતું. બધા તેને કર્ણાટકી (આ શબ્દ સામાન્ય રીતે કાળો જાદુ કરતી ચૂડેલ માટે વપરાય છે) હોવાના કારણે ગાળો ભાંડતા. મને આ જોઈને ખૂબ દુખ થતું. મારી બાળસહજ જિજ્ઞાસા ઘણી વખત તેના તરફ ખેચી જતી અને એ કાળોજાદુ શું છે ? તે જાણવાની ઈચ્છા થતી કે જેના લીધે તે સમાજમાં બદનામ હતી. આવી જ એક મુલાકાત દરમિયાન, તેણીએ મારા માટે લીંબુના ઝાડની દાંડીમાંથી એક નાનકડી વીંટી બનાવી અને મારી કાકીને થયું કે આ ચૂડેલે મારા પર કોઈ પ્રકારનો કાળોજાદુ કર્યો છે. તેથી તેમણે તરત જ કોઈ એક ભુવાને બોલાવ્યો, જેણે મને વળગાડ કે કળા જાદુને દૂર કરવા માટે નીચે બેસાડી, મંત્રોચ્ચાર કર્યા અને મારા પર પાણી છાંટ્યું. પરંતુ આ બધાથી મારી પેલી મહિલાની મુલાકાત લેવાની પ્રક્રિયામાં કોઈ જ ફરક પડ્યો ન હતો. તે હમેશા મારી સાથે સ્નેહથી વાત કરતી; તેની ગરીબી અને લાચારી જોઈ મારામાં તેના માટે દયાની લાગણી પેદા થતી.. તે ઉંમરે પણ, હું મારી લાગણીઓને તે મહિલાને કર્ણાટકી માનવામાં આવે છે તે બીજું કઇ નહિ પણ અંધશ્રદ્ધાનું જ એક પાસું છે તેવું માનવાથી રોકી શક્યો નહીં અને જેની મારા

માનસ પર ઊંડી અસર થઈ.

તે પછી અમે નાગપુર રહેવા આવી ગયા. મારા પિતા બચ્છરદાસ જિનિંગ પ્રેસિંગના કારખાનામાં કામ કરતા હતા. જો કે, અમે દર વર્ષે ઉનાળાની રજાઓમાં ગામડાની મુલાકાત કરતાં. તેનાથી મને અંધશ્રદ્ધાને નજીકથી જોવાનો સમજવાનો પ્રસંગ સાંપડ્યો હતો. મારા કાકાના ઘરે એક મહિલાને અચાનક વળગાડ આવ્યો. તે પોતાના વાળ છૂટા મૂકી અને ઘરની બહાર દોડી, પોતાના શરીરને જોરથી નીચે પડતું મૂકી અને ધૂણવા લાગી, "હું એક આસરા(નદીની પરી) છું". ઘરમાં દોડધામ ચાલુ થઈ ગઈ પણ હું એકદમ આભો બનીને ઊભો રહ્યો. મને એ સમયે એક પ્રશ્ન મૂંઝવતો હતો તે એ હતો કે : આ કઈ શક્તિ છે અને તે કઈ રીતે કોઈ વ્યક્તિમાં પ્રવેશ કરી લે છે? મને પેલી સ્ત્રીની આ બધી ક્રિયાઓ પર વિશ્વાસ બેઠો નહીં અને મેં મારી શોધ શરૂ કરી.

આ સમયગાળાની આસપાસ, 'ખટોલી બાબા' તરીકે ઓળખાતા બાબાએ એવો દાવો કરીને વરુડ-લોણી પ્રદેશમાં ખૂબ જ હલચલ મચાવી હતી કે તે જાદુઈ મંત્રોચ્ચાર દ્વારા 'ખાટ' અથવા પલંગને માણસની જેમ ચાલતો કરી શકે છે. હજારો લોકોએ ખાટલાને પોતાની જાતે દોડતો જોયો છે એવી વાતો પણ સાંભળવા મળતી હતી. હું પણ આ ઘટના જોવા માટે રૂબરો ગયો કે એક ખાટલો પોતાની જાતે કેવી રીતે ચાલી શકે? અને જોયું તો લોકો જ તેને પકડીને દોડી રહ્યા હતા. આ ઘટના લોકોની વગર વિચાર્યે માની લેવાની ટેવનું વધુ એક ઉદાહરણ હતું. આ પુસ્તકમાં રજૂ કરેલા એ કિસ્સાને તો દરેક મિત્રો જરૂર વાંચજો જ એવી મારી નમ્ર અપીલ છે.

ઇ.સ. ૧૯૭૫માં, હું ચંદાસવાથોડા નામના નગરમાં આવેલી 'આર. જી. કૃષિ વિદ્યાલય.' નામની શાળામાં વિજ્ઞાનના શિક્ષક તરીકે જોડાયો. શાળામાં મારા મોટા ભાગના સાથીદારો ચમત્કાર, જાદુઈ મંત્રો, ભૂત-પ્રેત અને એવી વસ્તુઓમાં વિશ્વાસ ધરાવતા હતા. અહી મને કોઈ શ્યામ બાબા નામના જાદુઈ શક્તિવાળા બાબા વિષે જાણવા મળ્યું. બાબા વિવિધ પ્રકારના ચમત્કારોને કારણે નગરની ચર્ચાનો વિષય હતા: તે ખાલી હાથમાંથી રૂની પૂણી કાઢવી; એક જગ્યાએથી અદૃશ્ય થઈ અને બીજી જગ્યાએ પહોચી જવું; પાણીમાં થોડા પત્થરો નાખીને પાણીને મીઠું બનાવવું; કૂવામાંથી લાવેલ પાણીની ડોલને સુગંધીત કરી બતાવવી વગેરે જેવા ચમત્કારો લોકોને બતાવતો હતો. મને જાણવા મળ્યું કે બાબા બન્યા પહેલા તે દાંધારી લોકનાટય મંડળીમાં ચોંડસ વાદક તરીકે કામ કરતો હતો. હતો. હું જ્યારે તેને રૂબરૂ મળ્યો ત્યારે મેં તેની ખાલી હાથ માંથી કપાસનું રૂ કાઢવાની હાથ ચાલાકી જોઈ અને તેના આ ચમત્કારનો લોકો સામે પર્દાફાશ કર્યો.

અમારી શાળાના ગાયકી ભાઉસાહેબે અમને રોસનખેડાના ભુવા શાસ્ત્રી શ્યામરાવ કપિલે કે જે અમને ભૂત બજાર બતાવશે તેમની મુલાકાત લેવા માટે મોકલ્યા. તે ભૂત-પ્રેતમાં ખૂબ માનતા હતા. આ એ સમય હતો જ્યારે નગરમાં અમે 'સત્ય-શોધક' સભાની શરૂઆત કરી હતી. જ્યારે અમે ભૂતોના બજારને જોવા માટે રોસનખેડા પહોંચ્યા, ત્યારે ભૂવાએ અમને જણાવ્યું કે તેની ગર્ભવતી પુત્રવધૂ પ્રસવ પીડામાં છે, તેથી તે ભૂતોનું બજાર એમને નહીં બતાવી શકે. જો કે, તેણે અમને 'અમાવસ્યા'ની કાળી રાતે અમારા શહેર આવવાનું વચન આપ્યું. પણ તેણે એક શરત મૂકી કે અમારે મૃતદેહ સાથે સ્મશાનમાં લઈ જવાતા માટીના ઘડાના ઠીકરાની વ્યવસ્થા કરવી. અમે સ્મશાન જઈને શરત પ્રમાણે ઠીકરા લઈ આવ્યા. જો કે, ભૂવાએ સમય આપ્યો તે પૂરો થવા છતાં કોઈ ભૂત કે વળગાડ બહાર આવ્યું ન હતું. ભૂવાઓ, મંત્રિકો અને તાંત્રિકો પેલા લોકોમાં ડર ઊભો કરે છે અને જો તમે હિંમત ભેગી કરીને તેમનો સામનો કરો તો તે તરત ખુલ્લા પડે છે અને બહાનાઓ બનાવીને નાસી છૂટતા હોય છે. મારૂ માનવું છે કે ચમત્કાર, ભૂત, જાદુઈ મંત્રો એ માત્ર કપોળ કલ્પના છે જેનો વિજ્ઞાનમાં કોઈ આધાર કે પુરાવો આપણને મળતો નથી. (સૌજન્ય: 'સમાજ અંતરંગ' માસિક)

ઇ.સ. ૧૯૬૬-૬૭ દરમિયાન હું કાળા જાદુ આચારવાના કારણે બહિસ્કૃત થયેલા લોકો સાથે રહ્યો. ઇ.સ ૧૯૭૧માં હું વૈજ્ઞાનિક અભિગમના પ્રચાર-પ્રસાર માટે નાગપુરથી પંઢરપુરનો ગયો હતો. મેં ૧૯૭૪-૭૫માં ભૂત-પ્રેત જેવું કંઈ હોતું નથી તેવું સાબિત કરવા માટે કેટલાય સ્મશાનની મુલાકાત લીધી હતી. અને અમને આજ સુધી કોઈ એવો સિદ્ધ તાંત્રિક માણસ મળ્યો નથી જે ભૂતનું અસ્તિત્વ છે તેવું સાબિત કરી બતાવે. ૨૪ ડિસેમ્બર ૧૯૭૬ના રોજ અમે શ્યામ બાબાની હાથમાંથી આકડાના ફૂલો કઢાવની હાથચાલાકીનો પર્દાફાશ કર્યો. ડિસેમ્બર ૧૯૭૭ ના રોજ, ડૉ. સી. જી. પાંડે અને મેં વર્ધા ખાતે ખટોલી બાબાના ચમત્કારના દાવાનો પર્દાફાસ કર્યો. ૧૮ એપ્રિલ ૧૯૭૯ના રોજ, અમે પારદસિંગાના ધાનોરકર નામના જાદુગરના મંત્રો દ્વારા સ્ટૂલને ચાલતું કરવાના દાવાઓનો છેદ ઉડાવી દીધો. ૧૦ જાન્યુઆરી, ૧૯૮૦ના રોજ, શેવંતાબાઈ માણેકરનું ડાકણ હોવાના આરોપ હેઠળ જરુદમાં જાહેર સરઘસમાં કાઢવામાં આવ્યું ત્યારે અમે તેને ન્યાય અપાવવા માટે વહીવટીતંત્રના દરવાજા પણ ખખડાવ્યા. ૧૨ ફેબ્રુઆરી ૧૯૮૦ના રોજ, અમે બેતુલ જિલ્લાના અષ્ટા ખાતે ખટોલી બાબાના ચમત્કારોના કાર્યક્રમો પર પ્રતિબંધ લાવ્યા. ૧૪ માર્ચ ૧૯૮૧ના રોજ અમે મંત્રો શક્તિથી કોઈના પણ હાથને વળી દેવાનો દાવો કરતા જટાધારી મંત્રિકને પણ ઉઘાડો પાડ્યો. ૪ ઑક્ટોબર ૧૯૮૨ના રોજ અમે ભંડારા જિલ્લાના ગોંડ-ઉમરી ખાતે ઘંટીના પડ ખસેડવાના દાવાની પોકળતાનો પર્દાફાશ કર્યો. મેં આ પ્રકારના

ઘણા કાર્યક્રમોમાં ભાગ લીધો છે.

નિરીશ્વરવાદીમંચઅનેવિવેકબુદ્ધિવાદી ચળવળ, નાગપુરઃ

પ્રોફેસર સુધાકર જોશી, નાગેશ ચૌધરી અને ડૉ. કૃષ્ણ કાંબલેએ નાગપુરમાં નિરીશ્વરવાદી મંચ શરૂ કર્યું હતું. ડૉ. સી. જી. પાંડે વિવેકબુદ્ધિવાદી ચળવળ ચલાવતા હતા . હું આ લોકો સાથે જોડાયો. ૧૯૭૫માં ડૉ. અબ્રાહમ કોવૂરે ભારતમાં 'દિવ્ય ચમત્કારના પર્દાફાસ અભિયાન' કર્યું. તેમણે વૈજ્ઞાનિક પુરાવા થકી સાબિત થઈ શકે તેમ ભૂત-પ્રેત બતાવનાર કે ચમત્કાર કરનારને રૂ. ૧,૦૦,૦૦૦નું ઈનામ આપવાનું જાહેર કર્યું. નાગપુરના ધનવટે રંગ મંદિરમાં તેમણે ભાષણ આપ્યું હતું અને ચમત્કારનો દાવો કરનારાઓની હાથચાલાકી અને યુક્તિઓ શું હોય છે તે પ્રયોગ કરી બતાવી હતી. તેમણે સંમોહન કાર્યક્રમ પણ યોજ્યો. તેમના વિજ્ઞાન આધારિત આ કાર્યક્રમની લોકો પર ઊંડી છાપ પડી. તેમના ભાષણથી અમારા વિચારોને મજબૂત ટેકો મળ્યો. કાર્યક્રમ પછી મને તેમને મળવાનો મોકો મળ્યો, અને તે મુલાકાતે મારા અભિયાનને નવી ઊર્જા પ્રદાન કરી. અંધશ્રદ્ધા નિર્મૂલનના અભિયાનમાં મારો આત્મવિશ્વાસ વધ્યો.

હું ગામડાઓ અને શહેરોમાં જતો અને ઢોંગી બાબાઓને તેમના ચમત્કારો જાહેરમાં બતાવવાનો પડકાર ફેંકતો. એક જટાધારી બાબાને મેં તેમના મંત્રોના જોરે મારો હાથ વાળવાનો પડકાર ફેંક્યો, જેમાં તે નિષ્ફળ ગયો. હું આવા દૈવી શક્તિના દાવેદારોના છેતરપિંડીનો અનુભવ મેળવતો ગયો. મંત્રોથી ઘંટીના પડને ફેરવવાનો દાવો કરતા લશ્કરી બાબા અને સમાધિ માટે પ્રખ્યાત બલિરામ બાબાના ઢોંગને ઉઘાડા પાડવામાં હું સફળ રહ્યો.

૧૯૮૨માં પ્રોફેસર શ્યામ મનાવે અંધશ્રદ્ધા નિર્મૂલનનું કામ શરૂ કર્યું, તેમની વક્તૃત્વ કળા, નેતૃત્વ અને ઊંડા અભ્યાસથી હું પ્રભાવિત થયો. ૧૯૮૪માં નાગપુરના શંકરનગરમાં ઇન્ડિયન ઇન્સ્ટિટ્યૂટ ઑફ સોશિયલ વર્કમાં ૧૦ દિવસની 'અંધશ્રદ્ધા નિર્મૂલન કાર્યશાળા'નું આયોજન કરવામાં આવ્યું હતું. આમાં શ્યામ મનાવ, ડૉ. નરેન્દ્ર દાભોલકર, ડૉ. બી. એલ. ભોલે, ડૉ. રાજેન્દ્ર સરડા, ડૉ. રૂપાતાઈ કુલકર્ણી, એન. આર. વર્હાડપાંડે, ઉષાતાઈ ગડકરી, ડૉ. સી. જી. પાંડે, ડી. વાય. દેશપાંડે, સુધાકર જોશી, હરીશ દેશમુખ અને ડૉ. સીમા દાંડિગે, ડૉ. ડી. એમ. આલસી જેવા નિષ્ણાતો હાજર હતા.

Harish Deshmukh, Dr. C.G. Pandey & B. Premanand

હરીશ દેશમુખ, ડૉ. સી. જી. પાંડે અને બી. પ્રેમાનંદે જણાવ્યું કે, અંધશ્રદ્ધા નિર્મૂલન સમિતિનો સ્પષ્ટ સિધ્ધાંત છે કે તે કોઈ ઈશ્વર કે ધર્મનો વિરોધ નથી કરતી, પરંતુ ઈશ્વર અને ધર્મના નામે થતા ઢોંગ અને શોષણનો વિરોધ કરે છે. અમારો નમ્ર પ્રયાસ છે કે ઢોંગી બાબાઓને તુકડોજી મહારાજ, સંત કબીર, સંત તુકારામ જેવા મહાન સંતોની શ્રેણીમાં ન મૂકવામાં આવે. પ્રોફેસર શ્યામ મનાવના માર્ગદર્શન હેઠળ આ સંસ્થા લોકોની સેવા માટે સમર્પિત છે.

8

અંધશ્રદ્ધાના પ્રચંડ વિરોધી - ડો. અબ્રાહમ કોવૂર

Dr. Abraham Kovoor

ડૉ. અબ્રાહમ કોવૂર ઇ.સ. ૧૯૭૫માં દિવ્ય ચમત્કારોની પર્દાફાસ અભિયાનના (Divine Miracle Exposure Campain) ભાગ તરીકે નાગપુરમાં આવેલ હતા. તેમણે ધનવતેય રંગમંદિર ખાતેના એક પ્રવચનમાં અલૌકિક શક્તિના દાવેદારોને ઉઘાડા પાડ્યા. આ કાર્યક્રમ નાગપુરના રેશનાલિસ્ટ એસોસિયેશનના પ્રમુખ ડૉ. સી. જી. પાંડે અને ડૉ. કોચર દ્વારા હાથ ધરવામાં આવેલી પહેલનું પરિણામ હતું. 'ચમત્કારોનો પર્દાફાશ, ભાંડાફોડ, પ્રદર્શન, સંમોહનના કાર્યક્રમ' તરીકે યોજાયેલ આ કાર્યક્રમમાં ખુદ ડૉ. કોવૂર દ્વારા આપવામાં આવેલ એક ધારદાર અને પડકારજનક વ્યાખ્યાન પણ આપવામાં આવ્યું હતું. હું એ કાર્યક્રમમાં ભાગ લઈ શક્યો તેથી હું પોતાની જાતને ધન્ય ગણું છું.

ડૉ. અબ્રાહમ કોવૂરનો જન્મ ૧૦ એપ્રિલ, ૧૮૯૮ના રોજ કેરળના તિસ્વાલામાં થયો હતો. તેમના પિતા Rt.રેવરેન્ડ એ.જે.થોમાકથ્યાનર મલાબારના મારથોમા સીરિયન ચર્ચના મુખ્ય પાદરી હતા. અબ્રાહમે મલયાલમ ફિલ્મ 'પુનર્જન્મ' માં મનોવૈજ્ઞાનિકની ભૂમિકા ભજવી હતી. એક ખ્રિસ્તી પાદરીના ઘરે જન્મેલા વિવેકબુદ્ધિવાદી સ્વભાવના અબ્રાહમનું જીવન સંઘર્ષમય હોવાનું સ્વાભાવિક હતું. તેમણે પ્રાકૃતિક-સૌંદર્યથી સમૃદ્ધ એવા શ્રીલંકા દેશની રાષ્ટ્રીયતા સ્વીકારી અને સંપૂર્ણપણે વિવેકબુદ્ધિવાદી વિચારધારાને સમર્પિત જીવન જીવવાનું નક્કી કર્યું.

કોલકાતાની બંગબાસી કૉલેજમાંથી વનસ્પતિશાસ્ત્ર અને પ્રાણીશાસ્ત્રમાં સ્નાતક થયા પછી, તેઓ શ્રીલંકાની જાફના સેન્ટ્રલ કૉલેજમાં તેના પ્રિન્સિપાલ રેવ. કેશના આમંત્રણ પર ગયા અને ત્યાં જ સ્થાયી થયા. આંતરરાષ્ટ્રીય સ્તરે વિવેકબુદ્ધિવાદી અને મનોચિકિત્સક તરીકે ખ્યાતિ ધરાવતા ડૉ. કોવુર સિલોન રેશનાલિસ્ટ એસોસિએશનના સ્થાપક પ્રમુખ બન્યા. દૈવી અથવા આધ્યાત્મિક શક્તિઓ ધરાવવાનો દાવો કરનારા માંત્રિકો - તાંત્રિકો અને ઢોંગીઓને ખુલ્લા પાડવાનું કાર્ય તેમના જીવનનું લક્ષ્ય બની ગયું હતું. તેઓ સ્પષ્ટપણે માનતા કે વર્તમાનમાં કે ભૂતકાળમાં ક્યારેય કોઈની પાસે કોઇ પણ અસાધારણ, અનન્ય કે દૈવી ચમત્કારિક શક્તિઓ રહી નથી.

નિવૃત્તિ પછી તેમણે રાક્ષસશાસ્ત્ર અને આધુનિક મનોવિજ્ઞાન જેવા વિષયો પર લાંબા ગાળાના સંશોધનો લખવા અને પ્રવચનો આપવાનું શરૂ કર્યું. ૧૯૭૪માં જ્યારે તેમની પત્ની કોનજામ્માનું અવસાન થયું, ત્યારે ડૉ. કોવૂરે

શ્રીલંકામાં એવી ઘોષણા કરીને સનસનાટી મચાવી કે તે કોઈ પણ આત્માને પાછળ છોડ્યા વિના મૃત્યુ પામ્યા છે. તદનુસાર, તેમની પત્નીની ઇચ્છા મુજબ, તેમણે તેણીનું શરીર શ્રીલંકાની યુનિવર્સિટીની મેડિકલ કોલેજને દાનમાં આપ્યું હતું.

ડૉ. કોવૂરે જ્ઞાનના કહેવાતા રહસ્યમય ક્ષેત્રની ઊંડાણપૂર્વક શોધખોળ શરૂ કરી અને સામાન્ય માણસના મનમાંથી ભૂત-પ્રેતનો ભય દૂર કરવાના અથાક પ્રયાસ શરૂ કર્યા. તેમણે ચમત્કાર કરનારાઓ, જાદુગરો, જ્યોતિષીઓ, હસ્તરેખાવાદીઓ, અધ્યાત્મવાદીઓ, અંકશાસ્ત્રીઓ, પ્રેતાત્મા સાથે સીધા સંપર્કનો દાવો કરીને લોકોને લૂટનારાઓને ઉઘાડા પાડવાનું શરૂ કર્યું . ડૉ. કોવૂરે લોકો તદ્દન વાહિયાત અને કાલ્પનિક ડરમાંથી મુક્ત કરવાના કાર્યમાં સંપૂર્ણપણે જોડાઈ ગયા. તેઓ ભૂતિયા ઘરોમાં જઈને ઊંઘતા, ભૂત- પ્રેતની શોધમાં સ્મશાનઘાટ અને કબ્રસ્તાનોની અડધી રાતે મુલાકાત લેતા, અશુભ માનવામાં આવતી ઘડીઓમાં પોતાના અંગત જીવનમાં દ્રઢ નિર્ધાર અને અતૂટ સંકલ્પબળથી મહત્વપૂર્ણ સાહસો શરૂ કર્યા હતા. તેમણે અલૌકિક શક્તિઓનો દાવો કરનારા તમામ લોકોને પડકારવાનું શરૂ કર્યું અને તેમણે એ બાબતને સ્પષ્ટપણે સ્થાપિત કરી કે તેઓ કાં તો પાખંડી અથવા માનસિક વિકૃતિઓ ધરાવતા લોકો છે.

ઇ.સ. ૧૯૬૩માં ડૉ. કોવુરે પાંખડીઓને નાથવા માટે અને છેતરપિંડી મુક્ત વાતાવરણ બનાવવાના પ્રયાસરૂપે તેમણે જે કોઈ પણ વૈજ્ઞાનિક ઢબે ચકાસી શકાય તેવી રીતે પરિસ્થિતિઓમાં અલૌકિક અથવા ચમત્કારિક કાર્ય કરી બતાવે તેના માટે એક લાખ રૂપિયાનું ઇનામ જાહેર કર્યું. જે લોકો સ્વામી, ગુરુ અથવા દૈવી વરદાન પ્રાપ્ત ચમત્કારી પુરુષ બની ફરતા હોય તે નીચેનામાંથી કોઈ પણ વસ્તુ કરી બતાવીને ઈનામની રકમનો દાવો કરી શકે છે:

1. પરબિડીયામાં રાખેલી ચલણી નોટોનો નંબર કહેવો.
2. ચલણી નોટની આબેહૂબ પ્રતિકૃતિ બનાવવી.
3. સળગતા અંગારા પર અડધી મિનિટ ઊભા રહેવું.
4. હવામાંથી કોઈ પદાર્થ કે વસ્તુ ઉત્પન્ન કરી બતાવવો.
5. માનસિક શક્તિના ઉપયોગ દ્વારા ભૌતિક પદાર્થને ખસેડવો.
6. નિશ્ચિંત વ્યક્તિઓનું મન વાંચી (માઇન્ડ રીડિંગ) બતાવવું.
7. આધ્યાત્મિક શક્તિ દ્વારા તૂટેલા શારીરિક અંગની લંબાઈ એક ઈંચ વધારવી.
8. યોગ શક્તિ દ્વારા હવામાં અધ્ધર તરતા રહેવું.
9. યોગિક શક્તિ દ્વારા હૃદયના ધબકારા બંધ કરવા.

10. એક જગ્યાએથી અદૃશ્ય થઈને બીજી જગ્યાએ પ્રગટ થવું.

11. પાણી પર ચાલવું.

12. યોગ શક્તિ દ્વારા અડધા કલાક સુધી શ્વાસ રોકી રાખવો.

13. દૈવી શક્તિ દ્વારા જ્ઞાન મેળવવું.

14. પુનર્જન્મ અને પિશાચી શક્તિઓ દ્વારા અજાણી ભાષાઓ બોલાવવી.

15. ફોટો પાડી શકાય તેવા ભૂત-પ્રેતને ઉત્પન્ન કરવું.

16. અને પછી આ ફોટાઓમાંથી ભૂત-પ્રેતને અદ્રશ્ય કરવા.

17. દૈવી શક્તિથી બંધ રૂમમાંથી અલોપ થઈ જવું.

18. કોઈપણ ભૌતિક વસ્તુના કદમાં વધારો ઘટાડો કરવો.

19. સંતાડેલી વસ્તુઓ શોધી કાઢવી.

20. પાણીને પેટ્રોલમાં બદલી બતાવવું.

21. જેઓ દાવો કરે છે કે જ્યોતિષશાસ્ત્ર અને હસ્તરેખાશાસ્ત્ર એ વિજ્ઞાન છે: તેઓએ દસ વ્યક્તિઓની હસ્તરેખાની છાપો અથવા દસ વ્યક્તિઓના જન્માક્ષરના આધારે તેમના જન્મનો સમય અને સ્થળ, તે પુરુષ છે કે મહિલા અને તે વ્યક્તિઓ જીવે છે કે મરી ગયા છે તે બાબતને ૪%ની ભૂલના તફાવત સાથે કહી બતાવવી.

કોઈ પણ વ્યક્તિ જે ઉપરોક્ત દર્શાવેલ પ્રવૃતિઓમાંથી કોઈ પણ પ્રવૃત્તિ કરી બતાવશે તેને ઈનામની રકમ આપવામાં આવશે. આ પડકાર સ્વીકારનાર વ્યક્તિએ એક હજાર રૂપિયા પૂર્વે જમા કરાવવાના રહશે જે વિજેતાને ઈનામની રકમ સાથે પરત કરવામાં આવશે અને જો તે નિષ્ફળ જશે તો પૈસા જપ્ત કરવામાં આવશે.

પડકારને સ્વીકારનાર માટે નીચેની શરતો મૂકવામાં આવી હતી:

૧. પડકાર માત્ર પૈસા જમા કરાવ્યા પછી જ સ્વીકારવામાં આવશે. રકમ જમા કરાવ્યા વિના કોઈની સાથે કોઈ પણ પ્રકારનો પત્રવ્યવહાર કરવામાં આવશે નહીં.

૨. રકમ જમા કરાવ્યા પછી, દાવો/ચમત્કારનું પરસ્પર સ્વીકાર્ય સ્થળ અને તારીખે સંગઠનના પ્રતિનિધિઓની હાજરીમાં પરીક્ષણ કરવામાં આવશે.

3. જો પડકાર સ્વીકારનાર પોતે પૂર્વ-નિર્ધારિત સ્થળે હાજર રહેતા નથી અથવા ચમત્કારને સિદ્ધ કરવામાં નિષ્ફળ જાય છે તો જમા કરાવેલ રકમ પરત મળશે નહિ.

4. પ્રારંભિક કસોટીમાં સફળતા બાદ, અંતિમ કસોટી જાહેરમાં હાથ ધરવામાં આવશે.

5. જે વ્યક્તિ અંતિમ કસોટીમાં સફળ થશે તેને ડિપોઝીટની સાથે ઈનામની રકમ આપવામાં આવશે.

6. તમામ પ્રવૃતિઓ એવી રીતે કરવામાં આવશે કે સંગઠનના પ્રતિનિધિઓ પ્રવૃતિમાં કોઈ છળ-કપટ થયું નથી તે બાબતે નિશ્ચિત રહી શકે.

જો કે ડો. કોવૂરે આ પડકારને વિશ્વ સમક્ષ ફેકયો હતો, પરંતુ હજુ સુધી કોઈ પણ ઈનામની રકમનો દાવો કરી શક્યું નથી. ડૉ. કોવૂરે ૧૯૭૫માં ભારત પ્રવાસ દરમિયાન દૈવી ચમત્કારોની છેતરપિંડીનો પર્દાફાશ કરવા માટે બે ઝુંબેશ ચલાવી હતી. કહેવાતા ઢોંગી સાધુ અને છેતરપિંડી કરનારા ચમત્કારી પુરુષોના દિલ અને દિમાગમાં ડૉ. કોવૂરનું નામ સાંભળતા ડર વ્યાપી જતો હતો. ડૉ. કોવૂરનો મક્કમ અભિપ્રાય હતો કે આ તમામ કહેવાતા ગુરુઓ, બાબાઓ, ભક્તો, આધ્યાત્મિકતાના વિદ્યાર્થીઓ, ભૂતપ્રેમીઓ, ભવિષ્યવેતાઓ, જ્યોતિષીઓ, દાવેદારો, પ્રેતાત્માઓ સાથે સીધી વાત કરવાનો દાવો કરનારો અને દૈવી આશીર્વાદનો દાવો કરનારાઓ લોકોને મૂર્ખ બનાવવા અને છેતરવા માટે જ ફરતા હોય છે. તેમણે લોકોને સમજાવ્યા કે દેવી-દેવતાઓના અવતાર હોવાનો ઢોંગ કરનારાઓનું ચલણ વધી રહ્યું છે. તે દૈવીય ચમત્કારોની મનઘડંત વાતો ઊભી કરી અને ગરીબ લોકોને લૂટવાનું કામ કરે છે.

ડો. અબ્રાહમ કોવૂર કહેવાતા ભૂતિયા ઘરોમાં જઈને સૂતા હતા. ડો. અબ્રાહમ કોવૂર અને તેમના પત્નીએ ભૂતની શોધમાં કબ્રસ્તાન અને સ્મશાન ઘરોના ચક્કર લગાવ્યા હતા. તેમણે કાન્હે સ્મશાન ભૂમિ પરથી રેડિયો સિલોનના કાર્યક્રમોનું પ્રસારણ પણ કર્યું હતું. . ડો. કોવૂરે કબુલ કર્યું કે તેમણે આજ સુધી કોઈ ભૂત જોયું નથી છતાં જો કોઈએ છલ-કપટથી અલૌકિક આત્માઓની હાજરી સૂચવતા વિચિત્ર અવાજો કર્યા હોત તો તેમને પણ આંચકો લાગ્યો હોત. તેમણે સમજાવ્યું કે તેમના જાગૃત મનમાંથી ભૂતનો ડર દૂર થયો હોવા છતાં, આ ડરના અવશેષો તેમના અર્ધજાગ્રત મનમાં સારી દબાયેલા હોઈ શકે છે.

ડૉ. કોવુરે શોધખોળ દરમિયાન અવલોકન કર્યું કે રહસ્યવાદીઓ, ધર્મગુરુઓ, જ્યોતિષીઓ જાણીજોઈને લોકોના મનમાં વિવિધ ભ્રામક વિચારો મગજમાં ઠસાવતા હોય છે. મોટે ભાગે, સામાન્ય લોકો શુભ-અશુભ શુકન-અપશુકન, ખરાબ નજર, પવિત્ર રંગો, (૨૬) લકી નંબર, નસીબદાર પથ્થર, તાવીજ, જ્યોતિષ, તખ્તી, નેક્રોમેન્સી(પ્રેતાત્માઓ સાથે વાત કરવી), રાક્ષસશાસ્ત્ર, વશીકરણ, હવામાંથી વસ્તુઓ ઉત્પન્ન કરવી, શુભ વ્યક્તિ, શુભ મુહૂર્ત, ભૂત-પ્રેતનો વિલાપ અને આવી અન્ય કેટલીય નિરર્થક બાબતોમાં વિશ્વાસ કરતાં હોય છે. આ સ્થાપિત માન્યતાઓ ઢોંગીઓ અને ધુતારાઓ માટે કમાણીનું એક મસ્ત સાધન બની જાય છે. ડૉ. અબ્રાહમ કોવૂર બાળપણથી જ

આવી ભક્તિ માટેની માનવસર્જિત પરંપરાઓની સત્યતા તપાસવાનું વલણ ધરાવતા હતા. બે વર્ષ સુધી જ્યોતિષ અને હસ્તરેખાશાસ્ત્રનો અભ્યાસ કર્યો બાદ તેમને ખાતરી થઈ કે આ બધુ અર્થહીન છે. તેમણે તેમના જીવનની તમામ મહત્વપૂર્ણ કામોને કહેવાતા અશુભ સમયે અને અશુભ રિતિઓથી શરૂ કરવાની ટેવ પાડી હતી, જેથી તે આ માન્યતાઓ પાછળ રહેલા અતાર્કિકતાના ચલણની પોકળતા પુરવાર કરી શકે. ડૉ. કોવૂર જમીનનો એક નાનો પ્લોટ એટલા માટે ના વેચી શકયા કારણ કે તેમના દ્વારા જે સમય નક્કી કરવામાં આવ્યો તે વેચનાર અને ખરીદનાર બંનેની માન્યતા પ્રમાણે અશુભ ઘડી હતી.

તેમના લગ્ન સમારોહ દરમિયાન પણ, ડૉ. કોવૂરે જમણા પગને બદલે ડાબો પગ આગળ રાખ્યો, તેમની આ હરકતના કારણે તેમની વૃદ્ધ માતાને લાંબા સમય સુધી મનદુઃખ થયું હતું. ડો. કોવૂરે સેવાનિવૃત્ત થયા પછી જ તેમનું અંધશ્રદ્ધા વિરોધી અભિયાન શરૂ કર્યું. તેમના ભાષણો અને લખાણો સતત લોકપ્રિયતા મેળવવા લાગ્યા. રહસ્યવાદીઓ, ધર્મગુરુઓ, દિવ્ય શક્તિ, આસ્થા, પ્રાર્થના અને મંત્ર દ્વારા રોગ મટાડનારઓ, ભૂવાઓ અને તેમના જેવા અનેક લોકો તરફથી તેમને ધમકીઓ પણ આવવા લાગી. એવી લોકવાયકાઓ પણ ફેલાઈ કે જાદુગરો અને દિવ્ય શક્તિધારીઓ ડો. કોવુર ઉપર કોઈ ભૂત-પ્રેતને છોડી દેશે. જ્યારે ૧૮ સપ્ટેમ્બર ૧૯૭૮ના રોજ કોલંબોમાં ડૉ. કોવૂરનું નિધન થયું, ત્યારે તેમનું શરીર તબીબી અભ્યાસ અર્થે કોલંબોની થર્સ્ટન કૉલેજને સોંપવામાં આવ્યું. તેમની આંખો પણ આ જ રીતે નેત્ર બેંકમાં દાન કરવામાં આવી હતી.

(સૌજન્ય: બુવાબાજી)

૭

જાદુઈ મંત્રોચ્ચાર દ્વારા ખાટલાને ચલાવાનો ચમત્કાર

સિત્તેરના દાયકાની શરૂઆતમાં, વિદર્ભ અને મરાઠવાડાના પ્રદેશોમાંથી મંત્રોથી ચાલતા ખાટલાના ચમત્કારની વાતો જાણવા મળી. લોકોએ નાગપુર,

અમરાવતી, વર્ધા તેમજ મધ્ય પ્રદેશના મુલતાઈ, અષ્ટા અને બૈતુલમાં આ ઘટના જોઈ હોવાનું પણ સાંભળ્યુ. ખાટલા એટલે લાકડાના ઇસો અને ચાર પાઈયા વાળો નાનો ખાટલો. કેટલીક જગ્યાએ તેને 'બાજ' અથવા બાજલે' પણ કહેવામાં આવે છે. આ ચમત્કારની પાછળના કર્તાહર્તા વ્યક્તિ એટલે 'ખાટલા બાબા' ઉર્ફે 'ડોલીવાલે બાબા' તરીકે ઓળખાય છે. અફવા એવી હતી કે આ ખાટલા પોતાની જાતે ચાલે છે અને જે કોઈ કાળું જાદુ કરે છે તે વ્યક્તિને શોધી કાઢીને ઉઘાડો પાડે છે.

અંધશ્રદ્ધાળુ અને ઉન્માદમાં ડૂબેલા લોકો પોતાના સમુદાયોમાંથી કાળું જાદુ કરનારને પકડવા માટે આતુર લોકો આ ખાટલા બાબાને પોતાના ગામમાં આમંત્રણ આપતા હતા. આ ચમત્કાર માટે હમેશા ગામની બહારની કોઈ ખુલ્લી જગ્યાને પસંદ કરવામાં આવતી. માતા માઇ, મારા/મારી માઇ, એકા માઇ, સિક્કા માઇ જેવી દેવીઓની છબીઓ/મૂર્તિઓ ભેગી કરવામાં આવતી. ત્યાં એક ખાડામાં પવિત્ર અગ્નિ પ્રગટાવવામાં આવતી અને લાકડાની એક નાની ફ્રેમની પૂજા કરવામાં આવતી જેને અગ્નિ સમક્ષ મૂકવામાં આવતી. પીળો દોરો લાકડાની ફ્રેમમાં વણાયેલો હતો જ્યારે માંત્રિક મનમાંને મનમાં મંત્રો બોલતો. એકવાર આ બધી પૂજાની વિધિ પૂરી થઈ જાય એટલે ચાર વ્યક્તિઓએની હથેળી પર લીંબુ મૂકવામાં આવતા અને પછી ખાટલાના પાઈયા તે લીંબુ પર રાખવામા આવતા હતા. અને અહીંથી ખાટલાનો ખેલ શરૂ થતો. થોડી વાર પછી તે ખાટલા પોતાની મેળે જ ચાલવા લાગશે અને તેના પાઈયા પકડેલા લોકો પણ તેની સાથે દોડવા લાગશે એવું કહેવામા આવતું અને આમ લોકોનું આખું ટોળું આ ખાટલા પાછળ દોડવાનું શરૂ કરી દેતું. જે ઘર આગળ આ ખાટલા ઊભી રહી જાય એટલે કે ખાટલા પકડેલા લોકો ઊભા રહી જાય તે વ્યક્તિ કાળું જાદુ કરે છે એવું માનવામાં આવતું હતું. તે ઘરની દરેક વ્યક્તિને ખાટલાની હાજરીમાં સામે લાવવામાં આવતા. આ ઉપરાંત, જે વ્યક્તિના ભાગ પર પલંગ માર્યો હતો તે પણ ચૂડેલ/જાદુગર તરીકેની પુષ્ટિ કરવામાં આવી હતી.

આ રીતે ખાટલા દ્વારા કાળા જાદુ કરનાર તરીકે પકડી પાડવામાં આવેલ વ્યક્તિને ગામની બહાર જ્યાં અગ્નિ પ્રગટાવવામાં આવતી એ જગ્યાએ લાવીને તેને માર મારવામાં આવતો. જો તે વ્યક્તિએ કાળો જાદુ કર્યો હોવાની વાત કબૂલાત કરવાનો ઇનકાર કરે તો તેને ગરમા ગરમ લાલ લોખંડના સળિયાથી ડામ દેવામાં આવતા. ખાટલાએ ગુનેગારને ખુલ્લો પાડી દીધો છે એવું માની લઈને કોઈએ આ જુલમ સામે અવાજ ઉઠાવવાની ક્યારેય હિમ્મત કરી નહીં.

જ્યારે ખાટલા પોતની રીતે જતી હોય અને રસ્તામાં કોઈ વૃદ્ધ મહિલા સાથે તે ટકરાય તો તેણીને તરત જ ડાકણ ઘોષિત કરવામાં આવતી અને માર મારવામાં

આવતો. આ ચૂડેલ જાહેર થયેલ મહિલાનો આખા ગામમાં ઢંઢેરો પીટવામાં આવતો. આ રીતે ધીરે ધીરે ખાટલા બાબાની ખ્યાતિ દૂર-દૂર વિસ્તારો સુધી ફેલાઈ ગઈ અને ટૂંક સમયમાં તેમને દૂર-દરાજ જગ્યાઓથી આમંત્રણ મળવા લાગ્યા. વર્ધાના રેશનાલીસ્ટ એસોસિએશનને આ બાબાની પોલ ખોલવામાં અને તેના દંભ-પાખંડનો પર્દાફાસ કરવામાં વીસ વર્ષ પસાર થઈ ગયા હતા.

ખાટલાવાળા બાબા ઉર્ફે ડોલીવાલે બાબાનું ભાંડાફોડ:

આ વિધિમાં ભાગ લેનારા લોકો ગંભીરતાથી માનતા હતા કે બાબાના મંત્રોચ્ચારથી જ એક લાકડાનો ખાટલો જાણે જીવંત થઈ જતો; આ રીતે જીવંત બનેલ ખાટલામાં ડાકણો અને ચૂડેલોને ઓળખી કાઢતો. હજારો લોકો આ તમાશો જોવા ભેગા થતા હતા. આ ચમત્કારિ, ડાકણ અને કાળા જાદુ કરનારને પકડવાની આ રીતના ઘણા નિર્દોષ અને ગરીબ લોકો ભોગ બન્યા અને તેમણે અપાર પીડા અને યાતનાઓ ભોગવી પડી, આ આ ઘટનાએ વર્ધા જિલ્લામાં ખૂબ વેગ પકડ્યો હતો. આ ઘટનામાં માર-પીટના ભોગ બનેલા લોકોએ નારાજ થઈને અંતે પોલીસમાં ફરિયાદ નોંધાવી, આખરે બાબાની ધરપકડ થઈ. બાબાએ સમચારપત્રોમાં પણ જાહેરાત આપી કે, તેનામાં જબરજસ્ત મંત્ર શક્તિ છે કે જેની મદદથી તે ખાટલાને પણ જીવંત કરી શકે અને આ જીવંત ખાટલો પછી સ્વયંભૂ બધુ પોતાની મળે કામ કરે છે. આ જાહેરાત પછી છાપાઓમાં પડકારો અને પ્રતિ-પડકારોની આપ-લે ચાલુ થઈ ગઈ.

પત્રકાર વિનોદ ચોરડિયાએ પહેલ કરીને આ ઘટનાને નાગપુર રેશનાલિસ્ટ એસોસિએશનના ડૉ. સી. જી. પાંડેના ધ્યાન પર લાવી. ૧૨ ડિસેમ્બર ૧૯૭૭ની સાંજે વર્ધા ખાતે સ્ટેટ બેંક કોલોનીના પરિસરમાં માતા માઇ મંદિરની સામે એક મોટા પ્રદર્શન કાર્યક્રમનું આયોજન કરવામાં આવ્યું. ભીડનું સંચાલન કરવા માટે ૨૦૦×૮૦૦ ફૂટ જગ્યાને વાંસના દંડાઓની મદદથી અલગ અને સુરક્ષિત ચોગઠું ઊભું કરવામાં આવ્યું. બે હજાર જેટલા લોકો આ ઘટનાને સરળતાથી નિહાળી શકે તે માટે લાઉડ-સ્પીકર્સ અને ટ્યુબલાઇટ્સ પણ ગોઠવવામાં આવી.

નાગપુર રેશનાલિસ્ટ એસોસિએશનના અમે આઠ સભ્યો પણ ત્યાં હાજર હતા. માતા માઇ મંદિરની સામે ખુલ્લા મેદાનમાં યજ્ઞકુંડ બનાવવામાં આવ્યા. એની નજીક જ ૩×૨ ફૂટ સાઈજ અને એક ફૂટ લંબાઈ વાળા ચાર પાઇયાનો ખાટલો ત્યાં મૂકવામાં આવ્યો. પહેલો યજ્ઞકુંડ મંત્રોચ્ચારની મદદથી ખાટલામાં દૈવી શક્તિ ઉત્પન્ન કરવાના હેતુથી બનાવવો આવ્યો હતો. બીજો યજ્ઞકુંડ ખાટલાને હાથમાં રાખીને લઇ જવા કોઈ ખોટો અને અપવિત્ર વ્યક્તિ માટે હતો; એટ્લે કે ખાટલાની દૈવી શક્તિ આવા અપવિત્ર, અપ્રમાણિકની ઓળખીને તેમને પવિત્ર અગ્નિમાં હોમી શકે.

આ વિધિ માટે અમને 'નો ઓબ્જેક્શન સર્ટિફિકેટ(NOC)' પર હસ્તાક્ષર કરવા માટે કહેવામાં આવ્યું અને અમે તેમ કર્યું. અમે તરત જ ખાટલાવાળા બાબાની શરતો સ્વીકારી અને અમલમાં મૂકી; દાખલા તરીકે, ખાટલો પકડનાર લોકોએ સ્નાન કરવું જરૂરી હતું. કડકડતી ઠંડી હોવા છતાં, અમે સ્નાન કર્યું. બીજી શરત એ હતી કે ચામડાની બનેલી કોઈપણ વસ્તુ અમારે ન પહેરવી, જેના માટે પણ અમે સંમત થયા. ખાટલો રાત્રે બે વાગ્યે પોતાની જાતે ચાલવાનો હતો. બાબાના ખાટલા આગળ સુંદર રંગોળીઓ પુરવામાં આવી. ચોક્કસ ધાર્મિક વિધિ-વિધાન સાથે ખાટલાની ચારેબાજુ સુતરના દોરા બંધવામાં આવ્યા અને પછી તેના પર સફેદ ચાદર પાથરવામાં આવી. સફેદ ચાદર ઉપર એક લાલ ચાદર અને ફરીથી તેની ઉપર પીળી ચાદર પાથરી. તેના પર કંકુવાળા પવિત્ર ચોખા પણ વેરવામાં આવ્યા. ભક્તિગીતો ગાવા માટે બાબાની ભજન મંડળીના ત્રીસ જેટલા ભક્તો પણ ત્યાં ગોઠવાઈ ગયા હતા. બાબા પોતે પણ સાવધ રહેવાના પ્રયાસમાં કૈંક ગણગણાટ કરી રહ્યા હતા. લગભગ ૨૫૦ જેટલા પોલીસકર્મીઓની ટુકડી સ્થળ પર ફરજ માટે તૈનાત કરવામાં આવી હતી. વર્ધાના જિલ્લા કલેક્ટર શ્રી બુધિરાજા પણ આ કાર્યક્રમમાં હાજર હતા,અને આ બધુ એક બધુ એક મોટા ઉત્સવ જેવુ ગોઠવાયું હતું.

કાર્યક્રમ મધ્યરાત્રિના સાડાચાર વાગ્યે શરૂ થયો હતો. ખાટલાના ચાર પાઇયા પકડનાર ચાર વ્યક્તિઓ ડૉ. ચંદ્રશેખર પાંડે, બળવંત સિંહ, શ્રી જાધવ અને શ્રી ભૂરે હતા. આ ચારેયની હથેળીમાં એક લીંબુ મૂકવામાં આવ્યું હતું, જેના પર ખાટલાના પાઇયા ટેકવવામાં આવ્યા હતા. અહિયાં હાજર બધાની નજર પેલા ખાટલા ઉપર મંડરાયેલી હતી. કેટલાક લોકોની અંદર ખુશપુશ ચાલતી હતી તો કેટલાક લોકો શરત પણ લગાવી રહ્યા હતા. "જો જો ખાટલો મંત્રો બોલતાની સાથે પહેલા ગિયરમાં સ્કૂટરની જેમ ચાલવા ન લાગે તો," ખાટલાવાળા બાબાએ બૂમ પાડી બધાને કહ્યું. એકીટસે લોકો ખાટલા સામે જોઈ રહ્યા હતા. અલગ અલગ જગ્યાએ વાંસના અવરોધોને કારણે પોલીસકર્મીઓ માટે ભીડનું સંચાલન કરવાનું ઘણું સરળ બન્યું. આમનેઆમ રાતના બે વાગ્યા, બાબા મંત્રોનો ગણગણાટ કરી રહ્યા હતા, પરંતુ ખાટલો ખસવાનું નામ ન લેતો હતો. બાબાનો ચહેરો જોવા જેવો થઈ ગયો. કંટાળીને બાબાએ માંગ કરી કે ચાર ખાટ-વાહકોને બદલવામાં આવે; તેમના કહ્યા પ્રમાણે પેલા ચારને હટાવીને લીંબુને બીજા ચાર લોકોની હથેળીમાં મૂકવામાં આવ્યા, અને તેની ઉપર ખાટલો મૂક્યો.

હું આ નવા ચાર લોકોની ટુકડીમાં હતો અને મેં જોયું અને અનુભવ્યું પણ ખરું કે ખાટલામાં કોઈ પણ પ્રકારની ગતિનો સંચાર થતો ન હતો કે કોઈ આંચકો

આવ્યો હોય એવું પણ કઈ જ બની રહ્યું ન હતું. હવે રાતના સાડા ત્રણ થવા આવ્યા હતા. માઇક ઉપર આ સમગ્ર પ્રક્રિયા ચાલી રહી હતી તેની રજેરજની માહિતી પૂરી પાડવામાં આવી રહી હતી. જેમ જેમ સમય પસાર થતો ગયો તેમ તેમ લોકોની ધીરજ ખૂટવા માંડી, એમની અપેક્ષાઓ પૂરી ન થતાં તેઓ બેચેન બન્યા. ખાટલાવાળા બાબાએ ફરીથી તેમને તક મળે એવી માંગણી કરી જે તરત જ અમારા દ્વારા મંજૂર કરવામાં આવી. ફરીથી બીજો અડધો કલાક વિવિધ ધાર્મિક પૂજા-અર્ચના અને મોટેથી મંત્રોના જાપથી પસાર થયો. બીજા ચાર જણને હવે ખાટલાના પાઇયા પકડવાનું કામ સોંપવામાં આવ્યું, પરંતુ ખાટલો ન ખસ્યો તે ન જ ખસ્યો.

હવે સવારના પાંચ વાગ્યા હતા અને થોડી પળોમાં પરોઢ થવાના અણસાર પણ હતા. આગળની હરોળના લોકો હવે આક્રમક બની રહ્યા હતા. "આ બાબા અમને મૂર્ખ બનાવી રહ્યો છે," તેમણે રાડો પાડવાનું શરૂ કર્યું અને તેને મારવા માટે આગળ ધસી આવ્યા. પોલીસે પરિસ્થિતિની ગંભીરતાને સમજીને લાઠીચાર્જ કરીને ટોળાને કાબૂમાં લીધું. હવે બાબા પાસે બધા જ વિકલ્પો ખતમ થઈ ગયા હતા, પોલીસે બાબાને કસ્ટડીમાં લીધા અને પોલીસ સુરક્ષામાં તેમને પોલીસ સ્ટેશન લાવવામાં આવ્યા. મંત્રોચ્ચારથી પાંચ મિનિટમાં ખાટલા દોડાવવાની બડાઈ મારનાર આ ઢોંગી અત્યારે પોલીસની કસ્ટડીમાં સળિયા પાછળ ઢીલો થઈને પડ્યો હતો. આખરે તેને માફી પત્ર અને બાંહેધરી પત્ર લખ્યા બાદ તેને મુક્ત કરવામાં આવ્યો હતો. બાહેધરી પત્રમાં લખ્યું હતું કે: "હું આજ દિન સુધી લોકોને ગેરમાર્ગે દોરતો આવ્યો છું અને હું ફરીથી ક્યારેય આવી પ્રવૃત્તિઓમાં જોડાઈશ નહીં એવું વચન આપું છું." આ રીતે નાગપુર રેશનાલીસ્ટ એસોસિયેશનના સભ્યો હજારો લોકોની સાથે આખી રાત જાગતા રહ્યા અને આ પ્રસંગને સંપૂર્ણ રીતે પાર પાડ્યો. આ સાર્વજનિક કાર્યક્રમનું આયોજન કરવાનો મુખ્ય હેતુ લોકોને શિક્ષિત કરવાનો અને તેમની અંદર એ સમજણ પેદા કરવાનો હતો કે કેવી રીતે મંત્ર-તંત્રની જાળમાં ફસાવીને આ બાબાઓ ભોળી જનતાને લૂટે છે અને તેમના ભોળપણનો ફાયદો ઉઠાવે છે.

ખાટલો તો વળી સ્વયંભૂ કેવી રીતે ચાલે ?

આ તો સ્વતઃ સ્પષ્ટ છે કે ખાટલો કદાપિ કોઈ મંત્ર શક્તિથી કે કોઈ બીજી રીતે એની મેળે ચાલી શકે એ વાત ગળે ઉતરે એવી નથી. ખાટલો ત્યારે જ ખસી શકે જ્યારે તેના પાઇયાં જેમણે પકડ્યા હોય તે તેને ખસેડે. જો આ ચાર લોકો જેમણે ખાટલાને પાયાને પકડેલો છે તેઓ બિલકુલ ખસવાનો ઇનકાર કરે તો ખાટલામાં એની મળે પોતાની જાતે ખસી શકે નહિ પછી ભલેને ગમે તેટલો મંત્રોચ્ચાર કરવામાં આવે. નિર્જીવ ખાટલો પોતાની મેળે ચાલે છે કે ફરે છે તેવો

દાવો કરવો એ એટલું જ મૂર્ખામી ભર્યું છે જેટલું કોઈ વ્યક્તિ જે ફરી રહ્યો છે તે તે વ્યક્તિ નહીં પણ તેનું શર્ટ ફરી રહ્યું છે તેવું કહેવા બરાબર. મહાન ભૌતિકશાસ્ત્રી આઇઝેક ન્યુટન દ્વારા પ્રતિપાદિત ગતિના પ્રથમ સિદ્ધાંતથી આપણે વાકેફ છીએ: જ્યાં સુધી કોઈ નિર્જીવ વસ્તુ પર કોઈ બાહ્ય બળ લગાવવામાં ન આવે ત્યાં સુધી તે વસ્તુ યથાસ્થિતિમાં જ રહે છે. એટલે કે ખાટલો એક નિર્જીવ વસ્તુ છે. વાસ્તવમાં તો આપણે જ ચાલીએ છીએ અને ખાટલાના પાઇયાં આપણે પકડી રાખેલા હોય છે એટલે પાયા પકડેલા વાયક્તિઓ ચાલે છે એટલે ખાટલો પણ ખસે છે અને પછી કહીએ છીએ કે ખાટલો પોતાની જાતે આગળ વધી રહ્યો છે. ખાટલો પકડેલા લોકો જ ચાલે છે અને તેઓ જાતે જ કોઈને ત્યાં જઈને અથડાય છે, અને તેના લીધે તે ઘરના નિર્દોષ અને ગરીબ લોકોને નાહકની માર ખાવી પડે છે અને ગામમાં કાળો જાદુ કરનાર પણ જાહેર કરવામાં આવે છે.

ખાટલાવાળા બાબાનો કિસ્સો આખા મહારાષ્ટ્ર રાજ્યમાં એક ચર્ચાનો વિષય બન્યો હતો. બાબા લોકો સાથે છેતરપિંડી કરી રહ્યા હતા તે લોકો પોતાની સગી આંખે જોતા હતા. પરંતુ પાછળથી, આવા બાબાઓ મધ્યપ્રદેશ રાજ્યમાં ગયા અને ત્યાં બેતુલ, અથનેર, અષ્ટા, દહેગાંવ, મંગોના, સાવંગી, મુલતાઈ અને અન્ય કેટલાક નગરોમાં પોતાનો આ ગોરખધંધો કરવા લાગ્યા. વર્ધાના લોકોએ બાબાને આગળ પણ એક વખત મેથીપાક ચાખડ્યો હતો અને તેમના વિરુદ્ધ પોલીસમાં ફરિયાદ પણ નોંધવી હતી. બાબાને પણ ખબર પડી ગઈ હતી કે આ કેસ ખૂબ ગંભીર છે છતાં કૂતરાની પૂંછડી વાંકી તે વાંકી એટલે કે બાબાએ અષ્ટા નામના ગામમાં પોતાની આ પાખંડી પ્રવૃત્તિઓ ફરી શરૂ કરી. અને તેમાં થોડી સફળતા મળતા તેમનો આત્મવિશ્વાસ પાછો જાગી ગયો અને બીજા ગામડાઓમાં પણ પોતાનો પગપેસારો શરૂ કર્યો. તે આવા મોકાની શોધમાં જ હતો અને મધ્યપ્રદેશના ગામડાઓમાં તે ફરી ફાવી ગયો અને ખાટલાઓ ફરી આ ગામડાઓમાં દોડવા લાગ્યા. જ્યારે આ 'ખાટલા દેવી' લોકોની આસપાસથી પસાર થતાં ત્યારે લોકો હાથ જોડી અને માથું નમાવીને ઊભા રહીજતા. અને જ્યારે કોઈકના ઘર આગળ ખાટલો ઊભો રહી જતો ત્યારે બાબાનો મળતિયો ખાટલાને પૂછતો કે , "બોલ, તારે આ ઘરમાંથી શું જોઈએ છે?" ત્યારે ખાટલો સ્થિર થઈ જતો અને ગોળ, ચોખા, કઠોળ, ખાંડ, ઘઉં જેવી વસ્તુઓની એક લાંબી યાદી તૈયાર કરવામાં આવતી. અને ફરી એને પુછવામાં આવતું કે, તારે શું જોઈએ છે?" ઘઉં ? અને જો આવું કહેતા જ જો ખાટલો બે ડગલાં ખસે તો ઘરધણીને ઘઉંની બોરી ખાટલાવાળા બાબાના ઘરે મોકલવાની સત્વરે વ્યવસ્થા કરવી પડતી.

આ રીતે લૂટ ચલાવીને ખાટલાવાળા બાબાએ ખાસ્સા એવા પૈસા ભેગા કર્યા અને પોતાનો એક આશ્રમ પણ બનાવ્યો. જ્યારે મને આ ઘટના વિષે સાંભળવા મળ્યું, ત્યારે હું અષ્ટા ગામ ગયો. ત્યાં જઈ લોકો સાથે પૂછપરછ કરતાં જાણવા મળ્યું કે આ એ જ ખાટલાવાળા બાબા છે જેમના ચમત્કારોનો પાંચ વર્ષ પહેલા વર્ધા ખાતે જાહેરમાં પર્દાફાસ કરવામાં આવ્યો હતો. જ્યારે અમે બાબાને મળ્યા અને તેમને વર્ધાવાળી ઘટનાની યાદ અપાવી, ત્યારે તેમણે એવી શેખી મારી કે, "મારી ખાટલા દેવી તે રાત્રે એટલા માટે ના ચાલી કારણ કે તમે લોકોએ ડુક્કરને મારીને ત્યાં ચારેય દિશામાં નીચે દાટી દીધા હતા." બાબાના આ બેશરમ જવાબથી અમને સ્પષ્ટ સંકેત મળ્યો કે તે સીધી રીતે નહિ માને. આ વિસ્તારની આજુબાજુ ઘણા બધા ભોળા અને અંધશ્રદ્ધાળુ લોકો બાબાની જાળમાં ફસાયા હતા અને તેથી બાબાનો ધંધો ફૂલીફાલી રહ્યો હતો. મેં બાબાને પડકાર ફેંક્યો અને પોલીસને પણ બાબાની ભોળા લોકોને લૂટી તેમનું શોષણ કરવાની પ્રવૃતિઓની જાણ કરી. જ્યારે પોલીસ દ્વારા વ્યવસ્થિત તપાસ શરૂ થઈ ત્યારે બાબાની પૈસા અને અનાજની લૂંટ બંધ થઈ. અને ખટોલી બાબા ઉર્ફે ખાટલાવાળા બાબા પોતાના બોરિયા-બિસતરા લઈને રફુચક્કર થયા. અને આ વાત ત્યાં જ પૂરી થઈ. અષ્ટા ગામના સરપંચ ઉત્તમરાવ દેશમુખ તરફથી અમને મળેલી મદદને પણ મારે આ તબક્કે નોધાવી જોઈએ.

મટકઝારીમાં ખાટલો ખોટકાયો:

નાગપુરના પંચગાંવ પછી આવેલા મટકઝારીના ગ્રામજનો દ્વારા મધ્યપ્રદેશના સિવની ગામના અન્ય ખાટલાવાળા બાબા અને તેમના સાથી મંત્રિકને આમંત્રણ આપવામાં આવ્યું હતું. અખિલ ભારતીય અંધશ્રદ્ધા નિર્મૂલન સમિતિના અમારા કાર્યાલય સુધી માહિતી મળી કે ગામલોકોએ બાબાને તેમનામાંના જાદુગરને ઓળખવા આમંત્રણ આપ્યું હતું. ખાટલાવાળા બાબાનો કાર્યક્રમ ૯ સપ્ટેમ્બર ૧૯૯૫ના રોજ સવારે સાડા દસ વાગ્યે યોજાવાનો હતો. ઘણાબધા ગ્રામજનોમાં ફફડાટ પેસી ગયો હતો અને કેટલાક તો કાર્યક્રમના આગલા દિવસે સમિતિના નાગપુર કાર્યાલય પર પહોંચ્યા હતા. પોલીસમાં ફરિયાદ દાખલ કરવામાં આવી હતી પરંતુ તેમની મદદ મળવાની શક્યતા ઓછી જણાતી હતી. ખાટલાવાળા બાબાઓના ભાંડાફોડની ઘટનાઓ પછી પછી પણ અંધશ્રદ્ધા થકી રંજાડવાની પ્રવૃતિમાં વધારો થયો હતો. પોલીસ અધિક્ષકને પણ જાણ કરવામાં આવી હતી. ગ્રામ્ય પોલીસે પાંચગાંવ ખાતેના પોલીસ કંટ્રોલ રૂમને પણ જાણ કરી હતી.

આગલી સાંજે માન્ત્રિકોએ ગામમાં પડાવ નાખ્યો હતો. જ્યારે તેમને જાણ થઈ કે પોલીસ અને સમિતિ પણ આ જગાએ આવી પહોચવાની છે તો કાર્યક્રમને

પડતો મૂકે સવારે વહેલા અદ્રશ્ય થઈ ગયા. બન્યું એવું કે નાગપુરના ઉમેશ ચૌબે, ચંદ્રકાંત મહેર, બંધુ જામભુલકર, યશવંત ગજભીયે અને હું અમારી ટીમ સાથે જીપમાં બેસી ગામમાં જઈ રહ્યા હતા, ત્યારે અમે પાંચગાંવથી થોડી પહેલાં આવેલી નદીની પેલે પાર ત્રણ વ્યક્તિઓને ભાગતા જોયા. અમને ખાતરી થઈ કે આ બીજા કોઈ નહિ પણ પેલા ત્રણ માંત્રિકો હતા જે નાસી છૂટવાનો વેંત કરી રહ્યા હતા. અમે તેમને ઘેરી લીધા અને પકડીને અમારી સાથે ગામમાં લઈ ગયા. અમારી વિનંતી પર, ઉમરેડની ANIS ટીમના સુરેશ ઝુરમુરે, બંધુ વૈદ્ય, ડૉ. શ્રીકાંત ધાકુલકર, ઈશ્વર ધંડારે, વિકાસ ઝાડે, પ્રશાંત સપાટે, શ્યામરાવ ચૌહાણ અને પૃથ્વીરાજ ભગત પણ સ્થળ પર આવી પહોંચ્યા.

ગામના ભગીરથી ચિંતામણ ટેકમ નામના ગ્રામવાસી ઉપર મેલી વિદ્યા કરવાનો આરોપ હતો. ગામમાં ગાય-ભેંસ કે કોઈનું બાળક બીમાર પડતું કે પછી ખેતરમાં પાક સારો ન થતો તો ગ્રામજનોને ખાટલાવાળા બાબાને તેડાવવા પ્રેરિત થતા. ગામની એક મહિલાને ડાકણ કહી રંજાડવાનું શરૂ કરતાં તેના પતિએ આ આરોપીઓને ખોટા સાબિત કરવા માટે તેણે પગલાં ભરવા પડ્યા પરંતુ તે અંધશ્રદ્ધાળુ હોવાને કારણે સિવની ગયો અને ત્યાંથી ત્રણ માંત્રિકો બબલુ ઈવનતે, વૈશાખુ પરાતે અને શાલિગ્રામ પંદ્રમાલાને પોતાની સાથે લઈ આવ્યો. ઘરે પુજા-વિધિ શરૂ કરવામાં આવી અને માંત્રિકોએ ઘંટીના પડને ખસેડી ચમત્કાર કરી બતાવ્યો. ગામલોકો આ જોઈને બાબાના અંધભક્તો બની ગયા. ૯ સપ્ટેમ્બરના રોજ એક વિશાળ સમારોહનું આયોજન કરવામાં આવ્યું. પરંતુ જ્યારે તેઓએ પોલીસને જોઈ, ત્યારે આ માંત્રિકો ભાગી છૂટયા પણ અમે તેમને પકડી પાડ્યા અને પછી આ માંત્રિકોને આમરા તાબામાં લઈને ગામમાં પહોંચ્યા અને તપાસ શરૂ કરી. ત્રણેયને સરપંચના ઘરે લઈ જવામાં આવ્યા, જ્યાં તેમને મંત્રોચ્ચારથી લાકડાના પટિયાને ખસેડી બતાવવાનું કહેવામાં આવ્યું. તો તેમણે ભોંય તળિયે ધાતુનો(પિત્તળ)નો ઘડો મૂક્યો, તેના પર એક પાટિયું મૂક્યું અને હું તે ઘડા ઉપરના પાટિયા પર સાચવીને મારું સંતુલન જાળવીને બેઠો. જો કે આ બાબત મારા માટે નવીસવી નહોતી. માંત્રિકોએ મંત્રોચ્ચારથી વિધિની શરૂઆત કરી: "આવ, મારી માતા આવ, આવો મારી મા આવ. અને તારો પરચો બતાવવામાં કયારેય પાછી પાની નથી કરતી મારી મા, તો આજે આટલું મોડુ કેમ?" અડધા કલાક સુધી તેમણે આ વિધિ ચાલુ રાખ્યો પણ કોઈ ચમત્કાર ઘટિત થયો નહીં એટલે તેમણે ખાટલાની ઉપર વિધિ કરવાનું નક્કી કર્યું.

દેવીના મંદિર પાસેના પીપળાના ઝાડ નીચે ગામના લોકો એકઠા થવા લાગ્યા. માંત્રિકો ખેતરમાં ગયા અને ત્યાં જઈ વિવિધ દેવી-દેવતાઓને પ્રાર્થના કરી. જ્યારે તેમને લાગ્યું કે તેમને પૂરતી શક્તિ મળી ગઈ, ત્યારે તેમણે ગામના

લોકોને જાણ કરી. ખાટલો ખાસ વિધિ કરી મંદિર પાસે લાવવામાં આવ્યો. માંત્રિકોએ મંત્રો શક્તિથી ભૂત-પ્રેતને દૂર કાઢ્યા અને પછી તેમણે બાબુજી, બંદુ જંભુલકર, ચંદ્રકાંત મેહર અને મને ખાટલાના પાઇયાં પકડવા કહ્યું. એમની વિધિ અને મંત્રતંત્રનો અડધો કલાક પસાર થયો, પણ ખાટલો જરાય હલ્યો નહીં. પછી અમારા બદલે સુરેશ ઝુરમુરે, ડૉ. શ્રીકાંત ધકુલકર, વિકાસ ઝાડે અને પ્રશાંત સાપટેને ખાટલો પકડાવ્યો તો પણ તે ન જ હલ્યો. માંત્રિકોએ ખૂબ રાડો પાડી પાડીને મંત્રો બોલ્યા કે "જા, માતા, જા!" અને અંતે આ બધુ એળે ગયું. તેમનો પ્રયોગ નિષ્ફળ ગયો.

ઘણા બધા લોકો અને પોલીસવાળા ત્યાં હાજર હતા. જ્ઞાનવર્ધક વ્યાખ્યાનો આપવામાં આવ્યા. પોલીસ માંત્રિકોને ખાટલો માથે ઉપડાવીને પંચગાંવ પોલીસ સ્ટેશન સુધી લઈ ગઈ. "મંત્રોથી ખાટલો ખસેડો અને બે લાખ રૂપિયાનું ઈનામ જીતો. લાકડાનો નાનો ટુકડો જાતે હલી શકતો નથી તે ફરે ત્હે તો ગોળાકાર ગતિના(Circular motion) નિયમથી અને એવી જ રીતે કોઈ ખાટલો પણ પોતાની જાતે ચાલી શકતો નથી અને તે ખસે છે તો ન્યૂટનની ગતિના પ્રથમ સિદ્ધાંત અનુસાર જ. ત્યાં હજારલોકોને આ મૂળભૂત વૈજ્ઞાનિક સિદ્ધાંતોથી પરિચિત કરવવામાં આવ્યા અને અને કાર્યક્રમ ત્યાં પૂરો થયો.

ખાટલાપ્રકરણનો આખરે અંત આવ્યો:

જ્યારે ANISની પ્રવૃત્તિઓ વેગ પકડવા લાગી, ત્યારે મધ્ય પ્રદેશના બેતુલ અને છિંદવાડા જિલ્લામાં ખાટલાનું પ્રકરણ પહેલેથી જ ચર્ચામાં હતું. આ ખાટલાના મુદ્દાને ઉકેલવા મેં હિન્દીમાં "ખાટલાવાળા બાબાઓના કારનામોનો પર્દાફાશ" નામનું એક પુસ્તક લખ્યું જે ૨૫ માર્ચ ૧૯૯૬ના રોજ પ્રકાશિત કર્યું.

નવેમ્બર ૧૯૯૯માં, મુલતાઈ જિલ્લાના બરાઈ ગામના કેવલરામ પવારે ખાટલાવાળા બાબાને ગામમાંથી કાળો જાદુ કરનારને પકડી પાડવા આમંત્રણ આપ્યું. બાબા પણ હવે સાવધ થઈ ગયા હતા. અને તે હવે જૂની પીડિતોને મારવાની રીતને બદલે ગામના ભંડોળમાં દંડ ભરવાનું કહેવા લાગ્યા હતા. બેતુલ જિલ્લાના પરસબલી, દાહુઆ, મહેતપુર, બરાઈગ્રામમાં બાબાના કાર્યક્રમો યોજાયા. આરોપીઓએ ૧૦,૦૦૦ થી ૨૦,૦૦૦ રૂપિયા ગામમાં દંડ એકત્ર કરનારને જમા કરાવવાના હતા. દંડ ન ભરનારને ગામમાંથી બહિષ્કારની ધમકી આપવામાં આવતી હતી. બરાઈ ગામના પવારે ખાટલાવાળા બાબાને બોલાવ્યા, પણ એક દિવસ ખાટલો તેમના પોતાના જ ઘરમાં ગયો અને તેમની અપંગ બહેન પર ડાકણ હોવાનો આરોપ લાગ્યો. ગામના કેટલાક લોકોએ મારું પુસ્તક વાંચ્યું હતું, અને જેના લીધે ગામમાં બે જૂથો બની ગયા. કેવલરામ પવાર સમિતિ પાસે આવ્યા. મુલતાઈના ધારાસભ્ય ડી. સુનીલમની વિનંતીએ

હું, પ્રશાંત સાપટે અને બંદુ વૈદ્ય ડિસેમ્બરની કડકડતી ઠંડી રાતે નાગપુરથી ટ્રેનમાં બેસી બરાઈ ગામ ગયા. પત્રકાર દીપક સોની પણ અમારી સાથે હતા. મુલતાઈ પોલીસ સ્ટેશનમાં ફરિયાદ પણ નોંધાઈ. પોલીસે અમને બરાઈ ગામ ન જવાની સલાહ આપી, કારણ કે તેમને પથ્થરમારો થવાનો ડર હતો, પણ અમે અડધી રાતે એક વાગ્યે મહેતગાંવ પહોચ્યા. ખાટલામાં દૈવી શક્તિને બોલાવવા આખી રાત પ્રાર્થના અને મંત્રોચ્ચારનો દોર ચાલ્યો. સમિતિના સભ્યોને ખાટલો પકડવાની ચોખ્ખી ના પાડવામાં આવી. સવારે ખાટલામાં દેવી આવ્યા અને ખાટલો ગામમાં દોડ્યો તેની પાછળ સેંકડો ગ્રામલોકો પણ દોડ્યા. અને આ ખાટલો સીધો અમારી સામે આવ્યો પણ અમને અથડાવવાની હિંમત ન કરી. મેં મુલતાઈ પોલીસ અને બેતુલના જિલ્લા કલેક્ટર શ્રી પંકજ રાજને અરજી કરી.

આ વખતે અમે ભોપાલના પોલીસ મહાનિરીક્ષક અને દિલ્હીના માનવાધિકાર આયોગમાં પણ ફરિયાદ કરી. આ પછી, મુલતાઈ પાસેના બબરબોહ ગામનો યોગેન્દ્ર વાઘદરે નામનો વ્યક્તિ ખાટલો અથડાવથી કાળો જાદુ કરનાર સાબિત થતાં તેને ઢોર માર મારવામાં આવ્યો અને આ ઘટનામાં તેનું મૃત્યુ થયું. હું અને બાબુજી ઉમેશ ચૌબે તરત જ ઘટના સ્થળ ઉપર પહોંચ્યા. પોલીસે પણ છિંદવાડામાં ખાટલાવાળા બાબા જગતરામની ધરપકડ કરી. મહેતગાંવના ખાટલા વિધિના આયોજકો પણ પકડાયા. અમે મુલતાઈ જેલમાં બાબાને મળ્યા, જ્યાં અમારામાંથી એકે તેમને કહ્યું, "જો તમારી પાસે ખાટલો ચલાવવાનો મંત્ર છે તો પછી જેલમાં પડ્યા રહેવાને બદલે ઉડતો ખાટલો બનાવીને અહીંથી નાસી કેમ નથી જતા?" આ સાંભળી બાબા અવાક થઈ ગયા.

આ ઘટના પછી, ખાટલા પ્રકરણ વિરુદ્ધ ઘણા અભિયાનો ચલાવવામાં આવ્યા અને લોકોને આ ભય અને અંધશ્રદ્ધા સામે શિક્ષિત અને જાગૃત કરવામાં આવ્યા. આ રીતે છિંદવાડા અને મધ્ય પ્રદેશના અન્ય ભાગોમાં ખાટલાના ચમત્કારનો અંત આવ્યો.

10

જ્યારે ખાટલો ખસેડવાનો દાવો નિષ્ફળ નિવડયો

અંધશ્રદ્ધા નિર્મૂલનનો અર્થ છે લોકોના મનમાંથી ભૂત-પ્રેત, તંત્ર-મંત્રની શક્તિ, કાળો જાદુ, મૂઠ મારવી, ચમત્કારો, લોકોનું વશીકરણ કરવું અને આવી અન્ય બાબતો વિશેની અતાર્કિક માન્યતાને લોકોના મનમાંથી દૂર કરવી. સમાજમાં એવા લોકો હંમેશા જોવા મળે છે, જેઓ ખોટા રસ્તે કામ કરે છે, અસ્તિત્વમાં નથી તેવી વસ્તુઓને આધાર બનાવી લોકોમાં ઉત્તેજના ફેલાવે છે અને ખોટી માહિતી આપી લોકોને ગેરમાર્ગે દોરે છે. સાચો વૈજ્ઞાનિક અભિગમ તો હમેશાં અતાર્કિક અને અર્થહીન ઘટનાઓને તર્કસંગત રીતે અને સમજદારી પૂર્વક પ્રતિસાદ આપવા પર ભાર મૂકે છે.

નાગપુરમાં એક રેશનાલીસ્ટ એસોસિએશન સક્રિય હોવા છતાં પણ કોઈ નવીન સાહસ શરૂ કરતાં પહેલાં શુભમુહરત માટે લોકોની અતાર્કિક પ્રથા વ્યવહારમાં હતી. ૧૯૭૫માં નાગપુરમાં અંધશ્રદ્ધા નિર્મૂલન અને દૈવીપુરુષ હોવાનો દાવો કરતાં ઢોંગીઓને ઉજાગર કરવા માટે ડૉ. અબ્રાહમ કોવૂરનો કાર્યક્રમ યોજાયો હતો. એક બલીરામ બાબાજીએ યવતમાલ જિલ્લાના પુસદ ખાતે 'સમાધિ'માં બેસીને ખૂબ જ સનસનાટી મચાવી હતી. તેણે દાવો કર્યો કે તે હવા, પાણી અને ખોરાક વિના સતત સિત્તેર દિવસ સુધી જમીનમાં સમાધિમાં રહ્યો હતો. રેશનાલિસ્ટોએ દાવો કર્યો હતો કે આ બાબત એકદમ અશક્ય છે અને બાબાના દાવાને ખોટો સાબિત કરવા માટે યવતમાલમાં એક કાર્યક્રમ

યોજ્યો. નાગપુર યુનિવર્સિટીના મનોવિજ્ઞાન વિભાગના વડા ડો. સી.જી. પાંડેએ એક વ્યાખ્યાન આપ્યું જેમાં તેમણે બાબાને જાહેર નજર હેઠળ શંકારહિત કાચની પેટીમાં સમય પસાર કરવા પડકાર ફેંક્યો. ડો. પાંડેએ તમામ ચમત્કારો એક પ્રકારનું છળકપટ હોવાનું જાહેર કર્યું અને વિજ્ઞાનના પરિપ્રેક્ષ્યમાં આવા તમામ ચમત્કારોને ખોટા કેવી રીતે સાબિત કરી શકાય તેના પર ભાર મૂક્યો. જ્યારે તેમનું પ્રવચન સમાપ્ત થયું, ત્યારે એક લશ્કરી બાબા દાવો કરવા માટે આગળ આવ્યા કે તે તેમના મંત્રોચ્ચારના બળથી લાકડાનું પાટિયું ખસેડી શકે છે. જનતા બાબાના ચમત્કારને જોવા લાંબી મજલ કાપીને આવી હતી. ૧૯ સપ્ટેમ્બર ૧૯૭૬ના રોજ યવતમાલની પૂનમ હોટલમાં બાબાના દાવાની સત્યતા સાબિત કરવાનો નિર્ણય લેવામાં આવ્યો.

રેશનાલીસ્ટ એસોસિયેશનના પ્રમુખ ડો. પાંડેએ નિરીક્ષકની ભૂમિકા સંભાળી. લશ્કરી બાબાએ થોડી અગરબત્તીઓ અને 'લોટા' બહાર કાઢ્યા. આ 'લોટા'ઓની કાળજીપૂર્વક અમારી ટિમ દ્વારા તપાસ કરવામાં આવી પછી બાબાએ થોડા ઘઉં અને લાકડાનું નાનું પાટિયું માગ્યું. જે દર્શકો ચમત્કાર જોવા માટે ભેગા થયા હતા તે દૈવીપરુષના ચમત્કારને એકીટસે જોઈ રહ્યા હતા અને એટલા તો ઉત્તેજિત હતા કે જાણે તેમના શ્વાસ પણ થંભી ગયા હોય. લશ્કરી બાબાએ મંગાવેલા ઘઉંથી સફેદ કાપડના ટુકડા ઉપર સાથીયો દોર્યો અને તેની ઉપર ગોળ તળિયાવાળો 'લોટો' મૂક્યો. તેણે લોટામાં પાણી ભર્યું અને પછી તેને ઉપર લાકડાનું પાટિયું મૂક્યું. પછી ડો. પાંડેને પગ પર પાટિયા પર બેસવાની વિનંતી કરી. ડૉ. પાંડેનું પેન્ટ એકદમ ફિટ હોવાથી તે લપસી ગયા અને તે ફાવટથી બેસી શકતા ન હતા. એટલે છેલ્લે એક યુવાન છોકરો આગળ અને અને સૂચના મુજબ પાટિયા પર બેઠો. મંત્રોચ્ચાર શરૂ થતાની સાથે જ લોટાની ઉપરના પાટિયા પરનો છોકરો ઘડિયાળની વિરુદ્ધ દિશામાં ફરવા લાગ્યો અને આ જોઈને ત્યાં હાજર લોકો આશ્ચર્યચકિત થઈ ગયા. આ જોઈને ત્યાં હાજર દરેક વ્યક્તિ ખૂબ જ પ્રભાવિત થયા હતા પણ ડૉ. પાંડેએ આ પ્રયોગની યથાર્થતા સ્વીકારવાનો ઇનકાર કર્યો. તેમણે પાટિયા પર બેસવાનું શીખવાનું વચન આપ્યું અને બીજી મુલાકાતની તારીખ માંગી. આત્મવિશ્વાસથી ભરપૂર, લશ્કરી બાબાએ તેમને બીજી તક આપી અને ચમત્કાર કરવા માટે નાગપુર આવવાનું વચન આપ્યું.

યવતમાલ ખાતેનો મુકાબલો ડૉ. પાંડે માટે ઓચિંતો આવી પડ્યો હતો કારણ કે તેઓ તેના માટે કોઈ પણ પૂર્વતૈયારી સાથે આવેલા નહોતા. પરંતુ બીજી લશ્કરી બાબા પાટિયાના ચમત્કારની તેમની આ અદ્ભુત સફળતાથી તેમનો આત્મવિશ્વાસ સાતમા આસમાને પહોચી ગયો હતો અને તેમણે તો ડો. પાંડે ને ત્યાં સુધી સાંભળવી દીધું કે, "ડૉ. સાહેબ,જો તમે કહો તો હું તમારા ઘરે આવું અને

તમારી સાધન-સામગ્રીનો ઉપયોગ કરી અને તમારી સાથે પ્રયોગ કરવા તૈયાર છું. શું તમે તૈયાર છો? પરંતુ એ વાત સમજી લો કે: પાટિયું ફેરવવું અથવા બંધ કરવું એ મારી મરજી મુજબ થશે. જો હું ઇચ્છું તો હું તેને બસો વખત ફેરવી શકું."

બાબા વાયદા પ્રમાણે ૧૪ ઓક્ટોબર ૧૯૭૬ ના રોજ નાગપુરમાં હાજર થઈ ગયા. આ કાર્યક્રમ એક વર્તમાનપત્રના પરિસરમાં યોજાવાનો હતો જ્યાં પત્રકારો અને સેંકડો જાગૃત નાગરિકો સહિત મોટી સંખ્યામાં લોકો એકઠા થયા હતા. સાંજે પાંચ વાગ્યે કાર્યક્રમ શરૂ થયો ત્યારે બધાને જણાવવામાં આવ્યું કે આ કાર્યક્રમનો હેતુ સત્યને બહાર લાવવાનો છે. પહેલાની જેમ, બાબાએ ઘઉં બહાર કાઢ્યા અને તેને સફેદ કાપડ પર ફેલાવ્યા અને તેના પર લોટો મૂક્યો. તેમણે પાટિયાને હળદર અને સિંદૂર લગાવ્યું પછી અગરબત્તીઓ પ્રગટાવી અને પ્રાર્થના કરી. ત્યારબાદ પાટિયા પર સળગતી કપૂરની ગોટી મૂકી અને મંત્રોચ્ચાર શરૂ કર્યો. તેણે પોતાની આ વિદ્યાને 'સાવરી' તરીકે જાહેર કરી અને કહ્યું કે તેનો ઉલ્લેખ નવનાથ ગ્રંથોમાં મળી શકે છે. તેણે કહ્યું કે ઘટોત્કચની આત્મા પાટિયા પર બેઠેલી વ્યક્તિમાં પ્રવેશી અને પાટિયાને ફેરવે છે. "જો પાટિયા પર બેઠેલી વ્યક્તિમાં અશુદ્ધ આત્મા હોય, તો પ્રયોગ નિષ્ફળ જઈ શકે છે." ડૉ. પાંડેએ આર.એસ. ભૂરે, કે. નારાયણ, ડૉ.એસ.એસ. કોચર અને બળવંત સિંહ દુલતને પાટિયા પર બેસવા તૈયાર કર્યા, તેઓ બધા વારાફરતી પાટિયા પર બેઠા, પરંતુ પાટિયાએ હલવાની ના પાડી. વરિષ્ઠ પત્રકાર જી.ટી. પરાંડેને પણ બેસાડવામાં આવ્યા, પરંતુ તેનાથી પણ બાબા પાટિયાને ફેરવી ન શક્યા. છેવટે બાબાએ સ્વીકાર્યું કે તેનો પ્રયોગ નિષ્ફળ ગયો . આ પ્રસંગે કોર્પોરેશનની સ્ટેન્ડિંગ કમિટીના પ્રમુખ કમલાપ્રસાદ દુબે, પોલીસ કમિશનર એસ. ગવાઈ, ધારાસભ્ય રામ મેઘે, અગ્રણી વ્યક્તિઓ રતનચંદ ડાગા અને શિવકરણ શર્મા છંગાણી સહિત વિવિધ વ્યવસાયો સાથે જોડાયેલા મહાનુભાવો મોટી સંખ્યામાં ઉપસ્થિત રહ્યા હતા. નિશંક પણે એ વાત આખરે સ્વીકારવામાં આવી કે લાકડાનું નિર્જીવ પાટિયું કોઈ પણ શક્તિ કે મંત્ર-તંત્રથી નહીં પણ પરંતુ ગોળ ગતિના સિદ્ધાંત પર ફરે છે. પાટિયા પર બેઠેલી વ્યક્તિના કારણે પાટિયું ગોળ ગોળ ફરે છે પણ તેની પાછળ લોટાનો ગોળાકાર આધાર તેને ફેરવવામાં જવાબદાર છે. જો પાટિયા પર બેઠેલી વ્યક્તિ મંત્રની સૂચના મુજબ વર્તવાનું ટાળે તો પાટિયું હલે જ નહીં, એટલે કે પાટિયું તેને મેળે નહીં પણ ઉપર બેઠેલો વ્યક્તિ તેને ફેરવે છે. જો પાટિયું ખરેખર મંત્રો વડે ખસતું હોય તો પછી શું કામ તેની ઉપર માણસને બદલે માત્ર પથ્થરની શીલા શા માટે ન મૂકવી? પરંતુ બાબા આ દલીલ સ્વીકારવા તૈયાર ન હતા.

અંધશ્રદ્ધા નિર્મૂલન સમિતિ સાથેના મારા જોડાણ દરમિયાન, હું આવા ઘણા બાબાઓને મળ્યો છું. પારદસિંગા ગામના ધાનોરકર નામના માંત્રિકના આમંત્રણથી હું પોતે પણ આ પાટિયા પર બેઠો હતો. હું યોગ્ય રીતે પદ્માસનમાં બેઠો હતો, પણ પાટિયું એક ઇંચ પણ હલ્યું ન હતું. સીધી સાદી વૈજ્ઞાનિક હકીકત એ છે કે બાહ્ય બળના ઉપયોગ વિના કોઈ પણ વસ્તુમાં ક્યારેય ગતિ આવતી નથી, અને મંત્રો આવા કોઈ બાહ્ય બળને પેદા કરી શકતા નથી. લોકોને એ બાબતથી અવગત કરાવવાની જરૂર છે કે માંત્રિક અને દૈવી શક્તિના દાવેદારો ઇરાદાપૂર્વક 'આત્માનો પ્રવેશ', 'મંત્ર શક્તિ' કે 'દિવ્ય શક્તિ' વગેરે જેવા માયાવી શબ્દોનો ઉપયોગ કરીને સામાન્ય લોકોને ગેરમાર્ગે દોરે છે. પાટિયા ખસે કે ના ખસે પણ તેના આધારે કોઈ વ્યક્તિ કે વસ્તુને શુભ-અશુભ કહેવું એ નર્યું ગાંડપણ અને બનાવટ છે.

જ્યારે બાબાની તમામ હાથ ચાલાકીઓ માટે કોઈ રસ્તો ના રહ્યો ત્યારે તે નિર્જીવ પાટિયું ફેરવવાનો તેમનો ચમત્કાર ન બતાવી શકયા અને જાહેર મંચ પર જ તેમને ઉઘાડા પાડી દેવામાં આવ્યા. હાથચાલાકી અને કપટ થકી નિર્જીવ પાટિયાને ફેરવીને જ કોઈને શુભ- અશુભ, ડાકણ કે કાળા જાદુ કરનાર જાહેર કરવામાં આવે છે અને તેને રંજડવામાં આવે છે. અને લોકો પણ પોતાની બુદ્ધિ કે વિવેકશક્તિ વાપરવાનું બંધ કરે છે. ઘણીવાર આવા અંધશ્રદ્ધાળુ લોકો કાયદો પોતાના હાથમાં લે છે. જ્યારે ભોળા અને નિર્દોષ લોકોમાં આ બાબતનો વિશ્વાસ પેદા કરવામાં આવે છે કે પાટિયું પોતાની જાતે ફરી શકે છે ત્યારે સમાજમાં અત્યાચાર અને હિંસાને છૂટ્ટો દોર મળે છે. મેલીવિદ્યા અને કાળા જાદુ જેવી વસ્તુઓનું કોઈ અસ્તિત્વ નથી; આ બધું અજ્ઞાની મનની કલ્પના માત્ર છે. લોકોના આ ભોળપણનો ઉપયોગ ઢોંગીઓ દ્વારા તકરાર અને અમાનવીય વર્તન કરવા માટે કરવામાં આવે છે. મહારાષ્ટ્ર સરકાર દ્વારા બહાર પાડવામાં આવેલ ૨૦૧૩ના કાળા જાદુ વિરુદ્ધના કાયદા અનુસાર કોઈના પર મેલીવિદ્યાનો આરોપ લગાવવો તે એક ફોજદારી ગુનો બને છે. આ એક સજાપાત્ર ગુનો છે જેમાં છ મહિનાથી સાત વર્ષ સુધીની સખત કેદ અને/અથવા પાંચ હજારથી પચાસ હજાર રૂપિયા સુધીના દંડની જોગવાઈ કરવામાં આવેલ છે.

કહેવાતી પવિત્ર જ્યોતને જોઈને કોઈ વ્યક્તિ પર આરોપ મૂકવો, લાકડાના પાટિયાને ફેરવીને કોઈને દોષી કહેવું , કોઈ વ્યક્તિ પર ભૂત-પ્રેત મૂકવાનો આરોપ મૂકવો, ગાય દૂધ ન આપે કે વાછરડાને ન ધવડાવે તે માટે કોઈ વ્યક્તિ ઉપર આળ મૂકવું, કોઈને અશુભ અથવા રોગો ફેલાવવાનું કારણ ગણવો વગેરે આરોપો મૂકીને ભોળા અને નિદોષ લોકોને હેરાન કરવામાં આવે છે અને સતાવવામાં છે, કોઈ વ્યક્તિને શેતાનનો હાથો જાહેર કરવો કે કોઈને બદનામ કરવાના આવા નિર્લજ્જ કૃત્યો ઘણી વખત અમાનવીય પરિણામો લાવે છે અને તેથી તેના પર પ્રતિબંધ મૂકવો જરૂરી છે.

****

11

બેબી રાઠોડના ચમત્કારોનો પર્દાફાસ

Waiting for Baby Rathod's Miracles

જ્યારે યવતમાળની સિટી લાઇબ્રેરીના મુખ્ય હોલમાં બેબી રાઠોડના કહેવાતા ચમત્કારનો પર્દાફાસ કરવામાં આવ્યો ત્યારે સેંકડો લોકો ચુસ્ત પોલીસ બંદોબસ્ત હેઠળ હોલની બહાર એકઠા થયા હતા, તેઓ પણ આ ઘટનાને નિહાળી

શકે તે માટે બહાર એક ટેલિવિઝન સેટ પણ ગોઠવવામાં આવ્યો હતો, અને આ બધાની બાજ નજર ટેલિવિઝન સ્ક્રીન પર મંડરાયેલી હતી. બેબી રાઠોડ થાપ ગયા કે તેણીએ આ પડકાર અખિલ ભારતીય અંધશ્રદ્ધા નિર્મૂલન સમિતિ (ANIS) ને ફેંક્યો હતો અને જે સમિતિ દ્વારા સહર્ષ સ્વીકારવામાં આવ્યો હતો. હોલની બહાર ઉત્સુક લોકોમાં નગરની મોટી હસ્તીઓ પણ એકઠી થઈ હતી, જેમાં તબીબી નિષ્ણાતો, દૂર-દૂરથી આવેલા વૈજ્ઞાનિકો, મહાનુભાવો અને વિદર્ભમાં અખિલ ભારતીય અંધશ્રદ્ધા નિર્મૂલન સમિતિ (ANIS) ના સક્રિય સભ્યો પણ સામેલ હતા, અને દરેક પસાર થતી ક્ષણો સાથે તણાવ વધી રહ્યો હતો.

૨૮મી જૂન ૧૯૯૨ને રવિવારના રોજ પાંચના ટકોરે ચમત્કારનો દાવો કરતી મહિલાની વાતે આખા શહેરમાં હલચલ મચાવી હતી. આ મહિલાનું નામ હતું બેબી રાઠોડ. યવતમાલ જિલ્લાના નેર પરસોપંત તાલુકામાં આવતા બાણગાંવ ગામની આ ત્રીસ વર્ષની અશિક્ષિત મહિલાએ અદભૂત ચમત્કારો કરીને પોતાનું નામ બનાવ્યું હતું. મહારાષ્ટ્રના નાંદેડ જિલ્લાના માહુર શહેર ભગવાન દત્તાત્રેયના જન્મસ્થળ તરીકે પ્રસિદ્ધ છે અને ત્યાંનું ભગવાન દત્તાત્રેયનું મંદિર એક લોકપ્રિય તીર્થસ્થાન છે. ઘણા લોકો તો એવું માનવા લાગ્યા હતા કે ભગવાન દત્તાત્રેય બેબી રાઠોડ શરીરમાં આવે છે અને લોકોની અંધશ્રદ્ધાનો ફાયદો ઉઠાવી બેબી રાઠોડે ખાસ્સી કમાણી કરી જેમાં દત્તાત્રેયનું એકમુખી ચાંદીનું મોહરું , એકમુખી રુદ્રાક્ષની માળા, હજારો રૂપિયા અને બીજું ઘણું પણ ભેગું કર્યું હતું. ભગવાન દત્તાત્રય અને કાલિકા દેવી હાજરાહજૂર છે એવી માન્યતાને લીધે આખું બાણગાંવ ગામ એકદમ જીવંત બની ગયું હતું. દેવરાવ રાઠોડ અને બેબી રાઠોડના શરીરમાં દેવી-દેવતાઓનો પ્રવેશ થતો અને પછી તેઓ પોતાની ઈચ્છા મુજબ ચોકાવનારા ચમત્કારો કરી બતાવતા હતા એવી વાત આખા પ્રદેશમાં ફેલાઈ હતી. આ વાયકાઓનો ભોગ માત્ર અભણ જ નહીં પણ શિક્ષિત લોકો પણ બન્યા હતા અને આ ભણેલા લોકો પણ દેવી બેબી રાઠોડના દરબારમાં તેના પ્રભાવમાં આવીને સાષ્ટાંગ દંડવત પ્રણામ કરતા.

બેબી રાઠોડ અવનવા ધતિંગ કરતી જેમ કે હવામાંથી ફૂલો કાઢવા, હાથ ચાલાકીથી પવિત્ર મીઠાઈઓ અને ચાંદીના તાવીજ રજૂ કરતી અને પોતાના મોંમાંથી સિંદૂરનો પાવડર કાઢી બતાવતી અને અને આ બધુ દૂરથી આવેલા અંધશ્રદ્ધાળુઓને આપતી હતી. બેબી રાઠોડને જો કોઈ ખાસ પુર્ણિમા અને આમવસ્યાની રાતે મળવા આવે તો તે લોકો ઉપર આવી પડેલા કોઈ પણ દુ:ખ અને અસાધ્ય બિમારીઓ દૂર કરી બતાવવાનો દાવો તે કરતી હતી. આ બની બેઠેલ દેવીએ અખિલ ભારતીય અંધશ્રદ્ધા નિર્મૂલન સમિતિ(ANIS)ને પોતાના કરેલા ચમત્કારો પાછળનું રહસ્ય ખુલ્લુ પાડવા પડકાર ફેંક્યો અને સમિતિએ આ

પડકાર સ્વીકાર્યો અને કરારના નિયમો અને શરતોનું યોગ્ય રીતે દસ્તાવેજીકરણ કર્યા પછી ૨૮ જૂન ૧૯૯૨ના રોજ જાહેર કાર્યક્રમનું આયોજન કર્યું.

અખિલ ભારતીય અંધશ્રદ્ધા નિર્મૂલન સમિતિ (ANIS) ના પરિપ્રેક્ષ્યમાં આ કિસ્સો એટલા માટે પણ વધુ મહત્વપૂર્ણ હતો કારણ કે બેબી રાઠોડે પોતે સામેથી પરીક્ષણ માટે સમિતિનો સંપર્ક કર્યો હતો. તેણીએ પ્રદર્શન માટેની જે પણ શરતો હતી તે બધી શરતો સ્વીકારી અને તેના પર ટકી પણ ખરી . અગાઉ એવા અસંખ્ય પ્રસંગો બન્યા છે જેમાં આવા ધંતિગબાજો અને માંત્રિકો પડકારોને સહર્ષ સ્વીકારી તો લે છે પરંતુ જ્યારે તેમનો પર્દાફાસ થવાનો હોય એટ્લે કે સત્ય બહાર આવવાનું હોય ત્યારે છેલ્લી ઘડીએ બહાનું કાઢીને નાસી છૂટે છે અને આમ રહસ્ય માત્ર રહસ્ય જ બની રહે છે અને તેઓ આ રીતે લોકપ્રિયતા મેળવીને પોતાનો ફાયદો ઉઠાવી લે છે.

અંધશ્રદ્ધાની માયાજાળે આખા દેશને પોતાની પક્કડમાં જકડી રાખ્યો છે. સામાન્ય લોકો કે જેમણે કરકસરભરી જિંદગી જીવીને જે મૂડી ભેગી કરેલી છે તે અને મનની શાંતિને હણી લેવા આવા સેંકડો ઢોંગીઓ, ધર્મગુરુઓ અને ચમત્કાર કરનારાઓ રોજબરોજ કીડિયારની જેમ દેશમાં ઊભરાતા જોવા મળે છે. એવું નથી કે કહેવાતા બૌદ્ધિકો આર્થિક, ભાવનાત્મક અને જાતીય છેતરપિંડીથી બાકત રહેતા હોય છે. બાણગાંવની બેબી રાઠોડ આવી જ એક મહિલા હતી. તેણીએ તેના પતિ કિસનરાવ રાઠોડ સાથે મળી સાંઠગાંઠ કરી, પોતાની પત્નીમાંથી તેને દેવી બનાવવા કાવતરમાં સંપૂર્ણ ભક્તિ ઉત્સાહ સાથે ઝંપલાવ્યું હતું. પાતળી કાયા, સાડા પાંચ ફૂટ ઊંચાઈ વાળી બેબી દેખાવે અત્યંત સામાન્ય વ્યક્તિ હતી, પરંતુ જ્યારથી તેણીએ દાવો કર્યો હતો કે માહુરના ભગવાન દત્તે તેની પાતળી અને બેડોળ કાયામાં પ્રવેશ કર્યો, ત્યારથી તે આખા યવતમાલ અને આજુબાજુના જિલ્લાઓમાં એક દૈવીય મહિલા તરીકે છવાઈ ગઈ. તેણીના દરબારમાં દર્શનાર્થે આવતા યાત્રાળુઓને યાત્રા દરમિયાન પણ ચમત્કારો થતા જોવા મળ્યાની વાતો બધે વાયુ વેગે પ્રસરી હતી.

અસાધ્ય બિમારીઓથી પરેશાન લોકો, નિઃસંતાન દંપતીઓ, વિવિધ પ્રકારની ઘરેલું ચિંતાઓથી પીડિત અને જૂના ઝઘડા-વિવાદોથી ઘેરાયેલા લોકો દેવીના દરબારમાં સમાધાન માટે આવતા હતા. એકવાર દેવી ઊંડા ચિંતનમાં બેસે, એટલે તે ઈચ્છાપુર્ણા દેવીમાં પરિવર્તિત થઈ જતી અને પોતાના જાજરમાન હાથને ફેરવીને ક્યારેક હવામાંથી ફૂલો અને ચાંદીની થાળી તો કેટલીકવાર તે પ્રસાદ, પવિત્ર મીઠાઈઓ અને ક્યારેક આશ્ચર્યજનક રીતે મોંમાંથી સિંદૂરનો પાવડર કાઢી બતાવતી હતી.

આમ અંધશ્રાદ્ધના આ ગોરખધંધાની અલૌકિક માયા જાળમાં ઘણા લોકો આવી જાય છે અને પુત્રપ્રાપ્તિ કે અન્ય આશાઓની પૂર્તિ માટે આ દેવીના દરબારમાં આવતા હોય છે. બેબી રાઠોડની અંદર કોઈ દૈવીય શક્તિ છે તેવું માનતા લોકો દેવી અને તેના પતિ કિસન રાઠોડને ANIS દ્વારા જાહેર કરવામાં આવેલ બે લાખ રૂપિયાનું ઇનામ જીતવા માટે રાજી કરે છે. આ બંનેને પણ આ વિચાર ગમે છે અને તેઓ આજુબાજુના ગામડાઓમાં ચોપાનિયાની હજારો નકલો વહેંચી, જાહેરાત કરે છે કે તેઓ આ પડકારને સ્વીકારી રહ્યા છે. યવતમાલ ANIS ના સંયોજક પ્રો. અશોક રાણાએ આ પેમ્ફલેટ વાંચ્યું તો તેમાં કઠોર અને તિરસ્કારભર્યા શબ્દોમાં પડકારનો સ્વીકાર કરવામાં આવ્યો હતો અને પ્રો. રાણાએ ટૂંક જ સમયમાં આ પડકારને સ્વીકારનારઓને ઓળખી કાઢ્યા. અંતે, નેર પરસોપંતના ડો. દિલીપ પુરી, બાપુરાવ રંગારી અને નારાયણરાવ લાવરેએ નેરમાં ANIS ની ઓફિસ ચાલુ કરી અને આ પેમ્ફલેટની ગંભીર નોંધ લઈને ANISની યવતમાલ શાખા વતી બેબી રાઠોડને ઔપચારિક જવાબ મોકલ્યો.

બેબી રાઠોડે ૨૩ એપ્રિલ, ૧૯૯૨ના રોજ સંસ્થાની તપાસ હેઠળ પોતાના ચમત્કારિક પ્રયોગો કરવા માટેની પોતાની ઈચ્છા દર્શાવતો પ્રત્યુતર મોકલ્યો. તદનુસાર, ANISની યવતમાલ શાખાના સચિવ મહેશ દત્તાણીએ બેબી રાઠોડની મુલાકાત લીધી અને તેને ચમત્કાર દેખાડતી વખતે અનુસરવાની સંપૂર્ણ પ્રક્રિયા સમજાવી. આ વાતચીત પછી, ૧૭ મે, ૧૯૯૨ના રોજ બેબી રાઠોડને રજિસ્ટર્ડ પોસ્ટ દ્વારા એક સૂચના મોકલવામાં આવી હતી જેમાં તેણીને ઔપચારિક રીતે પડકારની સમગ્ર પ્રક્રિયાની વિગતો આપવામાં આવી હતી. ચમત્કારિક શક્તિઓના પ્રદર્શન માટેના કાર્યક્રમના આયોજન માટેનું આ પ્રથમ પગલું હાથ ધરવામાં આવ્યું હતું. બેબી રાઠોડે, અલબત્ત, આ સૂચના વાંચીને તેનો અમલ કરવાનું સ્વીકાર્યું. નોટિફિકેશનની શરતો મુજબ કિસન રાઠોડે રૂ. 2000/- નો બેંક ડ્રાફ્ટ ANISના નાગપુર કાર્યાલયના જનરલ સેક્રેટરીના નામે મોકલી આપ્યો. ચમત્કારોના દાવાની તપાસ માટેના કાર્યક્રમના આયોજનની જવાબદારી હવે સંપૂર્ણ રીતે સમિતિની હતી.

સમિતિના મહાસચિવ તરીકે, હું વિદર્ભ સ્તરના આયોજક ગણેશ હલકરેને મારી સાથે લઈ ગયો અને ૮ જૂન, ૧૯૯૨ના રોજ નેર ખાતે કિસનરાવની મુલાકાત લીધી. જ્યારે તારીખ વિશે પૂછવામાં આવ્યું ત્યારે કિસનરાવે જણાવ્યું કે તે તો માત્ર ભગવાન જ નક્કી કરી શકશે. અન્ય તમામ નિયમો અને શરતોની પણ પુનઃ ચર્ચા કરવામાં આવી હતી.

ભગવાને કથિત રીતે ૧૦ જૂનના રોજ બેબીના અંદર પ્રવેશ કર્યો અને, તેને ૨૮ જૂનના રોજ સાંજે પાંચ વાગ્યે ચમત્કાર દેખાડવા હુકમ કર્યો. અગાઉ

જણાવ્યા મુજબ બેબી રાઠોડ ખાલી હાથમાંથી પ્રસાદ, ફૂલો અને ચાંદીના તાવીજ પ્રગટ કરે છે અને પોતાના મોંમાંથી સિંદૂર કાઢી શકે છે વગેરે ચમત્કારો તે અમારી સામે કરી બતાવશે.

એકવાર બધી વિગતો તૈયાર થઈ ગયા પછી, ANISની યવતમાલ શાખા સક્રિય થઈ ગઈ અને વિદર્ભ કક્ષાના પદાધિકારીઓને પણ આમાં સક્રિયપણે સાથે જોડવામાં આવ્યા જેથી આખરી ક્ષણ સુધીની કાર્યવાહીની વિગતવાર યોજના સારી રીતે તૈયાર કરી શકાય.

ભારતીય રેશનાલિસ્ટ એસોસિએશન અને કેરળના શ્રી બી. પ્રેમાનંદે પણ વૈજ્ઞાનિક ઢબે સિદ્ધ ચમત્કાર કરનારને એક-એક લાખ રૂપિયાના ઈનામની જાહેરાત કરી હતી. જો કે પ્રારંભિક રાઉન્ડ સંતોષકારક રહેશે, તો એક મહિનાની અંદર તપાસનો બીજો રાઉન્ડ યોજવામાં આવશે. આ પ્રસંગે, બેંક ગેરંટી પત્ર (ચોવીસ કલાકમાં બે લાખ રૂપિયા રોકડમાં આપવાની બેંકની તૈયારી બાબત) રજૂ કરવામાં આવશે. ANIS દ્વારા પ્રાથમિક તપાસમાં બે લાખ રૂપિયાથી વધુ ચૂકવવાની ક્ષમતા હોવાનું સ્થાપિત કરવા માટે બેંકમાંથી જારી કરાયેલા પાંચ લાખ રૂપિયાનું solvency certificate (નાણાંકીય સધ્ધરતા પ્રમાણપત્ર) મેળવવામાં આવ્યું હતું. ઘણા વર્ષોના અનુભવથી શીખ્યા કે અંતિમ રાઉન્ડ દરમિયાન ચમત્કાર કરનાર ઘણી વખત ફરાર થઈ જાય છે, તો કોઈ પણ સંજોગોમાં ANIS પ્રાથમિક તપાસના રાઉન્ડમાં રોકડા બે લાખ રૂપિયા આપશે નહીં.

સમગ્ર તપાસ ટુકડી નાગપુરથી રવાના થઈને ૨૭ જૂને યવતમાલ પહોંચી. અમરાવતી, અકોલા, વર્ધા, બુલઢાના અને ચંદ્રપુરના પડોશી જિલ્લાઓમાંથી સેંકડો સમિતિના કાર્યકરો એકઠા થયા. ANIS ની યવતમાલ શાખાએ આ સમગ્ર મામલમાં સત્યને ઉજાગર કરવા માટે અધિકૃત વૈજ્ઞાનિક પ્રક્રિયાને અનુસરી શકે તેવા અને યોગ્ય નિર્ણય આપવા સક્ષમ હોય તેવા લોકોને શોધી કાઢવા અને સાધન-સામગ્રીને એકત્ર કરવા માટે સખત જહેમત ઉઠાવી હતી. આ પ્રક્રિયાના અંતે બે પરિણામ મળશે: કાં તો ANISને પડકારનારના દાવાઓ સાચા ઠરશે અથવા તે દાવાઓ પોકળ સાબિત થશે. પ્રો. અશોક રાણા, દશરથ મંડાવી, મહેશ દત્તાણી અને કાશીનાથ લાહોરે આ પ્રક્રિયા માટે નક્કી થયેલા નિષ્ણાતોની વારંવાર મુલાકાત લીધી હતી.

વિદર્ભ સમિતિના કાર્યકારી પ્રમુખ ઉમેશ ચૌબે દ્વારા વિશ્રામ ગૃહ ખાતે એક બેઠકનું આયોજન કરવામાં આવ્યું હતું. દૈવી ચમત્કારની તપાસ સંપૂર્ણપણે તટસ્થ અને ન્યાયી રીતે થાય તેની ખાતરી કરવા માટે વિવિધ સભ્યોને જવાબદારીઓ વહેચવામાં આવી હતી. કહેવાતી દેવી(બેબી રાઠોડ)ના દરેક

અંગોપાંગની હિલચાલ પર બાજ નજર રાખવા માટે પણ એક કાર્યકર્તાઓની ટીમની નિમણૂક કરવામાં આવી હતી: અને તેઓ આ કામને બખૂબી કરી શકે તે માટે તેમને તાલીમ પણ આપવામાં આવી હતી. વિવિધ સમિતિઓમાં ગુપ્ત માહિતી ભેગી કરવા, તકરાર ઉકેલવા, જો જરૂરી હોય તો બળ લાગુ કરવા, સુરક્ષા અને શિસ્ત જાળવવા માટે ચોક્કસ ક્ષમતા ધરાવતા લોકોની જ નિમણૂક કરવામાં આવી હતી. સમિતિના દરેક કાર્યકર્તાને એ બાબત ભાર મૂકીને સમજાવવામાં આવી હતી કે કોઈપણ એક કાર્યકર્તાની શિથિલતા કે બેદરકારી સમગ્ર કામગીરી માટે નકારાત્મક પરિણામો લાવી શકે છે. તપાસ ટીમના નિષ્ણાંતોમાં ડૉ. કુસુમ જાટકર (સ્ત્રીરોગ નિષ્ણાત), ડૉ. વિદ્યા ચૌધરી, શીલા રાણા, લતા કાલે, ઉમા ઇંગોલે અને સુમિત્રા તિવારી સામેલ હતા.

બીજા દિવસે એટલે કે ૨૮ જૂનના રોજ હોલમાં નાનું સ્ટેજ ઊભું કરવામાં આવ્યું હતું અને લાઇટિંગની પણ સારી વ્યવસ્થા કરવામાં આવી હતી. બે વિડિયો કેમેરા ચોક્કસ ખૂણા પર ગોઠવવામાં આવ્યા હતા જેથી કરીને હોલની બહાર એકઠા થયેલા લોકો આ બધી પ્રક્રિયાને બહાર મોટા ટીવી સ્ક્રીન પર સારી જોઈ શકે. આ સમગ્ર તપાસ કડક નિયંત્રણ હેઠળ હાથ ધરવામાં આવનાર હોવાથી, માત્ર એન્ટ્રી પાસ ધારકોને જ હોલમાં પ્રવેશ આપવામાં આવ્યો હતો. તપાસનો ઉદેશ્ય તપાસ ટીમના નિષ્ણાતો અને નિર્ણાયકોને સમજાવવામાં આવ્યો હતો અને પ્રક્રિયામાં ધ્યાને લેવાની બાબતોની એક નકલ તેમને પૂરી પાડવામાં આવી હતી. સંપૂર્ણ પ્રક્રિયા પારદર્શક પરિસ્થિતમાં થાય તે ખૂબ જરૂરી હતું. વિડિયો-રેકોર્ડિંગ કરવાનો એક બીજો હેતુ એ પણ હતો કે કાર્યક્રમ પત્યા પછી કેસેટને ફરીથી ચલાવી શકાય અને કાર્યક્રમ દરમિયાન કોઈ નાનામાં નાની યુક્તિ-પ્રયુક્તિ કે હાથચાલાકી નથી ધરવામાં આવી તે સુનિશ્ચિત કરી શકાય. આ સમગ્ર તપાસને અંતે જ સમિતિ પોતાનું અધિકૃત નિવેદન આપશે. આની સાથે-સાથે અત્યાધુનિક ઓડિયો સિસ્ટમ, જનરેટર અને પેટ્રોમેક્સ ફાનસની પણ વ્યવસ્થા કરવામાં આવી હતી. સ્ટેજની પાછળ 'બેબી રાઠોડના દૈવી ચમત્કારોની તપાસ' એવું લખેલું એક બેનર પણ લગાવવામાં આવ્યું હતું.

બેબી રાઠોડ પોતાનું સ્થાન ગ્રહણ કરે ત્યાર પછી સમિતિના કાર્યકર્તાઓમાં કોણ ક્યાં બેસશે તેનું રિહર્સલ કરવામાં આવ્યું હતું. દરેક કાર્યકર પોતે ઉપડેલી જવાબદારી પ્રત્યે સંપૂર્ણ સજાગ રહે તેની પૂરતી ખાતરી કરવામાં આવી અને તેમાં ચોકસાઇ લાવવા માટે અનેક મીટીંગો યોજવામાં આવી.

બપોરના બે કલાક પછી, બાણગાંવની દેવી બેબી રાઠોડે હોલમાં પ્રવેશ કર્યો. તેની સાથે તેનો સમર્પિત પતિ કિસનરાવ અને ગ્રામજનોની એક ટીમ પણ આવી હતી. તેમને બધાને એક રૂમમાં આશ્રય આપવામાં આવ્યો હતો. બેબી

રાઠોડની સેવા માટે અમારા તરફથી મહિલા સ્વયંસેવકોની ખાસ ટુકડીને પણ તૈયાર કરવામાં આવી હતી. તેના આવ્યા પછી અમે તેને(બેબી રાઠોડ) તરત જ મળીને તેની પાસેથી ખાતરી કરી લીધી કે તે ખરેખર કરારમાં સમાવિષ્ટ ચાર ચમત્કારનો દાવો પુરવાર કરવા માટે તૈયાર છે કે કેમ ? અને અમે એને એમ પણ પૂછ્યું કે શું તે માત્ર એક કે બે ફૂલોને બદલે બગીચો અને ચાંદીની એક કે બે પ્લેટને બદલે થોડી સોનાની ઇંટો બનાવી શકશે ખરી ? તેણીએ અમારા બધા પ્રશ્નોના સંતોષકારક જવાબો આપ્યા અને આ વાતચીત દરમિયાન પણ તેના ચહેરા પર આત્મવિશ્વાસ ભરપૂર જાણતો હતો. ANIS ની મહિલા સ્વયંસેવકો દ્વારા બેબીના દરેક નાના-નાના હાવભાવને ધ્યાનથી જોવામાં આવતા હતા. એક કલાક વીતી જવા છતાં દેવીને ભૂખ કે તરસ લાગી ન હતી, જેવી માહિતી અમારા સુધી પહોંચી કે તરત જ અમારી વચ્ચે એક ચર્ચા શરૂ થઈ અને તેને અમારા તરફથી પાણીનું પીવા માટે પુછવામાં આવ્યું તો તેણી દ્વારા ઉપવાસ છે તેવું કહી પાણી પીવાનું નકારી કાઢવામાં આવ્યું.

જ્યારે એવું જાણવામાં આવ્યું કે દેવી તેના મોઢા માંથી સિંદૂર કાઢવાની છે ત્યારે ડૉ. કુસુમ જાલકરે કહ્યું કે, "તબીબી વિજ્ઞાન જાણે છે કે દાણચોરો ઘણી વખત પોતાનાગળાની અંદરના ખિસ્સામાં વસ્તુઓ છુપાવતા હોય છે." તો એ શક્યતા નકારી ન શકાય કે આપણી આ દેવીએ પણ પોતાના ગળાના ખિસ્સામાં ક્યાંક સિંદૂર છુપાવ્યું હોય. આ બાબતની પુષ્ટિ તો શરીરના અંગોના એક્સ-રે અને સ્ક્રીનિંગ પછી જ થઈ શકે. પોણા ચાર વાગ્યે, બેબીને ડો. અશોક દુધેની રેડિયોલોજી અને અલ્ટ્રાસાઉન્ડ લેબોરેટરીમાં મોકલવામાં આવી. તેના ચહેરાની એક્સ-રે છબીમાં તેના ડાબા ગાલમાં કૈંક ચોટેલું બતાવતું હતું. અને બેબીએ પોતાનું મોઢું ખોલવાની ચોખ્ખી ના પાડી, પરંતુ જ્યારે સ્વયંસેવકોએ આગ્રહ કર્યો, ત્યારે તેણીએ ચપળતાપૂર્વક તે વસ્તુને હાથચાલાકીથી પોતાની મુઠ્ઠીમાં લઈ લીધી. સ્વયંસેવકોએ બળપૂર્વક તેની મુઠ્ઠી ખોલીને જોયું તો તે તાવીજ હતું. આ તે તાવીજ હતું જે તેણે ચતુરાઈથી તેના મોઢામાં છુપાવ્યું હતું. સ્વયંસેવિકાઓ રોમાંચ અનુભવી રહી હતી કારણ કે સુવ્યવસ્થિત રીતે વૈજ્ઞાનિક પ્રક્રિયા થકી ચમત્કાર પાછળની છેતરપિંડીઓને ઉઘાડી પાડવામાં આવી રહી હતી. ત્યારબાદ વધુ સઘન શારીરિક તપાસ હાથ ધરવામાં આવી અને તપાસ દરમિયાન તેના પગની હિલચાલ થોડી શંકાસ્પદ જણાઈ અને તેણે પોતાની કમર નીચે કૈંક વસ્તુઓ છુપાવેલી હોવાની શક્યતા જણાઈ. તપાસ સમિતિના સભ્ય લતા કાલે વધુ કડક બન્યા અને બેબી રાઠોડના પેટીકોટ અને પેન્ટીની તપાસ શરૂ કરી.

જ્યારે બેબી રાઠોડની પેન્ટીની તપાસ કરવામાં આવી ત્યારે લતા દ્વારા બેબી રાઠોડની પેન્ટી ખેંચતા જ તેમાં હાથરૂમાલમાં બાંધેલી પોટલી મળી આવી જેમાં પ્લાસ્ટિકના નાના એક ઝભલામાં દોરી વડે બાંધેલા થોડા ગુલાબના ફૂલ, બે પેંડા અને થોડું સિંદૂર બાંધેલું મળી આવ્યું. અને તેના કમરમાં એક માદળિયું બાંધેલું હતું. તેની પાસેથી બધી વસ્તુઓ એકઠી કરી લેવામાં આવી, ત્યાર પછી ફરી વાર તેની પૂરી તપાસ કરવામાં આવી. હવે એકઠી કરેલી તમામ વસ્તુઓ તેને હાથમાં મૂકવામાં આવી અને તેનો ફોટો પાડવામાં આવ્યો. આ તપાસ દરમિયાન જયશ્રી પંગારકર, લતા કાલે, સુપ્રિયા રાઉત,અંજુ ચૌબે, દામુ મોરે અને અશોક રાણા ખાસ હાજર હતા.

અનિશની ટીમે બેબી રાઠોડને તે તમામ વસ્તુઓ સાથે પકડી પાડી જેનો ઉપયોગ તે છેતરપિંડી માટે કરતી હતી. જે હોલમાં આ પર્દાફાસનો કાર્યક્રમ રાખવામાં આવ્યો હતો ત્યાં તેને લાવવામાં આવી અને નિર્ણાયકોની હાજરીમાં બેબી રાઠોડ પાસેથી મળેલી વસ્તુઓની પોલીસના ચોપડે સત્તાવાર નોંધ કરવામાં આવી. કારણ કે આ તમામ સામગ્રી બેબી રાઠોડ પાસેથી તે ચમત્કાર બતાવવા મંચ પર જાય તે પહેલાં જ તેની પાસેથી ઝડપી લેવામાં આવી હતી, તે હવે અનિશના નિર્ણયકોના કબાજમાં સોંપવામાં આવી હતી.

આમ,બેબી રાઠોડની ચાલાકી પહેલેથી જ બહાર આવી ચૂકી હોવાથી, સમિતિએ અડધી લડાઈ તો એમજ જીતી લીધી. સ્વયંસેવકો અને કાર્યકરોએ આ દરમિયાન તેમની માનસિક શાંતિ જાળવી રાખી. દેવી માટે નવી સાડી અને બ્લાઉઝ ખરીદવામાં આવ્યાં. હવે, સમિતિ સમક્ષ પ્રશ્ન એ હતો કે ઉપસ્થિત જનમેદનીને આ પર્દાફાસ વિષેની માહિતી સીધેસીધી આપવામાં આવે કે નહીં. પણ છેલ્લે એવું નક્કી થયું કે બે થી પાંચ વાગ્યાની વચ્ચે બનેલી સમગ્ર ઘટના વિશે લોકોને વિગતવાર જાણકારી આપવી. જ્યારે દેવીએ પાંચ વાગ્યે પ્રવેશ કર્યો, ત્યારે સમિતિના સભ્યો અને ત્યાં હાજર બધા લોકોએ તેમનું ગગનભેદી તાળીઓથી સ્વાગત કર્યું. નવી સાડીમાં સજ્જ દેવી આવીને મંચ પર બિરાજી.

શરૂઆતમાં હરિશ દેશમુખે જાહેરાત કરી કે બેબી રાઠોડ પાસેથી ચમત્કારમાં ઉપયોગમાં લેવા માટે છુપાવેલી અનેક વસ્તુઓ મળી આવી છે, અને તે બધી વસ્તુઓ નિર્ણયકોને સોંપવામાં આવી છે. આ સાંભળતાની સાથે સભામાં ટાંકણી પડે તો પણ સંભળાય તેવી શાંતિ છવાઈ ગઈ. હવે દેવી પોતાના ચમત્કાર દેખાડવાનું શરૂ કરવાની હતી. અને ત્યાં હજાર બધાની નજર હવે ટીવી સ્ક્રીન પર દેખાતી દેવી પર ચોટી હતી. થોડી વાર પછી તેણે ધૂણવાનું શરૂ કર્યું અને બોલવા લાગી, "અમે તમારી ચાર વાગ્યાની પૂજામાં આવ્યા. આ રવિવારે મહુરના દત્ત ભગવાને મારામાં પ્રવેશ કર્યો છે. ચાર વાગ્યાની પૂજામાં, અમે ફૂલો, પ્રસાદ,

ચાંદીના તાવીજ અને કંકુનું વિતરણ પણ કર્યું."

કેવી ચતુરાઈ ! ચમત્કારોના નામે ખોટા શબ્દાડંબરથી શ્રોતાઓના મનમાં ગૂંચવણ ઊભી કરવાની બેશરમી ! આ તેના ગામડિયા દેખાવ પાછળ છુપાયેલી ધતિંગલીલાને છતી કરે છે. ધીરે ધીરે એ અમને સ્પષ્ટ થઈ રહ્યું હતું કે આ કહેવાતી દેવી છેલ્લા ચાર-પાંચ વર્ષથી લોકોને કેવી રીતે મૂર્ખ બનાવતી હતી. આ દેવીએ પોતાની નફ્ટાઈ ચાલુ રાખી અને શ્રોતાઓને ગૂંચવવા વારંવાર ચાર વાગ્યા વાળી વાતનું રટણ ચાલુ રાખ્યું. કારણ કે ચાર વાગ્યે જ તેની પાસેથી વસ્તુઓ મળી આવી હતી અને ત્યાં જ તેની પોલ ખૂલી ગઈ હતી. પરંતુ તે હજુ પણ શબ્દોની માયાજાળ ગોઠવીને શ્રોતાઓને ગેરમાર્ગે લઈ જવાની અને એનકેનપ્રકારેણ પોતાની જાતને સાચી સાબિત કરવા સખત પ્રયત્ન કરી રહી હતી.

અમને આવું થવાની પૂરી શંકા હતી અને એટલે જ અમે તેના માટે પણ અમારા જવાબી પગલાં સાથે તૈયાર હતા. અમે દેવી સામે સવાલોનો મારો ચલાવ્યો. 'કૃપા કરીને, માતાજી, એક ચમત્કાર બતાવો. ફક્ત એક પેંડો, કે એક તાવીજ, કે તમારી પસંદગીનું કંઈપણ!' બીજા એક સ્વયંસેવકે તેમની સામે એક સવાલ મૂક્યો કે, 'માતાજી, મારી પત્ની તેના માતા-પિતાના ઘરે પ્રસૂતિ માટે ગઈ છે. તેને છોકરો થશે કે છોકરી?' દેવીએ આંખો બંધ કરી, થોડી વાર વિચાર્યું અને જાહેર કર્યું કે તેને છોકરો થશે. સ્વયંસેવકે જવાબ આપ્યો કે તેના તો હજુ લગ્ન પણ થયા નથી. તેમની આ ધડમાથા વગરની વાતો બહાર ટીવી સ્ક્રીન પર બતાવવામાં આવી રહી હતી.

બેબી રાઠોડના પતિ કિસન રાઠોડે પણ તેની પત્નીને વિનંતી કરવાનું શરૂ કર્યું, "દેવી, આપણે એક કરાર કર્યો છે. અમે તૈયારીઓ પણ કરી છે. કૃપા કરીને તમારી ચાર વસ્તુઓ પ્રદર્શનમાં મૂકો." દેવીએ કહ્યું, "આ લોકો મને હેરાન કરી રહ્યા છે. તેમણે મને કોઈ દવા ખવડાવી છે."

પરંતુ કિસનરાવ પણ પૂરા મૂડમાં હતો. "તમે તો દેવી છો. તમે તો હળાહળ વિષને પણ પચાવી શકો છો. અમે તમારા આશીર્વાદથી જ અહીં સુધી પહોંચ્યા છીએ. હે દેવી, હવે તમે અમને આમ જાહેરમાં અપમાનિત કરી રહ્યા છો." પરંતુ દેવીએ કહ્યું, "તમે તમારી આંખોથી જોયું છે કે અહીં શું થયું છે. તમે લોકોની માફી માંગી લો. હવે કોઈ ચમત્કાર થવાનો નથી."

લોકોએ આ બધી હકીકતો સાંભળી. હવે એ સાબિત થઈ ગયું હતું કે બેબી રાઠોડ પાસે કોઈ ચમત્કારિક શક્તિઓ હતી જ નહીં. ઉમેશ ચૌબેએ તેમને કહ્યું, "અમે તમને બીજી પાંચ મિનિટ આપીશું જો તમે ઈચ્છો તો પોતાને ફરી તૈયાર કરી શકો છો, પરંતુ કોઈ ચમત્કાર તમારે બતાવવો પડશે; નહીં તો તમારે

સ્વીકારવું પડશે કે તમારી પાસે કોઈ દૈવી શક્તિઓ નથી." ચૌબેજીએ અંતે જાહેરાત કરી કે બેબી રાઠોડ તેમના દાવાઓને સાબિત કરી શક્યા નથી અને આમ આ કાર્યક્રમ સમાપ્ત થાય છે.

નકલી દેવીએ પછી દસ રૂપિયાના કોર્ટ ફી સ્ટેમ્પ પેપર પર પોતાનું માફીનામું લખી આપ્યું. તેમાં તેમણે લખ્યું, "મેં દૈવી શક્તિના બળે ચમત્કાર કરવાનો અને મારા મોંમાંથી કંકુ બહાર કાઢવાનો, હવામાંથી ફૂલો, પ્રસાદ અને ચાંદીના તાવીજ કાઢવાનો કરાર કર્યો હતો. નિર્ધારિત શરતો મુજબ, હું પ્રાથમિક રાઉન્ડમાં જ સંપૂર્ણપણે નિષ્ફળ રહી. હું જાહેર કરું છુ કે મારી પાસે કોઈ દૈવી શક્તિ નથી. મારી પાસે હવામાંથી વસ્તુઓ બનાવવાની કોઈ ક્ષમતા નથી. હું સ્વીકારું છું કે હું આજ દિન સુધી લોકો સાથે છેતરપિંડી કરતી હતી. હું હવે લોકો સાથે છેતરપિંડીભર્યા ખેલ નહીં કરું. જો હું આવું કરતી પકડાઈશ, તો મારી સામે જે પણ ન્યાયિક કાર્યવાહી કરવામાં આવે તેને હું સ્વીકારીશ."

તેના પતિ કિસનરાવે પણ જાહેરમાં માફી માંગી.કાર્યક્રમ પિસ્તાળીસ મિનિટમાં પૂરો થયો. બેબી રાઠોડના શરીરમાં છુપાવેલી વસ્તુઓને પણ પ્રદર્શનમાં મૂકવામાં આવી અને આ બધી વસ્તુઓ બેબી રાઠોડે ચમત્કાર બતાવવાના નામે લોકોને છેતરવા માટે છુપાવી હતી પણ તે અનિશના કુશળ કાર્યકર્તાઓ દ્વારા ખુલ્લી પાડવામાં આવી. ત્યારબાદ તેને મંચ પરથી ગેસ્ટ રૂમમાં લઈ જવામાં આવી. તેના માટે પોલીસ સુરક્ષા ગોઠવવામાં આવી. તરત જ એક જાહેર સભા યોજાઈ. નિર્ણયકોએ તેમનો નિર્ણય જાહેર કર્યો અને સમિતિની પ્રશંસા કરી કે સમિતિએ બેબી રાઠોડ શરીરમાં છુપાયેલી ઘણી વસ્તુઓ તેમની હાજરીમાં શોધી અને બહાર કાઢી હતી. આમ બધાની સામે સાબિત થયું કે ચમત્કાર નામની કોઈ વસ્તુ નથી - આ બધું બીજું કઈ નહિ પણ હાથચાલકી માત્ર છે.

"ચમત્કાર કરો: બે લાખ રૂપિયા કમાઓ" અને "ANISનો વિજય થાઓ" જેવા નારા લગાવવામાં આવ્યા. યવતમાલમાં ખુલ્લી જીપમાં રેલી કાઢવામાં આવી અને પત્રિકાઓ વહેંચવામાં આવી. લોકોને કહેવામાં આવ્યું, "બધા ચમત્કારો એ કેવળ હાથચાલાકી છે. તે દરેક ઘટના પાછળ ચોક્કસ વૈજ્ઞાનિક કારણ હોય છે. ફક્ત પોતાની ક્ષમતામાં વિશ્વાસ રાખો અને અંધશ્રદ્ધામાં ન ફસાઓ. અંધશ્રદ્ધા છોડો અને દેશને મજબૂત કરો."આ અભિયાનમાં ભાગ લેનારાઓમાં સુરેશ અગ્રવાલ, રામચંદ્ર કાળે, એ. બી. ખાન, સુરેશ બલકોટે, રાજા કડુ, દામુ મોરે, રાજેશ દેશમુખ, ચંદ્રકાંત મેહર, અનુજ ચૌબે અને નાગપુરના કાનૂની નિષ્ણાત એડવોકેટ જે. એમ. શ્યામકુવર, લક્ષ્મીકાંત પંજાબી, રાજા આકાશ, અમરાવતીના વિલાસ શ્રીખંડે, અકોલાના સંજય ચંદનગીર અને આશોક ઘાટે,

અંજનગાંવ-સુરજીના વિનોદ અઢાઉ અને કમલકાંત લાડોલે, કામ્પટીના જયનારાયણ શ્યામકુવર, નારાયણ સોનવને અને વિનોદ નાયડુ, વર્ધાના રાજુ અગ્રવાલ અને નીતિન છજ્જડ, ચંદ્રપુરના હરિભાઉ પાથોડે, યવતમાલના પ્રો. આશોક રાણા, દશરથ મડવી અને અતુલ મકોડે અને સમિતિના અન્ય ઘણા સભ્યો સામેલ હતા. સેંકડો અન્ય કાર્યકર્તાઓએ આ અભિયાનને સફળ બનાવવા માટે સખત મહેનત કરી.

12

મૃતાત્મા-પ્રેતાત્મા સાથે સંવાદ કરવાનો દાવો કરનાર ભગતસિંહ

ખોપડી અને હાથના હાડકાનો ટેલીફોન બનાવી મૃતાત્માઓ-પ્રેતાત્માઓ સાથે પોતે સંવાદ કરી શકે છે તેઓ ડોળ કરનાર પાખંડી ભગતસિંહ બઘેલ બાબાનો સફળતાપૂર્વક ભાંડો ફોડનાર નાગપુર અખિલ ભારતીય અંધશ્રદ્ધા નિર્મૂલન સમિતિએ તેને જેલના સળિયા પાછળ ધકેલી દીધો. અઘોર સંપ્રદાયમાં કેટલીક ભયાવહ ધાર્મિક વિધિ વિધાનો હોય છે જેમાં તેઓ કપાળ ઉપર ભસ્મ એટલે કે મડદાની રાખ લગાવતા હોય છે અને મૃતદેહનું ભક્ષણ પણ કરતા હોય છે. ઉત્તર પ્રદેશમાં આવા અઘોરીઓ ખાસ્સા પ્રમાણમાં જોવા મળે છે. ભગતસિંગ સૂરજસિંગ બઘેલ પોતે અઘોરી છે તેવી જાહેરાત કરતો અને ભૂત, પ્રેત, ભટકતી આત્માઓ અને મૃતાત્માઓ સાથે પોતે વાતચીત કરી શકે છે તેવી બનાવટ કરતો. આ માટે તેણે માનવ ખોપડી અને હાથના હાડકાનો ટેલીફોન બનાવ્યો હતો. અંધશ્રદ્ધાળુ વિષ્ણુ ડોંગરે અને તેની પત્ની લલિતા બઘેલ બાબાને પહેલી વાર મળ્યા ત્યારે તેનાથી પ્રભાવિત થઈ ગયા. થોડા વર્ષો પહેલા વિષ્ણુ અંધ બન્યો હતો અને તેના નાના ભાઈ પ્રકાશે તેના જીવન નિર્વાહ માટે તેને દુકાન ખોલી આપી હતી. તેની આંખોના અંધાપાની સારવાર પાછળ 20,000 જેટલી રકમ ખર્ચાઈ ગઈ હતી. પરંતુ ડોક્ટરો પાસે તેણે આધુનિક વૈજ્ઞાનિક પદ્ધતિથી સારવાર કરાવી, છતાં તેની આંખોની દ્રષ્ટિ પાછી આવશે જ તેવું કોઈ આશ્વાસન ડોકટરો નહોતા આપી શક્યા.

પોતાના જીવનનિર્વાહ માટે તેણે નાગપુર સ્થિત વિદર્ભ ક્રિકેટ એસોસિએશનના મેદાનમાં દૂધ વેચવાની હાટડી ઊભી કરી હતી. હજારો રૂપિયા ખર્ચ કરતાં પણ તે પોતાની આંખોની દ્રષ્ટિ પાછી ના મેળવી શક્યો જેથી તે ખૂબજ હતાશ થઈ ગયો હતો. તેની હતાશા બેવડાઈ જ્યારે તેનો ધંધો પણ સારી રીતે ચાલતો નહોતો. એક દિવસ તેને તેનો જુનો મિત્ર મળ્યો જે કોઈ ચમત્કારી તાંત્રિક બાબાને જાણતો હતો. આ તાંત્રિક બાબા ચમત્કાર કરી શકતા હતા અને તેમના પોતાના ઘર આગળ જ દરબાર ભરતા જ્યાં તમણે એક આભાસી સ્મશાનની રચના કરેલી હતી. જો કોઈ પરલૌકિક કે આધીભૌતિક નડતર હશે તો તે દૂર થઈ જશે તેવું મિત્રએ જણાવ્યું. આટલુજ નહી પરંતુ તેને આશ્વાસન આપ્યું કે બાબાની ચમત્કારી તાંત્રિક વિધિથી વિષ્ણુ તેની ગુમાવેલી દ્રષ્ટિ પણ પાછી મેળવી શકશે. અને બધેથી હારી ગયેલો વિષ્ણુ આ ચમત્કારી તાંત્રિકના દરબારમાં પોતાનું નસીબ અજમાવવા માટે તૈયાર થઈ ગયો.

A demonstration of a miracle before the Police

આ સમય ગાળામાં દેવી-દેવતાઓ તેના સ્વપ્નમાં આવતા અને વાતો કરતા. તેઓ કોઈ નિશ્ચિત તારીખની વાત કરતા અને તે નિશ્ચિત તારીખે કોઇ દુર્ઘટના ઘટશે એવું જણાવતા. પરિવારના બે વ્યક્તિઓના મૃત્યુ પછી ભયાવહ સ્વપ્નો આવતાં હતા તેનાથી વિષ્ણુ ખૂબ ગભરાઈ ગયો હતો. એક સ્વપ્નમાં

દેવીએ વિષ્ણુને ૩૦મી ડિસેમ્બર ૧૯૯૩ની તારીખ આપી. દેવી જાણેકે યમની સંદેશ વાહક હતી. તેના મિત્રોએ તેને સલાહ આપી કે તાંત્રિક વિધિ થકી ઘરને પ્રેતાત્માઓથી મુક્ત કરવું પડશે. આમ વિષ્ણુ અને તેની પત્ની બાબાના દરબારમાં ઉપસ્થિત થયા. તેની પત્ની લલિતા વળી સગર્ભાવસ્થામાં હતી જેનાથી વિષ્ણુના ટેન્શનમાં વધારો થયો. તે સુનિશ્ચિત કરવા માગતો હતો કે દેવીએ જે તારીખ આપી છે અને ભવિષ્ય ભાખ્યું છે તે ખોટું પડવું જોઈએ.

બઘેલ બાબાનો દરબાર મધ્યસ્થ રેલ્વેની માલિકીના બંગલા આગળના પટાંગણમાં ભરાતો હતો. રેલ્વે ક્વાટર્સમાં બાબાએ પોતાની પ્રસિદ્ધિ આગવી રીતે ફેલાવેલી હતી. વિષ્ણુના આગમનની તેમને જાણ કરવામાં આવી. જેવું આ દંપત્તિ અંદર પ્રવેશ્યું કે તરત જ ડર જન્માવે તેવા સ્વરમાં તે બોલ્યો, “બાળક તું અંધ છે. તારો ધંધો સારી રીતે ચાલતો નથી. તારી પત્ની સગર્ભા છે અને અને તને ચિંતા છે કે કાળાજાદુ થી તારું બાળક મૃત્યુ પામશે.” આમ વિષ્ણુને પૂરેપૂરો પ્રભાવિત કર્યા પછી તેણે આગળ બોલવાનું ચાલુ રાખ્યું, “ચિંતા કરીશ નહીં. તું બાબાના દરબારમાં આવ્યો છે. હું હમણાં જ અહીંયા સ્મશાનભૂમિને ઉપસ્થિત કરું છું.”

આ સાથે જ બાબાએ મન્ત્રોચાર શરૂ કર્યા અને જમીન ઉપર પાણીનો છંટકાવ કર્યો અને કંઈક એવું કર્યું જેથી જમીનમાંથી આગની જ્વાળાઓ બહાર આવવા લાગી. વિષ્ણુતો જ્વાળાઓ ના જોઈ શક્યો પરંતુ તેની પત્ની તે જોઈ શકી અને અત્યંત ગભરાઈ ગઈ. થોડીવારમાં જ આગની જ્વાળાઓ શમી ગઈ. ત્યારપછી બાબાએ ગ્લાસ ભરેલુ પાણી વિષ્ણુના ચહેરા પર છાંટ્યું અને મોટેથી કંઈક વિચિત્ર અવાજ કાઢ્યો અને કહ્યું, “જો સ્મશાન ભૂમિ સાક્ષાત અહીં ઉપસ્થિત થઈ છે અને અગ્નિસૈયા માંથી આત્મા પ્રગટ થયો છે. જેની સાથે હવે હું વાતચીત કરીશ.”

બાબાએ હાથમાં હાથનું હાડકું લીધું અને ખોપડી લીધી અને વાતચીત કરવાનું શરૂ કર્યું, “ હેલો!! હા ત્યારે, પ્રેતાત્માએ વિષ્ણુની દુકાનમાં ઘેરો ઘાલ્યો છે એમ? સારું ત્યારે, તેને હું મારા તાબામાં લઈ લઈશ!! વશમાં કરીશ!! મારા માટે શું હુકમ છે? વિષ્ણુનું જીવન સારું થઈ જશે? સરસ તો હું એને જણાવું છું.”

વાતચીત આમ પૂરી થઈ અને તેણે હાડકાને ખોપડી ઉપર મૂકી દીધું જેમ કોઈ રિસીવર મુકે તેમ અને ચાલુ વાતચીત જેમ ફોન ડિસકનેક્ટ થાય તેમ ડિસ્કનેક્ટ થઈ ગઈ. તેણે વિષ્ણુને કીધું કે બધું જ સારું થઈ જશે પરંતુ ₹2,000 નો ખર્ચ થશે. વિષ્ણુ શાંત હતો પરંતુ તેની પત્નીએ તો તેની આંખોની સામે ચમત્કાર થતો નિહાળ્યો હતો. તેણે બાબાને વિનંતી કરી કે તમે તમારી ચમત્કારી વસ્તુથી મારા પતિનું નિદાન કરો તેને સાજો કરો અને અમારા બેવના જીવનમાં

શાંતિ લાવો. ત્યારબાદ તેણે બાબાના હાથમાં 500 રૂપિયા મૂક્યા અને વચન આપ્યું કે બાકીની રકમ તે પાંચમી ડિસેમ્બર 1993 ના રોજ અથવા બરાબર એક મહિના પછી આપી દેશે. બાબાએ મહિના પછી મુલાકાત લેવાનો હુકમ કર્યો અને છુટા પડતી વખતે ચેતવણી ઉચ્ચારી કે, "ધ્યાન રાખજો, મળવાનું ચૂકતા નહીં, નહીંતો કશુંક અજુગતું બનશે અને ત્યારપછી કોઈ કશું જ નહીં કરી શકે. બાબાના દરબારમાંથી જ્યારે તેઓ નીકળી રહ્યા હતા ત્યારે વિષ્ણુનું માથું તમ્મર આવ્યા હોય તેમ ડોલતું હતું. તેના સ્વપ્નમાં આવેલી દેવીએ તેને 30 ડિસેમ્બર 1993 ની તારીખ આપેલી હતી.

બાબાના દરબારની મુલાકાત લીધા બાદ વિષ્ણુની દુકાન ધંધા-પાણીમાં માં કોઈ ફેર પડ્યો નહીં પરિસ્થિતિ એવી ને એવી જ હતી અને આખો દિવસ તે સતત અજંપામાં રહ્યા કરતો હતો. જ્યારે વિષ્ણુના નાનાભાઈ પ્રકાશે 500 રૂપિયા કોઈ અઘોરી તાંત્રિક બાબાને આપવામાં આવ્યા છે તે વાત સાંભળી તો તે એકદમ ઉદાસ થઈ ગયો. કારણકે એક બાજુ દુકાનમાંથી કોઈ આવક થતી નહોતી અને નુકસાન થઈ રહ્યું હતું અને બીજી બાજુ 500 રૂપિયા જેવી રકમ આવી રીતે બાબાને આપી દેવામાં આવી છે. જો બાબા પાસે ખરેખર જ કોઈ ચમત્કારી શક્તિ હોય તો પછી બાબા અખિલ ભારતીય અંધશ્રદ્ધા નિર્મૂલન સમિતિનો પડકાર કેમ સ્વીકારતા નથી. જો એ પડકાર સ્વીકારે તો તે બે લાખ રૂપિયાનું રોકડ ઇનામ મેળવી શકે કારણ કે દિવાલ ઉપર જાહેરાત સૂત્ર સ્પષ્ટ રીતે નિર્દેશ કરી રહ્યું હતું કે "ચમત્કાર કરી બતાવો અને બે લાખ રૂપિયા જીતો." વિષ્ણુનો નાનો ભાઈ પ્રકાશ અખિલ ભારતીય અંધશ્રદ્ધા નિર્મૂલન સમિતિની ચમત્કારનો પર્દાફાસ પ્રવૃત્તિઓ જાણતો હતો.

વિષ્ણુ હવે એક મોટી દ્વિધામાં ફસાયો હતો. હવે તે એવું વિચારી રહ્યો હતો કે શું તેને મૂર્ખતો નથી બનાવવામાં આવી રહ્યો? તેણે સમિતિ (અખિલ ભારતીય અંધશ્રદ્ધા નિર્મુલન સમિતિ) નો ફોન નંબર અને સરનામું ક્યાંકથી મેળવી લીધું અને તેણે સમિતિમાં ફોન કર્યો.

"હેલો !! મારું નામ વિષ્ણુ ડોંગરે છે અને હું મુશ્કેલીમાં છું. હું તમને મળવા માગું છું. તમારી ઓફિસ ક્યાં આવેલી છે?"

"તમે કોટન માર્કેટમાં આવજો અને કોઈને પણ પુછજો. તમે ત્યાં આવજો અને આપણે શાંતિથી વાત કરીશું." બાબુજી (ઉમેશ ચોબેજી)એ વિષ્ણુને કહ્યું, જેના પ્રત્યુતરમાં વિષ્ણુએ જવાબ આપ્યો, "સાહેબ હું અંધ છું. અને એજ મોટી સમસ્યા છે." "કંઈ વાંધો નહીં ત્યારે. તમે મને તમારું સરનામું આપો. અમે તમારા ત્યાં આવીશું."

ઉમેશજી અને હું વિષ્ણુની દુકાને પહોંચ્યા અને ત્યાં તેણે માંડીને સઘળી હકીકતો અમને જણાવી. વિષ્ણુએ જે પણ કહ્યું તેનાથી અમને તો કોઈ આશ્ચર્ય ના થયું પરંતુ અમે એ બાબત ખાસ નોંધીકે તેની પત્ની લલિતા અમારી વાતચીતમાં જરાય સહભાગી થતી નહોતી. વિષ્ણુએ તેની તમામ કથણી વિસ્તારથી વર્ણવ્યા બાદ - સ્વપ્નમાં પેલી દેવીએ આવી અને તેને કોઈ તારીખ આપી હતી ત્યારથી શરૂ કરીને બાબાના દરબારમાં જઈને જે ચમત્કારીક વિધિ કરી ત્યાં સુધીની તમામ હકીકતો જણાવી. વિષ્ણુએ કહ્યું, “જુઓ સાહેબ હું આ બધી વસ્તુઓમાં કોઈ વિશ્વાસ કરતો નથી પરંતુ મારી પત્ની આ બધામાં શ્રદ્ધા રાખે છે. મારા પિતા શંકરરાવને પણ આ બધી બાબતોમાં શ્રદ્ધા હતી અને આ બધી બાબતોને લીધે જ મારી જમણી આંખ મેં ગુમાવી દીધી. હવે પ્રશ્ન એ છે કે : હવે શું કરવું જોઈએ? કારણ કે 30મી ડિસેમ્બર નજીક આવી રહી છે અને અમને સતત ભય લાગ્યા કરે છે કે કશુંક અજુગતું બનશે.”

વિષ્ણુએ પોતાની સમસ્ત હકીકતો કહી દીધી ત્યાર પછી તેને બહુ સરસ રીતે સમજાવ્યું કે જો ભાઈ, આ દુનિયાની અંદર કોઈએ પણ અત્યાર સુધીમાં કોઈપણ પ્રકારનો ચમત્કાર કર્યો નથી. ચમત્કારની જે પણ વાતો ફેલાવવામાં આવે છે તે કેવળ અંધશ્રદ્ધા હોય છે. કેટલાક પાખંડીઓ આપણા સમાજમાં હોય છે કે જેઓ આવી અંધશ્રદ્ધાઓ ધરાવતા ભોળા લોકોનું શોષણ કરતાં હોય છે. તમારી આગળ બાબાએ જે કંઈ ચમત્કાર કરી બતાવ્યો એ એક પ્રકારનું જુઠ્ઠાણું અને ચાલાકી હતી. બાબાએ જે આગની જ્વાળાઓ પ્રગટાવી તે કેમિકલના ઉપયોગ દ્વારા પ્રગટાવવામાં આવી હતી નહીં કે કોઈ જાદુમંતર કે મંત્ર તંત્ર થકી. તારા સ્વપ્નમાં દેવી આવે છે તે પ્રશ્ન બાબત તો અમે તને એવી જ સલાહ આપીશું કે તારે કોઈ સારા મનોચિકિત્સક ને મળવુ જોઈએ અને તેનું માર્ગદર્શન મેળવવું જોઈએ. આમ અમે તેને આશ્વાસન આપ્યું કે તને ફરી કોઈ પણ પ્રકારના આવા સ્વપ્નો નહીં આવે અને 30મી ડિસેમ્બરે કોઈનું પણ મૃત્યુ નથી થવાનું. આમ તેને સમજાવીને, સાંત્વના આપીને અમે તેની રજા લીધી.

સમિતિની ઓફિસમાં અમે એક મીટીંગનુ આયોજન કર્યું. એવું સામૂહિક રીતે નક્કી કર્યું કે આ બાબાના પાખંડનો ભાંડો ફોડવો. અમારી સમિતિના સક્રિય સભ્ય એવા બંડુ જંબુલકરને અમે બાબા જોડે એક ખોટા દર્દી તરીકે મોકલ્યા. તે દરમિયાન લલિતાની પ્રસુતિની તારીખ પણ નજીક આવી રહી હતી અને વિષ્ણુ લલિતાને ડોક્ટર જોડે લઈ ગયો હતો. અમે તેને ફરીથી આશ્વાસન આપ્યું. તેણે જણાવ્યુકે પ્રસુતિ એકદમ નોર્મલ હતી.

આટ આટલું આશ્વાસન આપવા છતાં જ્યારે 30મી ડિસેમ્બર નજીક આવી ત્યારે વિષ્ણુનું ટેન્શન ખૂબ જ વધી ગયું હતું. પરંતુ તે દિવસે પણ સૂર્ય તો રોજની

જેમ અસ્ત થયો. આખરે વિષ્ણુ તેના ભય માંથી મુક્ત થયો, ઉગરી ગયો. તેણે અમને ફોન કર્યો અને કહ્યું, "દેશમુખ સાહેબ, જે સ્વપ્ન મને આવ્યું હતું તે ખોટું સાબિત થયું છે. કશુંજ થયું નહીં અને હવે હું તૈયાર છું આ બાબાના કારસ્તાનનો પર્દાફાસ કરવા માટે. બસ હું તમારી સુચનાની રાહ જોઈ રહ્યો છું."

બીજે દિવસે પહેલી જાન્યુઆરી ૧૯૯૪ના દિવસે બપોરે જાંબુલકર અને વિષ્ણુ બન્ને સાથે બાબાના દરબારમાં ગયા અને જણાવ્યું કે તેઓ પોતે વિષ્ણુના ભાઈ છે. પ્રેતાત્મા સાથેની વાતચીતનું પાખંડ બાબા દ્વારા આચરવામાં આવ્યું અને કહેવામાં આવ્યું, "સાંજે ₹500 લેતા આવજો અને સાથે 500 ગ્રામ પેંડા, અગરબત્તી, નારિયેળ, બે લીંબુ, થોડી કપૂરની ગોટી અને અડધી બોટલ મદિરા પણ લેતા આવજો અને જાણજો કે તમારો વિજય નિશ્ચિત છે."

તે દરમિયાન સમિતિએ કેટલીક અતિ જરુરી ગુપ્ત માહિતીઓ પણ એકઠી કરી. સીતાબુલડી પોલીસ સ્ટેશનમાં એક ફરિયાદ પણ દાખલ કરવામાં આવી અને એક ચોક્કસ યોજનાને આકાર આપવામાં આવ્યો જેથી કરીને બાબા ના દરબારમાં વિધિવત રીતે સાંજે રેડ પાડવામાં આવે. સબ ઇન્સ્પેક્ટર એસ.જે.પવાર, મહિલા સબ ઇન્સ્પેક્ટર એસ.આર.ભોવાટે પણ તેમના ઉપરી અધિકારીશ્રી ગંગાધર પાટીલ સાથે રેડ કરવા માટે હાજર રહ્યા.

બાબાએ જે જે સામગ્રીઓની યાદી બનાવેલી હતી અને લાવવાનું કહ્યું હતું તે પણ લાવવામાં આવી અને અંધ વિષ્ણુ પણ બાબાના દરબારમાં બંદુ જાંબુલકર સાથે પહોંચી ગયો. પ્રેતાત્મા સાથે ફોનમાં થતી વાતચીતનું નાટક બાબા દ્વારા આચરવામાં આવ્યું. વિષ્ણુએ બાબાને ₹ 500 ની ચલણી નોટો આપી જેના સીરીયલ નંબરો પોલીસ સ્ટેશનમાં પહેલેથી નોંધી દેવામાં આવ્યા હતા. પ્રેતાત્મા સાથે વાતચીત શરૂ થઈ અને ત્યાર પછી કહેવાતા કર્મકાંડ, વિધિ-વિધાનો પણ કરવામાં આવ્યા. અગાઉની જેમ સ્મશાનભૂમિ પણ ઉપસ્થિત કરવામાં આવી. બરાબર એ જ સમયે ઇશારો કરવામાં આવ્યો અને હાજર પોલીસ અને સમિતિના મેમ્બરોએ ત્યાં રેડ પાડી દીધી. બાબા ભગતસિંગ સુરજસિંહ બઘેલ કે જેમણે તેમના ઘરની આગળ સ્મશાનભૂમિ પોતાના ચમત્કાર દ્વારા ઊભી કરી હતી અને પોતે ખોપડી અને હાથના હાડકાનો ટેલીફોન બનાવીને જે રીતે પ્રેતાત્માઓ સાથે વાતચીત કરતા હતા.. મૃદાત્માઓ સાથે વાતચીત કરતા હતા.. તેમની ત્યાં તરતજ ધરપકડ કરી લેવામાં આવી. તેમની સાથે તેમના સાથીદાર બાબુરાવ શંકર ચૌધરીને પણ સીતાબુલડી પોલીસ ધ્વારા ઝડપી લેવામાં આવ્યો. સમિતિ દ્વારા આ ભંડાફોડ ઘટનાને સતત એક અઠવાડિયા સુધી પ્રસારિત કરવામાં આવી અને આ રીતે જે બનાવટ અને છેતરપીંડી આચરવામાં આવી તેને ઉજાગર કરવામાં આવી જેથી અન્ય લોકો તેનો ભોગ ના બને.

પોલીસ ધ્વારા બાબાની જગ્યાએથી કેટલીક ખોપડીઓ, હાડકા, તલવાર, બે છરી, એક ભાલો, દારૂની બે બોટલ, પોટેશિયમ પરમેંગેનેટ, ગિલિસરીન, લીંબુ, નારિયેળ અને દદીં દ્વારા આપવામાં આવેલા 500 રૂપિયાની ચલણી નોટો જપ્ત કરી અને મુંબઈ પોલીસ એક્ટની સેક્શન સાત હેઠળ ડ્રગ્સ અને જાદુ ટોણાનો ઉપયોગ કરવો અને સેક્શન ૧૩૫ હેઠળ દારૂ રાખવો તેમ કાયદેસરની ધરપકડ કરવામાં આવી અને તેમને પોલીસ સ્ટેશનમાં સળિયા પાછળ ધકેલી દેવામાં આવ્યા. તે દિવસે અમે નવા વર્ષની ઉજવણી બઘેલ બાબાના પાખંડનો પર્દાફાસ દ્વારા કરી.

પોલીસ સ્ટેશનની અંદર બાબાને એવું કહેવામાં આવ્યું કે તમે મંત્રો દ્વારા આ પોલીસ સ્ટેશન ની અંદર આગની જવાળાઓ પ્રખટાવો. જ્યારે તેવીજ યુક્તિ નો મેં પોતે ઉપયોગ કર્યો - પોટેશિયમ પરમેંગેનેટ અને ગ્લિસરીનને ભેગું કરીને - કોઈપણ મંત્ર વગર જવાળા પ્રગટાવી ત્યારે બાબા જે પાખંડ આચરતા હતા તેનો ભાંડો ફૂટી ગયો.

પોલીસ સ્ટેશનના અધિકારીઓ અને સબ ઇન્સ્પેક્ટરશ્રીઓ સાથે કોન્સ્ટેબલ સુરેશ વાનારે, ભગવાન, ધ્યાનેશ્વર તેમ્ભુરણે, વિજય ગાયકવાડ અને મેજર રામચંદ્ર કાલે પણ આ ઘટનામાં સહભાગી થયા હતા.

13

ભૂતનો ભય ફેલાવનાર - શમસુદ્દીન કાદરી

કાદરી બાબા બુલઢાણા જિલ્લાના ચિખલીથી ત્રીસ કિલોમીટર દૂર વાલાણી ગામમાં ગોરખધંધા ચલાવતો હતો. તે દાવો કરતો કે તેની પાસે જાદુઈ શક્તિઓ છે અને લોકોને મારી નાખવાની ધમકી આપતો. તે કહેતો કે અજમેરના ખ્વાજા તેના શરીરમાં પ્રવેશે છે. મોઈનુદ્દીન શમસુદ્દીન કાદરી નામે કુખ્યાત આ માણસ લોકોને ધમકાવવા અને ગાળો આપવાનું કામ કરતો.

એવી અફવા હતી કે તેની ભયંકર અને અમાનવીય વિધિઓથી તેરથી વધુ લોકોનાં મોત થયાં. તેણે પોતાના ભક્તો પર દૈવી શક્તિઓ હોવાનો દાવો કરીને પકડ જમાવી હતી. જ્યારે બીમાર લોકો તેની પાસે આવતા, ત્યારે તે તેમને લીંબુ, પાણી, તાવીજ અને દોરા- ધાગા આપીને પોતાની અલૌકિક શક્તિઓ બતાવતો. તે પોતાના ભક્તોને ઉપદેશ આપતો અને ગામના લોકોને ગાળો બોલતો. ઉપદેશ પછી, કવ્વાલીની કેસેટ વગાડવામાં આવતી અને તે ભૂતનો ડર બતાવવાનો ખેલ શરૂ કરતો. કેટલાક બીમાર લોકો પણ ઉન્માદમાં ધુણવા લગતા. આ દરમિયાન, બાબા તેમને લાત મારતો અને કહેતો, "તું જાદુના સાયામાં છે, અને લે હવે મારી લાતો સહન કર." એવું ચર્ચાતું હતું કે આવી ક્રૂર સારવારથી તેર જેટલા લોકોનાં મોત થયાં હતાં. મને નાગપુરમાં આ બાબા વિશે જ્યારે માહિતી મળી એટલે મેં તુરંત જ અકોલા જિલ્લાના વિદર્ભના આયોજક અશોક ઘાટેને આ બાબા વિશે માહિતી શોધવા કહ્યું. આ માણસની તપાસ કરીને તેનો પર્દાફાશ કરવો જરૂરી હતો. તેથી, સમિતિની ગુપ્ત ટીમ ગુપ્ત પ્રવાસે રવાના થઈ.

બાબાનો પરિચય:

બાબાએ ૧૯૮૦માં મેટ્રિકની પરીક્ષા આપી હતી અને શિક્ષણમાં બે વર્ષનો ડિપ્લોમા કોર્સ કર્યો હતો. તેણે ચિખલી મ્યુનિસિપલ કમિટીની પ્રાથમિક ઉર્દૂ શાળામાં શિક્ષક તરીકે પણ કામ કર્યું હતું. શિક્ષક તરીકેની નોકરી દરમિયાન તે એક વર્ષ માટે મેડિકલ રજા પર હતો. તે સમયે તેણે નોકરી છોડી દીધી અને જાદુગર તરીકેની કારકિર્દી શરૂ કરી. ચાર વર્ષ પહેલાં તેનું લગ્ન થયું હતું અને તેને બે બાળકો પણ હતાં. બાબા પોતાના પરિવાર સાથે આશ્રમમાં રહેતો હતો.

બાબા દર્દીઓને કહેતો, "તારા હાથ અને પીઠમાં દુખાવો થાય છે અને તને શરીરમાં નબળાઈ લાગે છે. હવે, હું જ બધું કહું કે તું જાતે પણ કંઈક કહીશ?" આ સાંભળીને દર્દી પોતાની સમસ્યા વિશે વાત કરતો. બાબા દર્દીના ચહેરા પર લીંબુ ફેરવીને તેને બે ભાગમાં કાપી નાખતો અને ફેંકી દેતો. બીજું લીંબુ દર્દીએ રાખવાનું હતું. આંખો બંધ કરીને, બાબા પ્રસાદ તરીકે લાવેલી ખાંડની ગોળીઓ, નાળિયેર, દોરા અને લીંબુને સ્પર્શ કરીને જાહેર કરતો, "મેં આ બધામાં દૈવી શક્તિ ભરી દીધી છે. આ બધું વાપર, એટલે તું સો ટકા સાજો નરવો થઈ જઈશ."

બાબાના આશ્રમમાં એક કૂવો હતો. તે કૂવામાં એક મહિલાનો મૃતદેહ મળ્યો, જેનાથી બાબાની ઠગાઈ લોકોના ધ્યાનમાં આવી. આ મહિલા થોડા મહિનાઓથી બાબા પાસે આવતી હતી, દરબારમાં નિયમિત હાજરી આપતી અને સારવાર કરાવતી હતી. ઘણા દર્દીઓ દરબારમાં રાત્રે રોકાતા, પોતાનું ભોજન બનાવતા અને બાબાના આશીર્વાદની આતુરતાથી રાહ જોતા. મૃત મહિલાનો મુદ્દો ચર્ચામાં આવ્યો, પરંતુ અજાણ્યા કારણોસર પોલીસે આ રહસ્યમય મોત પર આંખ આડા કાન કર્યા. કોઈએ આ ખતરનાખ બાબા વિરુદ્ધ બોલવાની હિંમત ન કરી. બાબાએ 'દરબાર-એ-ગુલામ-એ-ગૌસિયા' નામે ટ્રસ્ટ બનાવ્યું હતું, જેનો ઉપયોગ તે લોકોને લૂંટવા માટે કરતો હતો.

ANISએ બાબાને કેન્સર, લકવો, ટીબી, અપંગ અંગો અને અંધત્વ જેવા અસાધ્ય રોગોના દર્દીઓને સાજા કરવાનો પડકાર ફેંક્યો. તેને પોતાની દૈવી શક્તિઓ સાબિત કરવા માટે કહેવામાં આવ્યું. ANISના વકીલ ગણેશ હલકરે દર્દીના વેશમાં બાબા પાસે ગયા. તેમણે બાબાને કહ્યું, "મારી તબિયત સારી નથી. મને વારંવાર માથું દુખે છે અને ચક્કર આવે છે."

બાબાએ જવાબ આપ્યો, "આ તો સામાન્ય વાત છે. જો તું સાજો થવા માંગે છે, તો બાબાના શરણમાં આવ. મને ખુશ કરવા માટે હમણાં સાઈઠ રૂપિયા દક્ષિણા આપ અને ફરી છ હજાર રૂપિયા લઈને પાછો આવ." પછી તેણે હલકરેના શરીર પર લીંબુ ફેરવી, તેને કાપીને લાલ રંગનું પાણી બતાવ્યું.

હલકરે બાબાની ચાલબાજીઓ જાણી લીધી. સમિતિએ બાબા વિરુદ્ધ પોલીસ ફરિયાદ કરવાનું નક્કી કર્યું. શરદ વાનખડે, અશોક ઘાટે અને ગણેશ હલકરે

પોલીસ સ્ટેશનમાં ફરિયાદ નોંધાવી. જ્યારે પોલીસે બાબાના દરબાર પર દરોડો પાડ્યો, ત્યારે બાબા દર્દીઓને મારતો અને ગાળો બોલતો હતો. પોલીસે ગણેશ હલકરેએ આપેલા સાઇઠ રૂપિયા અને બાબાની જાદુઈ પ્રવૃત્તિઓ સાથે સંબંધિત અન્ય સામગ્રી જપ્ત કરી.

મોઈનુદ્દીન શમસુદ્દીન કાદરીને ૧૯૫૪ના ડ્રગ્સ એન્ડ મેજિક રેમેડીઝ એક્ટ હેઠળ ધરપકડ કરવામાં આવી. બાબાની લીંબુમાંથી લાલ રસ કાઢવાની ચાલબાજીનો પર્દાફાશ થયો, એટલે કે જેમાં તેણે ચપ્પુ ઉપર મિથાઈલ ઓરેન્જ નામનો રંગ લગાડ્યો હતો, જે એસિડના સંપર્કમાં આવતાં લાલ થઈ જાય છે.

જ્યારે પોલીસે બાબાની ધરપકડ કરી અને હિરાસતમાં લીધો, ત્યારે અન્ય લોકોએ પણ તેના કરતૂતો વિશે બોલવાનું શરૂ કર્યું. સમિતિએ પત્રિકાઓ વહેંચી, જેમાં બાબાના અલૌકિક શક્તિના દાવાઓને પડકારવામાં આવ્યા. આમ લોકોમાં જાગૃતિ આવી અને બાબાનું વર્ચસ્વ ખતમ થયું. લોકોને ખબર પડી કે તેની પાસે કોઈ દૈવી શક્તિ નથી.

જ્યારે બાબાને જામીન પર છોડવામાં આવ્યો, ત્યારે સમિતિને ખબર પડી કે તે ફરીથી દરબાર શરૂ કરવાની તૈયારીમાં છે. અમે નાગપુરમાં ડેપ્યુટી ઈન્સ્પેક્ટર જનરલ શ્રી ચૌધરીને મળ્યા અને શમસુદ્દીન કાદરી વિરુદ્ધ નવી ફરિયાદ નોંધાવી, જેના કારણે તેની ફરીથી ધરપકડ થઈ. અકોલામાં એક જાહેર સભાનું આયોજન કરવામાં આવ્યું, જ્યાં સંજય ચંદનમીર, શરદ વાનખડે અને અશોક ઘાટેએ સ્ટેજ પર પ્રયોગો કરીને બતાવ્યું કે ચમત્કાર જેવી લાગતી વસ્તુઓ માત્ર ચતુરાઈભરી ચાલબાજી છે. તેમણે લોકોને સમજાવ્યું, "લીંબુમાંથી લોહી નીકળી શકે નહીં. આ ફક્ત હાથચાલાકી છે. અગ્નિ પ્રગટાવવો પણ વૈજ્ઞાનિક યુક્તિ છે; તે પોટેશિયમ પરમેંગેનેટ અને ગ્લિસરીનની પ્રતિક્રિયાથી થાય છે. લીંબુમાંથી ચમત્કાર બતાવવાનો પ્રયાસ પણ ચાલબાજી હતી."

અમારા પ્રયાસોથી બુલઢાણા જિલ્લાના વાલણી ગામમાં લોકોમાં ચર્ચાઓ શરૂ થઈ.અખબારોએ આ મુદ્દાનો સારો એવો પ્રચાર પ્રસાર કર્યો, જેનાથી કાદરી બાબા પાસે નાસી છૂટવાની કોઈ જગ્યા ન રહી. લોકોએ તેને સવાલો કરવાનું શરૂ કર્યું. પોલીસે પણ તેનો સતત પીછો કર્યો, જેનાથી તેની મુશ્કેલી વધી.

ગામના ગરીબ લોકોએ સમિતિના સભ્યોને મળીને તેમના પ્રયાસો બદલ આભાર માન્યો. ગામમાં ભયનું સામ્રાજ્ય સ્થાપનાર બાબા હવે નિર્બળ થઈ ગયો હતો અને આખરે તેણે પોતાનો દરબાર બંધ કર્યો. છેલ્લે મળેલ માહિતી પ્રમાણે તે હવે ગામ છોડીને ભાગી ગયો છે. આને આમ આ ગોરખધંધાના અંત આવવાથી ગામ હવે વધુ ખુશહાલ બન્યું છે.

****

14
જલીલ બાબા

જલીલ બાબા નામના એક બાબા નાગપુરના સ્વાગત નગરમાં રહેતા હતા. તેઓ કહેતા

કે, "હું તમારી બધી ઈચ્છાઓ પૂરી કરી શકું છું. ભૂત-પ્રેતની સમસ્યા હોય કે તમારા

અધૂરા સપના, પરમ સત્તા સાથે મારો સીધો સંબંધ છે, જે બધાની ઈચ્છાઓ પૂરી કરે છે." પરંતુ જ્યારે અખિલ ભારતીય અંધશ્રદ્ધા નિર્મૂલન સમિતિની મદદથી પોલીસે તેમને જેલમાં બંધ કર્યા ત્યારે આવા બણગાં ફૂંકનાર બાબા પોતાની જાતને કેદ માંથી મુક્ત ન કરી શક્યા.

સમગ્ર દેશમાં હજારો બની બેઠેલા બાબાઓ પોતાના ભક્તોના ભોળપણનો ફાયદો ઉઠાવતા હોય છે. તેમાંના આ એક જલીલ બાબા પણ હતા. કે જે ભક્તોના મન-હૃદયમાં ભય સંચારિત કરવા અવનવી નિમ્ન કક્ષાની તરકીબો અપનાવતા. અને તે પોતાની પાસે દૈવી શક્તિ છે અને તેઓ ભગવાન શંકર સાથે સીધી વાત કરી શકે તેવો દાવો કરતા. આટલું જ નહીં જો બાબાની વાત અન્ય દેવતાઓ ના માને તો ભગવાન શંકર આદેશ ન માનનાર દેવને ઘૂંટણીયે પડતા અને બાબાનો આદેશ માનવા ફરજ પડતા. લોકો આવી વાતો પર આંખ બંધ કરીને વિશ્વાસ કરતા.

બાબા કહેતા કે તેમની રક્ષા હનુમાનજી કરે છે અને તેમણે ૧૮ વર્ષ સુધી દેવીની પૂજા કરી હતી, જેનાથી દેવી તેમના પર પ્રસન્ન થયા હતા. દર શનિવારે તેમના ઘરે લાંબી લાઈન લાગતી. લોકોને ટોકન આપવામાં આવતા અને તેમનો નંબર આવે ત્યારે બાબા તેમની સમસ્યા સાંભળતા. જો કોઈ ભકત એમ કહેતું કે તેને બાબાની સારવારથી ફાયદો નથી થયો, તો બાબા તેને પોતાના ઘરના પાછળના ભાગમાં લઈ જઈને એક દેવીની મૂર્તિ બતાવતા, જેનું માથું

કાપેલું હતું. બાબા કહેતા, "આ દેવીએ મારી વાત ન માની, એટલે મેં તલવારથી તેનું માથું કાપી નાખ્યું." બાબા લોકના ઘરના અને પડોશના ઝઘડા પણ ઉકેલતા હતા.

૩૦ વર્ષ પહેલાં નાગપુરના ટેકા વિસ્તારમાં પાવરલૂમ ચલાવનાર આ બાબા આજે કરોડપતિ બની ગયા તેનું સીધું કારણ એજ કે ભોળા લોકો પોતાની વાતોમાં ફસાવવાની આવડતી હતી. બાબા આત્મ વિશ્વાસપૂર્વક કહેતા કે, " ગઈ કાલે જ મેં ભગવાન શિવ સાથે વાત કરી, અને તેમણે તારી સમસ્યાનો ઉકેલ લાવવાનું મને વચન આપ્યું છે." તેઓ લોકોને ઔષધિઓ અને જડીબુટ્ટીઓ પણ આપતા.

ANISને બાબાની પ્રવૃતિઓની માહિતી નિયમિત રીતે મળી રહેતી હતી પણ બાબનો પર્દાફાસ કરવાની વાત ત્યારે આવી જ્યારે દીપક વિશ્વકર્મા નામનો યુવાન બાબા પાસે મદદ માંગવા ગયો અને કહ્યું, "હું ઘણા દિવસોથી બીમાર છું, મને તાવ આવે છે અને ડરામણા સપના પણ આવે છે."

બહુ શાંતિથી તેની વાત સાંભળ્યા બાદ તેને જવાબ આપ્યો કે, “ બેટા, તું બાબાના દરબારમાં આવ્યો છે ચપટી વગાડતાની સાથે તારા બધા દુખ-દર્દ અદ્રશ્ય થઈ જશે, આ કાગળના ઉપર મે એક મંત્ર લખ્યો છે. જેને તારા માદળિયાંમાં મૂકીને તારે માદળિયું ગળામાં પહેરી લેવાનું છે. પણ હા, આ કામ બદલ તારે મારી સંસ્થામાં દાન કરવું પડશે. અને જેમ બને તેમ વહેલો દાનની રકમ લઈને મારી પાસે પાછો આવી જા” .

આ બાબા એવી શેખી મારતા હતા કે તે લોકોના મનના વિચારોને પણ વાંચી શકે છે, પણ આ બાબા દીપક વિશ્વકર્માના વિચારો ના વાંચી શકયા, કદાચ એવું બન્યું હોય શકે કે બાબાની લોકોના વિચાર વાંચવાની ‘શક્તિઓ’ જાણે કે આરામ કરી રહી હોય. ક્રાઈમ કંટ્રોલ બ્રાન્ચના ઉપરી પોલીસ કમિશનર ભૂષણ કુમાર ઉપાધ્યાયને આ વાતની જાણ કરવામાં આવી, અને બાબાને રંગે હાથ પકડવા માટે એક યોજના બનાવવામાં આવી.

ખાસ તિથી અને વારે બાબાનો દરબાર હંમેશની જેમ ભીડથી ઉભરાતો. દીપકે નિયમિત મંત્ર ફૂંકવાની અને ઝાડા-ઝપટાની પ્રક્રિયા કરતો. અને નક્કી કરેલી રકમ આપવાનો સમય આવ્યો તે પહેલાં, તેણે અગાઉ નક્કી કર્યા મુજબ અમને મિસ્ડ કોલ કર્યો. આ યોગ્ય સમય હતો. દીપક પાસેથી દાન લીધા પછી તરત જ બાબાએ ઉપર જોયું તો પોલીસની ટુકડી તેના દરબારમાં ઘૂસી આવી હતી. પ્રાથમિક તપાસમાં બાબા પાસેથી રૂ. ૨૯,૪૩૦ મળી આવ્યા, જે તેની રોજની સરેરાશ કમાણી આટલી હોવાનું જાણવા મળ્યું. અખબારના ફોટોગ્રાફરો અને વીડિયો ચેનલના કેમેરામેન પોલીસની પાછળ પાછળ હોલમાં પ્રવેશ્યા.

બાબાનો ચહેરો ડર અને આઘાતથી ફિક્કો પડી ગયો, જ્યારે તેના ચેલાઓએ ભાગવાનો બહાદુરીભર્યો પ્રયાસ કર્યો. બાબાને પકડીને પોલીસ વેનમાં બેસાડી ગિટ્ટીખદાન પોલીસ સ્ટેશન લઈ જવામાં આવ્યો.

જલદી જ બાબાએ પોતાનું સંતુલન પાછું મેળવ્યું અને પોતાનું રુદ્ર સ્વભાવ ધારણ કર્યું અને આ ‘અપવિત્ર’ કૃત્યમાં સામેલ તમામ લોકોને નરકની આગમાં ધકેલી દેવાની ધમકી આપી. બાબાના કેટલાક હિતેચ્છુઓએ પોલીસ સ્ટેશન પહોંચીને ગંભીર ધમકીઓ પણ આપી. અને આથી ઘણા ઠગાયેલા લોકો પણ બાબા વિરુદ્ધ ફરિયાદ કરવાની હિંમત ન કરી શક્યા, કારણ કે બાબા પોતે ગુંડાગીરી માટે કુખ્યાત હતો. અમારી સાથે આનંદ શાહ નામના એક સજ્જન હતા, જેમને બાબાએ પરિવારિક સમસ્યા ઉકેલવાનું વચન આપીને બે લાખ રૂપિયાની ઠગાઈ કરી હતી. બાબાના એક ચેલા, લશ્કરીબાગના ભૂપેન્દ્ર નારાયણરાવ કવાલેએ, શાહને ધમકી આપી, "જો હવે હું તારી વિકેટ કેવી રીતે લઉં." પોલીસને તરત જ આ ધમકીની જાણ કરવામાં આવી, અને કવાલેને IPCની કલમ ૨૯૪ અને ૫૦૬(બી) હેઠળ ધરપકડ કરવા માટે પોલીસ રવાના થઈ.

જ્યારે બાબાને પૂછવામાં આવ્યું કે શું તેની પાસે સારવાર આપવા માટેની કોઈ તબીબી ડિગ્રી છે, તો તેણે એક ‘સર્ટિફિકેટ’ બતાવ્યું, જેમાં 'સર્ટિફિકેટ' જારી કરનારનું અધિકારીનું નામ નહોતું. બાબા કોઈ દૈવી શક્તિ કે મન વાંચવાની ક્ષમતા પણ સાબિત ન કરી શક્યો, જેનો તેણે દાવો કર્યો હતો. તેનો ભગવાન શંકર સાથે પણ કોઈ સીધો સંબંધ નહોતો. તેના ઘરની પાછળ દટાયેલી મૂર્તિ વિશે તેણે કહ્યું કે તેને તે મૂર્તિ શિરચ્છેદ થયેલી મળી હતી; તેણે તેને જાતે દૈવીય ચમત્કાર જેવુ નાટક કરવા માટે દફનાવી હતી. તલવારથી શિરચ્છેદની વાત પણ ફક્ત રોમાંચ વધારવા માટે ફેલાવી હતી. બાબાને ડ્રગ્સ એન્ડ મેજિક રેમેડીઝ એક્ટ ૧૯૫૪ હેઠળ ગુનો નોંધીને હિરાસતમાં લેવાયો.

બાબાની તપાસ દરમિયાન ઉમેશ ચૌબે, ઉત્તમ સુલકે, ભગવાન ખરાટે, કન્હૈયા નાયક, રામચંદ્ર કાળે અને શ્રીરામ પરાટે મારી સાથે હતા. બાબાને પકડવા માટે આવેલા પોલીસકર્મીઓમાં ક્રાઈમ બ્રાન્ચના કે. પી. નાયક, જી. વી. બલબુધે, કોન્સ્ટેબલ રવિન્દ્ર દુબે, શારિક ખાન, અજય યાદવ, રવિ સનપ, સંજય મડવી, સુરેન્દ્ર પંધારે, સુરેશ મનોડે અને મહિલા કોન્સ્ટેબલ માયા યાદવ અને ભારતી પણ સામેલ હતા.

બાબાના ભક્તોની ભીડમાં ખૂબ ઉત્સાહ હતો. જ્યારે તેમને ખબર પડી કે બાબાએ તેમની સતત ઠગાઈ કરી છે, ત્યારે તેઓ પોતાની શંકાઓ અને ડર વ્યક્ત કરવા આગળ આવ્યા. એ વાત સ્પષ્ટ છે કે જેઓ પોતાને દેવ અથવા

ચમત્કારી બાબા તરીકે ઢંઢેરો પીટે છે, તેઓ મૂળભૂત રીતે ઠગ હોય છે. તેઓ જાણે છે કે ભારતના લોકો ખૂબ અંધશ્રદ્ધાળુ છે અને તેઓ આ નિર્દોષતાનો મહત્તમ લાભ લે છે. જે લોકો તેમની જાળમાં ફસાય છે, તેઓ હંમેશાં મોટું નુકસાન વોરતા હોય છે. જલીલ બાબા જેવા હજારો ઠગ ઈશ્વરના અંગત સંદેશવાહક રૂપે પોતાને રજૂ કરતા હોય છે, અને આથી ANIS દરેક તકનો ઉપયોગ કરીને આવા ઠગ અને ઢોંગીઓના સાચા રૂપને લોકો સમક્ષ ઉજાગર કરવા અને તેમની અંધશ્રદ્ધાઓને વૈજ્ઞાનિક ઢબે તપાસવામાં માને છે.

15

શારીરિક વિકલાંગતાને ભગવાનનું સ્વરૂપ માનવાની વિકૃત સમજ

ઘણાં બાળકો જન્મથી જ વિકલાંગતા સાથે જન્મે છે, જેની ડોક્ટરી સારવાર શક્ય છે. પરંતુ અંધશ્રદ્ધાળુ લોકોમાં કોઈ પણ બાબતમાં અલૌકિકતા જોવાની ઈચ્છા એટલી તીવ્ર હોય છે કે આવા દુર્ભાગ્યશાળી બાળકો, જેમની ચિંતા કરવી જોઈએ, તેના બદલે તેઓ આશ્ચર્ય અને ઘણી વખત કમાણીનું સાધન બની જાય છે. આ વિકૃતિ માટે સૌથી પહેલા જવાબદાર માતા-પિતા હોય છે. ANISના રેકોર્ડમાં આવા ઘણા કિસ્સાઓ નોંધાયેલા છે.

નાગપુરની પૂર્વમાં, ભંડારા રોડ પર, પારડી નામની વસાહત છે. પારડીના જય અંબે નગર વિસ્તારમાં, પૂર્ણિમા મનહરન શાહુ નામની મહિલાએ એક દીકરીને જન્મ આપ્યો, જેનું માથું અસામાન્ય રીતે મોટું હતું. આનાથી તેની આંખો પણ દબાઈ ગઈ હતી. શરૂઆતમાં એવું માનવામાં આવ્યું કે બાળકીને કોઈ બીમારી છે, પરંતુ થોડા સમયમાં આ ખોડખાંપણ વિશે રસપ્રદ વાતો ફેલાવા લાગી : શું આ બાળકી દેવી અંબાના જેવી નથી લાગતી? શું આ બાળકી માં અંબાનો અવતાર તો નથી ને?

બાળકીનું નામ ભાગ્યશ્રી રાખવામાં આવ્યું. માતા-પિતાએ શરૂઆતમાં સમજદારી બતાવી અને તેને ડોક્ટર પાસે લઈ ગયા, પરંતુ જ્યારે તેમને કહેવામાં આવ્યું કે સારવાર માટે એંશી હજાર રૂપિયા ખર્ચ થશે, તો તેઓ નિરાશ થઈને પાછા ફર્યા. પરંતુ થોડા સમયમાં જ આ નિરાશા ઉત્સાહમાં ફેરવાઇ ગઈ

કારણ કે સગા-સંબંધીઓ ભેગા મળીને આ બાળકીને મા અંબાનો અવતાર જાહેર કરી દીધી , અને આમ આ જાહેરાત થતાં જ તેમના સાધારણ ઘરની બહાર લોકોની લાઈનો લાગવા માંડી. ટૂંક સમયમાં અફવાઓ ફેલાવા લાગી કે કોઈએ બાળકીના ગોળમટોળ ચહેરા પર તારા ચમકતા જોયા તો વળી કોઈનું સપનું બાળકીને જોતાંની સાથે સાચું થયું, કોઈની બીમારી કે સમસ્યા ગાયબ થઈ ગઈ. માતા-પિતા અને પડોશીઓએ એમ પણ કહ્યું કે ઘરના આંગણામાં રહેલું બીલીનું ઝાડ વધુ લીલું થવા લાગ્યું.

કોઈ ચાલક વ્યક્તિ બાળકી માટે એક મોટી અંબાડી લઈ આવ્યો, જેમાં તેના માતા-પિતા તેને સવારે સાતથી દસ વાગ્યા સુધી ભગવાં વસ્ત્રો પહેરાવી બેસાડી રાખવા લાગ્યા. પછી ભગવા ઝંડા અને બેનર પણ લાગ્યા, અને ભક્તિભાવના ગીતો વગાડવા માટે લાઉડસ્પીકર પણ લગાવવામાં આવ્યું. સેંકડો લોકો નારિયેળ અને પૈસા(દીક્ષા) લઈને દર્શન માટે આવવા લાગ્યા. બાળકીની અંબાડી પાસે એક ટોપલી રાખવામાં આવી, જેમાં લોકોને પૈસા નાખવા પ્રોત્સાહન આપવામાં આવતું, જોકે મોટાભાગના લોકો પોતાની મરજી અનુસાર દાન-દક્ષિણા નાખતા જેથી આ ટોપલી દર બે કલાકે ખાલી કરવામાં આવતી. માતા-પિતાએ બાળકીના વસ્ત્રોમાં લાલ દુપટ્ટો પણ ઉમેર્યો, જેથી તે મા અંબા જેવી લાગે. અધૂરામાં પૂરું ઠેક ઠેકાણેથી અજાણી સ્ત્રીઓ આવી અને પોતાના વાળ ખુલ્લા મૂકીને ધુણવા લગતી.

કોઈએ આ માહિતી ફોન પર ANISને આપી, અને થોડા જ સમયમાં વધુ વિગતો આવવા લાગી. આ એવી સ્થિતિ હતી જેને ધ્યાને લેવાની સમિતિની એક નૈતિક ફરજ હતી. આ અંધશ્રદ્ધાને શરૂઆતમાં જ રોકવી જરૂરી હતી. અમે અમારી ટીમ સાથે કામે લાગી ગયા.

સમિતિના કાર્યકર્તાઓ (કલમણા) પોલીસ સ્ટેશન ગયા અને અધિકારીઓને ફૂલીફાલી રહેલી આ ખતરનાક અંધશ્રદ્ધાળુ પ્રવૃત્તિ વિશે જણાવ્યું. પોલીસે આ બાબતની ગંભીરતા સમજી અને તરત કાર્યવાહી શરૂ કરી. તેમણે સૌથી પહેલાં બાળકીના માતા-પિતા સાથે વાત કરી. જ્યારે પોલીસ ત્યાં પહોંચી, તેમણે જોયું કે લોકોની ભીડ હકડેઠઠ હતી અને સામાન્ય લોકોમાં અલૌકિક બાબતોમાં વિશ્વાસ વધતો જતો હતો તેની આ સ્થિતિ સાક્ષી હતી. પોલીસે ૬૦ નારિયેળ, લાઉડસ્પીકર અને તેમાં વગાડવામાં આવતી ભક્તિ ગીતોની કેસેટ જપ્ત કરી. લાઉડસ્પીકર વાપરવા માટે પોલીસની પરવાનગી જરૂરી હોય છે, જેની આ દંપતીને ખબર જ નહોતી. પોલીસ પોતાની રીતે બાળકીને મેયો હોસ્પિટલ લઈ ગઈ, જ્યાંથી તેને એક મોટી હોસ્પિટલમાં ખસેડવામાં આવી.

શાહુ દંપતી વિરુદ્ધ ડ્રગ્સ એન્ડ મેજિક રેમેડીઝ એક્ટ હેઠળ કેસ નોંધાયો. પોલીસે તેમના એજન્ટો દ્વારા ભક્તોના રૂપમાં મોકલેલા દસ-દસ રૂપિયાની નોટો પણ ત્યાથી પાછી મેળવી . તેમણે જોયું કે કેટલાક ભક્તો છત્તીસગઢના ડોંગરગઢથી પણ આવ્યા હતા. તેમાંથી કેટલીક સ્ત્રીઓ આવેશમાં આવી એમ માનીને ધુણતી હતી કે બોમ્બલેશ્વરી, નાગદેવી, કાલી માતા, ચંદ્રિકા માતા જેવી દેવીઓ તેમના શરીરમાં પ્રવેશી છે. બાળકીને હોસ્પિટલ લઈ ગયા પછી પણ આ સ્ત્રીઓ બંધ દરવાજા બહાર ધૂણતી રહી.

સમિતિના ઉમેશ ચૌબેએ સુપર સ્પેશિયલિટી હોસ્પિટલના ન્યુરોસર્જન ડૉ. ભોલેને પૂછ્યું તો તેમણે જણાવ્યું કે બાળકીને કદાચ માતાના ગર્ભમાં જ ઈજા થઈ હશે, જેનાથી હાઈડ્રોસેફાલસ નામની બીમારી થઈ. આ બીમારીમાં મગજમાં પાણી જમા થઈ જાય છે. બાળકીના જન્મ પછી આ પાણી બહાર નીકળી શક્યું નહીં, જેનાથી મગજના ભાગો સૂજી ગયા અને માથું મોટું થઈ ગયું. ડૉ. ભોલેએ કહ્યું કે આ પાણી (સેરેબ્રોસ્પાઈનલ ફ્લૂઈડ) મગજમાં બને છે. જો તે વધુ પડતું બનવા લાગે અને બહાર નીકળવાનો રસ્તો ન હોય, તો મગજ પર દબાણ વધે છે. આનો ઈલાજ એક શન્ટ નામની નળી નાખીને કરવામાં આવે છે, જે વધારાનું પાણી શરીરના અન્ય ભાગોમાં લઈ જાય છે.

પોલીસ અને સમિતિના કાર્યકર્તાઓએ ભાગ્યશ્રીને મોટી હોસ્પિટલમાં દાખલ કર્યા પછી, તેની સારવાર શરૂ થઈ અને તેને દેવી તરીકે પૂજવાની અંધશ્રદ્ધા ઓછી થવા લાગી. બાળકીના માતા-પિતા અને સંબંધીઓએ પણ બીજા ઘણા લોકોને આ જ બીમારીથી પીડાતા જોયા અને તેમની જાગૃતિ વધી. સમિતિએ પછી પારડીમાં પાછા જઈને લોકોમાં આ બાબત જાગૃતિ ફેલાવવાનું નક્કી કર્યું કે ભાગ્યશ્રી કોઈ દેવીનો અવતાર નહીં, પરંતુ એક બીમારીનો શિકાર હતી. આ બીમારીની સારવાર શક્ય હતી અને તે હોસ્પિટલમાં થઈ રહી છે. ખોટી માહિતી, જાણીજોઈને કે અજાણતાં, લોકોને જેતે વ્યક્તિને દૈવી અવતાર કે દૈવી માનવા માટે મજબૂર કરે છે. એ કહેવાની જરૂર નથી કે જો ભાગ્યશ્રીની સારવાર ન થઈ હોત, તો ભારતના દેવી-દેવતાઓની યાદીમાં એક નવી દેવી ઉમેરાઈ હોત.

સમિતિના તમામ અધિકારીઓ આ સંભવિત ખતરાને રોકવા માટે કરવામાં આવેલી પ્રવૃત્તિઓમાં હાજર હતા. એ નોંધવું જોઈએ કે ચાઈલ્ડ લાઈનના સંયોજક રમેશ ગૌર અને નીતા ધવલે પણ આ કામમાં ખૂબ મદદ કરી. ANISના સેક્રેટરી ઉત્તમ સુલ્કેએ વસાહતમાં વારંવાર જઈને લોકોને સમજાવ્યું કે બાળકીને વિકૃતિ છે, દૈવી શક્તિ નહીં. કલમણા પોલીસ સ્ટેશનના સહાયક સબ-ઈન્સ્પેક્ટર મોતીરામ બાપુરાવ મલોદે, એન. એસ. બોરકર, પોલીસ કોન્સ્ટેબલ રમેશ કન્હેરે, કિશોર ઢોલે, લલિતા ગુડ્ડમવાર અને દિગંબર ચેવલેએ શાહુ દંપતી વિરુદ્ધ

કાર્યવાહી કરી. કાયદા મુજબ, તેમની ચમત્કારોનો પ્રચાર અને પ્રસાર કરવા બદલ ધરપકડ કરવામાં આવી.

આમ, ભવિષ્યમાં બીજી ચમત્કારિક કથા ઊભી થવાની શક્યતા સમયસર રોકાઈ ગઈ. ઘણી વખત આવા વિકૃત કે માનસિક રીતે બીમાર બાળકો નાનપણમાં મૃત્યુ પામે છે અને તેમની આસપાસ કથાઓ ગૂંથીને તેમને દેવતા બનાવી દેવામાં આવે છે. થોડા જ સમયમાં તેમના ઘરની જગ્યાએ મંદિર બની જાય છે અને અંધશ્રદ્ધાનું ચક્ર ચાલુ રહે છે. આથી જ આવી વાતોને શરૂઆતમાં જ રોકવી જરૂરી છે.

હવે જન્મથી અપંગતા કે વિકૃતિવાળા બાળકોની ડોક્ટરી તપાસ થઈ શકે છે અને તેમને જરૂરી સંભાળ અને ધ્યાન આપી શકાય છે. પરંતુ આપણો સમાજ અસામાન્ય અને સમજી ન શકાય તેવી બાબતોને તાકડે અલૌકિક માનીને આ દુર્ભાગ્યશાળી બાળકોને દેવતા બનાવવામાં વધુ રસ લે છે. તેમની સામાન્ય હરકતોને પણ દૈવી સંકેત તરીકે રજૂ કરવામાં આવે છે અને તેને ચમત્કાર તરીકે ખપાવવામાં આવે છે. સાદી કે નિરર્થક હરકતોમાંથી પણ કોઈ રહસ્યમય સંકેત શોધવાની જાણે સ્પર્ધા ચાલે છે. આવું જ થયું જ્યારે બીલીના ઝાડ પર નવાં પાંદડાં આવ્યાં તો તેને અલૌકિક સંકેત માનવામાં આવ્યો.

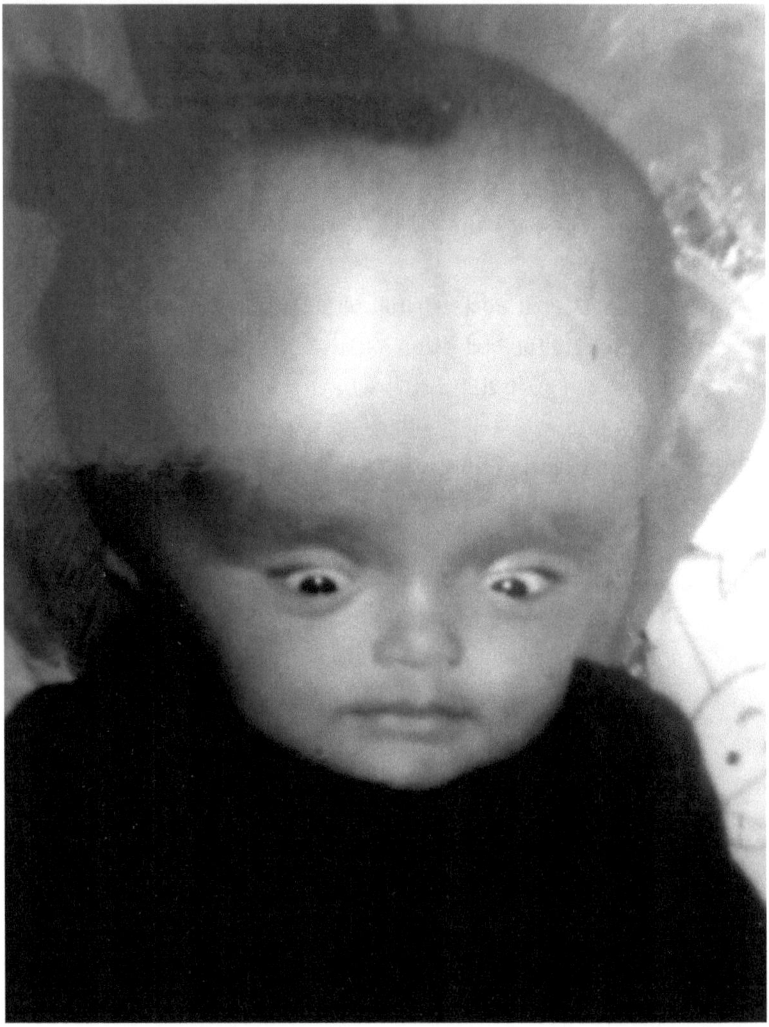

આપણે આપણી યુવા પેઢીને આવી અંધશ્રદ્ધામાં ફસાવા દેવી જોઈએ નહીં. ન તો કોઈ ચમત્કાર છે, ન તો કોઈ દૈવી ગુણો કોઈ ધરાવે છે. આપણે લોકોને અને ખાસ યુવાનોને વૈજ્ઞાનિક જિજ્ઞાસા અને દૃષ્ટિકોણ તરફ વાળવાનો પ્રયાસ કરવો જોઈએ. એ યાદ રાખવું જોઈએ કે મહારાષ્ટ્રમાં ૨૦૧૩ના બ્લેક મેજિક નિવારણ કાયદા હેઠળ અંધશ્રદ્ધાને પ્રોત્સાહન આપવું એ દંડનીય ગુનો છે.

16
જસરાજ જ્યોતિષીનો પર્દાફાશ

સંત ગાડગે બાબાએ આખી જિંદગી અંધશ્રદ્ધા દૂર કરવા માટે કામ કર્યું. ANIS પણ આ જ કામ કરે છે અને ગાડગે બાબાના સિદ્ધાંતોને ફેલાવે છે. ગાડગે બાબાએ હંમેશાં ચમત્કાર, જાદુઈ મંત્રો, જાદુગરી અને આવી નિરર્થક બાબતોનો આજીવન વિરોધ કર્યો. પરંતુ પંડિત જસરાજે ગાડગે બાબાનો ફોટો લઈને હોટેલ રાધિકામાં જ્યોતિષ અને ભવિષ્યવાણીનો ધંધો શરૂ કર્યો. તેણે પોતાને વૈજ્ઞાનિક સિદ્ધાંતો પર આધારિત ભવિષ્યવક્તા ગણાવ્યો.

ગાડગે બાબાએ કહ્યું હતું, "જો જાદુથી દુશ્મનને મારી શકાત, તો બંદૂકો અને બોમ્બની શું જરૂર? ફક્ત બે-ચાર બાબાઓને સૈન્યમાં ભરતી કરીને બધા દુશ્મનને ઉડાવી દેવાય!" તો પછી આવો જ્યોતિષી ગાડગે બાબાને ગુરુ માનીને ધંધો કેવી રીતે કરી શકે? જસરાજ એક ઠગ હતો, જે લોકોને છેતરવા માટે જ્યોતિષનો ઢોંગ કરતો હતો. સમિતિનું લક્ષ્ય હતું કે આ માણસનો અસલી ચહેરો દુનિયા સામે લાવવો.

પંડિત જસરાજે અખબારમાં જાહેરખબર આપી: "ભારતના નિર્માણ માટે સમર્પિત જ્યોતિષી તરીકે, મેં વડાપ્રધાન, મુખ્યમંત્રી, ફિલ્મી સ્ટાર્સ અને વૈજ્ઞાનિકોનું ભવિષ્ય જોયું છે." તેણે લોકોને નાગપુરના રામદાસપેઠમાં હોટેલ રાધિકામાં તેના રૂમમાં મળવા બોલાવ્યા. લોકો તેને યાદ રાખે તે માટે તેણે જાહેરખબરમાં પોતાનો ફોટો પણ મૂક્યો.

તે દિવસોમાં નાગપુરમાં એક મહિલાની હત્યાની ચર્ચા ચાલુ હતી, જેમાં એક રાજકીય નેતાનું નામ આવતું હતું. એવું કહેવાતું હતું કે તેણે મહિલાને અગિયાર માળની ઇમારત પરથી નીચે ફેંકીને મારી નાખી હતી. આ બાબતના

સમાચાર અવારનવાર અખબારોમાં જોવા મળતા હતા. આ રાજકીય નેતાને સીતાબુલડી પોલીસ સ્ટેશનમાં કેદ કરવામાં આવ્યો હતો. જસરાજે આ નેતાને જેલમાં મળવાની પરવાનગી માગી, પરંતુ તેને ખબર ન હતી કે તે પોતે જલ્દી જ આરોપી તરીકે જેલમાં હશે.

જાહેરખબર વાંચીને નાગપુરના સંતોષ નગરના કૃષ્ણરાવ ખંડાલે જસરાજને મળવા ગયા. જસરાજે તેમની બીમારી એક નજરમાં ઓળખી લીધી. તેણે ખંડાલેને ગાડગે બાબાના ફોટો સામે ધૂપ કરીને પ્રાર્થના કરવા કહ્યું. પછી તેણે ખંડાલેની હથેળી અને કપાળની રેખાઓ વાંચી અને કહ્યું કે તેમની સમસ્યા દૂર કરવા માટે બસ્સો રૂપિયાની ફી લાગશે. ગાડગે બાબાનો ફોટો અને જસરાજનો વ્યવહાર જોઈને ખંડાલેને શંકા ગઈ. તે બીજા દિવસે પૈસા લઈને આવવાનું વચન આપીને ત્યાંથી નીકળી ગયો.

ખંડાલેએ સમિતિની ઓફિસમાં આવીને આ બધું જણાવ્યું. પોલીસને જાણ કરવામાં આવી અને જસરાજનો પર્દાફાસ કરવાની યોજના બની. ખંડાલે બસ્સો રૂપિયા લઈને જસરાજ પાસે ગયા. જસરાજે તેમના કપાળે ભસ્મ લગાવ્યું, એક લીંબુ આપ્યું અને કેટલાક શ્લોક બોલવા કહ્યું. તેણે ખંડાલેને કહ્યું કે તેને જલ્દી ધન અને કારકિર્દીમાં પ્રગતિ મળશે. તે આ બધું “વૈજ્ઞાનિક” પદ્ધતિથી કરતો હોવાનો દાવો પણ કરતો હતો. ત્યાં જ સમિતિના સભ્યો અને પોલીસ આવી ગયા.

પંડિત જસરાજ ઉર્ફે દત્તા મોરે યવતમાળ જિલ્લાના કડાલી ગામનો હતો. તે મોટા શહેરોમાં જઈને પ્રખ્યાત લોકો સાથે ફોટો પડાવતો અને ગ્રાહકોનો વિશ્વાસ જીતવા માટે રાજીવ ગાંધી અને અટલ બિહારી વાજપેયીનો પણ તેના પર ભરોસો હોવાની શેખી મારતો. તે દુર્ગા દેવીનો ભક્ત હતો અને “વૈજ્ઞાનિક” જાદુઈ મંત્રોમાં નિષ્ણાત હતો. તેણે ફૂલન દેવીનું ભવિષ્ય પણ જોયું હતું તેવી બડાઈ હાંકતો.

પોલીસે તેના રૂમમાંથી ‘બેટા એક્સ’ નામની ગોળીઓ, ધાતુની વીંટીઓ, તાવીજ, ધાતુની થાળીઓ, ભસ્મ, લીંબુ, રુદ્રાક્ષની માળા અને છ હજાર રૂપિયા જપ્ત કર્યા. જસરાજ અને તેના સાથી શાલિક મોરેને IPCની કલમ ૪૨૦ અને ડ્રગ્સ એન્ડ મેજિક રેમેડીઝ એક્ટ ૧૯૫૪ હેઠળ ધરપકડ કરવામાં આવી.

જસરાજે સમિતિના અધિકારીઓને કહ્યું કે તે ઠગ નથી, પણ સમાજસુધારક છે. પરંતુ તેની પાસે મળેલી ગોળીઓ અને તેની હરકતો તેની વાતને ખોટી સાબિત કરતી હતી. સીતાબુલડી પોલીસ સ્ટેશનમાં તેને લઈ જવામાં આવ્યો, જ્યાં તેને અશોક જરમન વિશે પૂછ્યું. પરંતુ અશોકે તો તેને ગાળો આપી. જો જસરાજ પોતાનું ભવિષ્ય ન જોઈ શક્યો, તો બીજાનું શું જોવાનો?

બીજો એક ઠગ, મહારાજ ગણરાજ શાસ્ત્રી, નાગપુરમાં આવ્યો હતો, પરંતુ જસરાજની ધરપકડના સમાચાર સાંભળીને તે ભાગી ગયો. જસરાજની ધરપકડમાં સીતાબુલડી પોલીસ સ્ટેશનના ઇન્સપેક્ટર રાજુરકર, PSI ભલચીમ સાતમ, વણજારી, હેડ કોન્સ્ટેબલ ઘનશ્યામ અને તેમના સાથીઓએ ભાગ લીધો. સમિતિના સભ્યોમાં ઉમેશ ચૌબે, હરીશ દેશમુખ, વિજય ત્રિવેદી, ચંદ્રકાંત મેહર, બંડુ જાંભુલકર, K.N. મરાર અને ચંદ્રકાંત ગડે હાજર હતા.

17

ઠગ ફરીદ બાબા મેદાન છોડી નાઠો.

મોહગાંવ ભદાડે એ નાગપુર જિલ્લામાં કાટોલ-કેવલરામ પિપલા રોડ પર આવેલું નાનું ગામ છે. આ ગામની વસ્તી લગભગ છ-સાત હજાર છે અને તે નરખેડ પોલીસ સ્ટેશન હેઠળ આવે છે. નાનું હોવા છતાં, આ ગામ આજુબાજુના વિસ્તારોમાં ચર્ચાનો વિષય બન્યું હતું. આ ખ્યાતિ (બદનામી, જે પછીથી છતી થઈ) એક એવી વ્યક્તિને કારણે મળી, જે પોતાને બારમી સદીના મહાન સૂફી સંત બાબા ફરીદનો અવતાર ગણાવતો હતો અને તે મુજબ જ પોતાનું નામ પણ રાખ્યું હતું.

તેણે ગામની સામે આવેલી સૌથી સારી જગ્યા પર પોતાનો આશ્રમ બનાવ્યો હતો. અહીં તેના ભક્તો પોતાની મનોકામનાઓ પૂરી કરવા માટે ટોળે વળતા હતા. તેની સફળતા આશ્રમના દરેક ખૂણે ઝલકતી હતી. લોકો ભારે ભરખમ શરીર, લાંબી દાઢી અને માથે લીલી પાઘડી જોઈને દૂરથી જ નમી પડતા હતા. આ હતા ફરીદ બાબા, જેણે આ નાનકડા ગામને આજુબાજુના વિસ્તારોમાં એવું તો પ્રખ્યાત કરી દીધું.

મૂળ નામ મધુકર કામડી જે નાગપુરની જિલ્લા પરિષદની શાળામાં શિક્ષક હતો, જ્યારે એક દિવસ તેને અચાનક ખ્યાલ આવ્યો કે તે ફરીદ બાબાનો અવતાર છે, જેને સીખ, મુસ્લિમ અને હિન્દુ બધા શ્રદ્ધાથી જુએ છે. તેને પોતાની અંદર દૈવી શક્તિનો અહેસાસ થયો. ક્યારેક તે પોતાને ભગવાન કૃષ્ણ તરીકે, ક્યારેક ભગવાન વિષ્ણુ તરીકે લેખતો, પરંતુ આખરે તેણે ફરીદ બાબાનું નામ પસંદ કર્યું, જે તેને સૌથી ફાયદાકારક લાગ્યું.

આ બાબા મન વાંચી(mind reading) શકતો હતો. તે દુનિયાની ઘણી બધી ભાષાઓ જાણતો અને બોલતો હતો. તે એવી જપમાળ કરતો, જે બીજું કોઈ ન જ કરી શકે. તેની આ અલૌકિક શક્તિઓને કારણે કોઈ તેની સામે શિંગડા ભીડવાની હિંમત નહોતું કરતું. શિક્ષક તરીકેની નાની નોકર છોડીને આ મોટા ગોરખધંધામાં આવેલો આ માણસ હવે જીપ, ટેમ્પો અને ઘણી જમીનનો માલિક હતો.

આ આધુનિક ફરીદ બાબાએ પોતાની વાક્પટુતાનો ઉપયોગ કરીને 'આંતરરાષ્ટ્રીય' દરબાર બનાવ્યો, જ્યાં તે ભોળા લોકોને ફસાવીને તેમની પાસેથી પૈસા ખંખેરતો હતો. નજીકના ગામ ટિનખેડેનું ભૂટે કુટુંબ તેના આ ધતિંગનો શિકાર બન્યું હતું. તેના ભક્તોમાં સ્થાનિક પોલિટેકનિકના વિદ્યાર્થીઓ પણ હતા, જેમને તે પરીક્ષાના પ્રશ્નપત્રોમાં શું પુછાશે તેના સંકેત આપતો હતો.

આ ગંદી રમતમાં બીજું પાત્ર હતું ઈન્દુમતી, જે હમણાં જ ત્રીસ વર્ષની થઈ હતી. તે ગુલાબરાવ કામડીની પત્ની હતી, જે સાકોલી શહેરમાં ઈજનેર તરીકે કામ કરતો હતો. જ્યારે તે સતત માથાના દુખાવાની ફરિયાદ લઈને બાબા પાસે જતી, ત્યારે મોહગાંવના આ બાબા તેની સુંદરતાથી મોહિત થઈ ગયો અને બોલ્યો, "તું દેવીનો અવતાર છે. તું સામાન્ય સ્ત્રી નથી. તું શેષ-કન્યા છે, પદ્મિની છે. ૩૨ વર્ષે તારો પુનર્જન્મ થશે." ઈન્દુમતી બાબાના હાથની કઠપૂતળી બની ગઈ. તે દર અઠવાડિયે સાકોલીથી આશ્રમે આવવા લાગી, જ્યાં બંને મળીને લોકોની સમસ્યાઓ હલ કરતા. યુવાન અને આકર્ષક 'સાધ્વી' અને તેના 'ગુરુ' બાબાની જોડીએ આંતરરાષ્ટ્રીય કેન્દ્રનો ધંધો વધારી દીધો, કારણ કે બીમાર ભક્તોને કોઈ ડૉક્ટર કરતાં આ બંને પર વધુ ભરોસો હતો. આવી અંધશ્રદ્ધા આપણા દેશમાં દરેક વર્ગમાં ફેલાયેલી છે, તેથી આવા ઠગ લોકો ભોળપણનો લાભ લઈને ધનવાન બને છે.

જ્યારે બાબાએ જોયું કે ઈન્દુમતી હવે સંપૂર્ણપણે તેના વશમાં છે, ત્યારે તેણે તેને ઘરેથી એક પછી એક વસ્તુઓ લાવવાનું કહેવાનું શરૂ કર્યું. તે પોતાના પતિ પાસેથી નાના-મોટા કારણોસર પૈસા માંગી લાવીને બાબાને આપતી. સાકોલીથી મોહગાંવની દરેક મુલાકાતમાં કામડીનું ઘર કંઈક ને કંઈક ગુમાવતું હતું. જ્યારે ગુલાબરાવને ખબર પડી કે તેના ૩૮,૦૦૦ રૂપિયાના નેશનલ સેવિંગ્સ સર્ટિફિકેટ, સો ગ્રામ સોનું, પ્લોટના માલિકીના કાગળો, ઓછામાં ઓછા ૨૦,૦૦૦ રૂપિયાની રોકડ, પંખા અને અનેક સ્ટીલના વાસણો ગાયબ થઈ ગયા છે, ત્યારે તે ચિંતિત થયો. તે પોતે અંધશ્રદ્ધાળુ હોવાથી, પત્નીના એવા દાવા પર વિશ્વાસ કરતો કે ઘર પર કોઈ દુષ્ટ આત્માઓ મંડરાઈ છે અને આ દુષ્ટ આત્માઓ તેનું ઘર ખાલી કરી રહી છે. તેનું ઈજનેર તરીકેનું શિક્ષણ તેને વ્યવસાયની બહાર તર્કસંગત રીતે વિચારવામાં મદદ નહોતું કરી શક્યું. તેના માટે તેની પત્ની એક

નેકદિલ સ્ત્રી હતી, જેણે બાબાની સંગતમાં પોતાનું સાચું કામ શોધી લીધું હતું, તેથી બાબા પર શંકા કરવાનો સવાલ જ નહોતો. બાબાની બાજુમાં લીલી પાઘડી પહેરેલી તેની તસવીર પણ હતી.

પરંતુ ૧૩ સપ્ટેમ્બર, ૧૯૮૮ના રોજ, જ્યારે ગુલાબરાવને ઘરેથી ૪૩,૦૦૦ રૂપિયા ગાયબ થયાની ખબર પડી, ત્યારે તેણે મોરગાંવ (અર્જુની) પોલીસ સ્ટેશનમાં ફરિયાદ નોંધાવી. પોલીસે તેમની ઘરેલું નોકરાણી માયાવતી ચેચરે, જેની ઉંમર ૧૩ વર્ષ હતી, તેને શંકાના આધારે હિરાસતમાં લીધી. તેના માતા-પિતાને પણ બોલાવીને તેમને હેરાન કરવાનું શરૂ કર્યું. જ્યારે ગુસ્સે ભરાયેલા ગ્રામજનોનું એક જૂથ પોલીસ સ્ટેશન પહોંચ્યું, ત્યારે ફરીદ બાબાનું નામ બહાર આવ્યું. બાબાને પણ સાકોલી પોલીસ સ્ટેશન પર પૂછપરછ માટે બોલાવવામાં આવ્યો.

પૂછપરછ શરૂ થતાં જ ફરીદ બાબાને ખ્યાલ આવ્યો કે તે આ કેસમાં ખતરનાક રીતે ફસાઈ રહ્યો છે અને ટૂંક સમયમાં તેની ભૂમિકા વધુ મહત્વપૂર્ણ બનશે. તેણે ઇન્દુમતીને વિશ્વાસમાં લીધી અને તેની પાસે લખાવી લીધું કે તે માનસિક રીતે અસ્થિર છે અને તેણીએ સોનું તેની બહેન પાસે સુરક્ષિત રાખવા માટે આપી દીધું છે. આશ્રમની તપાસ દરમિયાન અમુક હજાર રૂપિયા અને સાક્ષીઓની હાજરીમાં એક ગુનાહિત પેટી પણ બહાર આવી. બાબાએ હવે કુશળતાપૂર્વક ઇન્દુમતી પર દોષનો ટોપલો ઢોળી દીધો અને તેના પર માનસિક બીમાર હોવાનો અને તેના પતિ સાથે મળી છેતરપિંડી કરવાનો આરોપ લગાવ્યો. આમ બાબાએ પોતાના પેંતરાઓ ઘડી અને ચોરીનો કેસ દબાવી દીધો. તે અને તેના સાથી હવે આ ડખાથી મુક્ત હતા.

ઘરમાં દુષ્ટ આત્માઓ કામ કરી રહ્યા છે તે વિચારને મજબૂત બનાવવા માટે, ઇન્દુમતીએ ગુલાબરાવની ઓફિસ ફાઇલો, રેશન કાર્ડ, સર્વિસ બુક અને આવા મહત્વપૂર્ણ દસ્તાવેજોની ચોરી કરવાનું પણ શરૂ કર્યું. એવી ખોટી વાત પણ ઉભી કરવામાં આવી કે આ બધું તોફાન બાબા પર શંકા કરવાનું પરિણામ હતું. જો કે આ બધી વસ્તુઓ પાછળથી બાબાના આશ્રમમાંથી યોગ્ય સમયે મળી આવી હતી.

આ દરમિયાન ગુલાબરાવને ફાઇલેરિયા, જેને સામાન્ય રીતે હાથીપગાના રોગ તરીકે ઓળખવામાં આવે છે તે થયો છે. જ્યારે બાબાએ પગમાં સોજો જોયો ત્યારે તેને દવાઓ લેવાનું બંધ કરવાની સૂચના આપી જોકે ડૉક્ટરની દવાઓએ તેને મટાડવાનું શરૂ કરી દીધું હતું. બાબા એ કહ્યું કે હું તને પવિત્ર રાખ અને જાદુઈ મંત્રોથી સાજો કરી દઈશ. બે વર્ષ વીતી ગયા, પરંતુ બીમારી મટવાને બદલે વધુ ખરાબ થતી ગઈ. બીજી તરફ બાબાના સતત સાથથી ઇન્દુમતીના માનસિક

સંતુલન પર પણ હવે કંઈક વિપરીત અસર થવા લાગી. મામલો એટલો બધે પહોંચી ગયો કે તેને નાગપુરની માનસિક હોસ્પિટલમાં દાખલ કરવી પડી.

બાબાની પુત્રીના લગ્ન તિંકેડના ભૂટે પરિવાર સાથે કરવામાં આવ્યા હતા. નવી આવેલી પુત્રવધૂએ જે સૌથી પહેલા એક કામ કર્યું કર્યું તેમાં ભૂટે પરિવારમાં દેવતાઓની છબીઓ અને મૂર્તિઓ એક કબાટમાં મૂકી અને તેમને જણાવ્યું કે જો તેઓ તેના પિતાના ભક્ત નહીં બને, તો તેમનો ખરાબ અંત આવશે. બાબાએ લોકોના હૃદયમાં જે ભય નાખ્યો હતો તે એટલો પ્રબળ હતો કે બહુ ઓછા લોકો બાબાની વિરુદ્ધ ચૂ-ચા કરવાની હિંમત સુદ્ધાં કરે !

જો તેમના પુત્ર જગદીશ ભુટે આ બાબતોને હાથમાં ન લીધી હોત, તો બાબાની ચાલાકી સમાજ અને ભૂટે પરિવારની શું વલે કરી હોત તે કહેવું મુશ્કેલ છે. જગદીશ તારાપુર ખાતે ટેલિફોન એક્સચેન્જમાં કામ કરતો હતો. ઇન્દુમતી હવે મેન્ટલ હોસ્પિટલમાં દાખલ થઈ ગઈ છે અને તેના પતિની ફાઇલેરિયાની બીમારી વધુને વધુ ખરાબ થઈ રહી છે તે જોઈને, તેણે બાબાની યોગ્યતા અને વિશ્વસનીયતા થોડી નજીકથી તપાસવાનું નક્કી કર્યું. તેણે નાગપુર ખાતે અંધશ્રદ્ધા નિર્મૂલન સમિતિ (ANIS) નામની આ સંસ્થા વિશે સાંભળ્યું હતું અને અસંખ્ય છેતરપિંડી કરનારાઓને ધૂળ ચટાડવામાં તેમની સફળતા વિશે પણ જાણ્યું હતું.

એક સમયે બાબાના ભક્ત એવા આ વ્યક્તિએ બળવો કરવાનો નિર્ણય લીધો અને સમિતિના નાગપુર કાર્યાલયમાં સંપર્ક કર્યો.

૨૬ ફેબ્રુઆરી, ૧૯૮૯ની સવારે, અમે ઉમેશ ચૌબે, ડૉ. રૂપા કુલકર્ણી, દ્ન્યાનેશ માવલે, અશોક ઘાટે, સુનીલ વંજારી, આનંદ મુળે અને હું એક જીપમાં નીકળ્યા. બપોરે ત્રણ વાગે અમે મોહગાંવ ભડાડેના આશ્રમ પહોંચ્યા. ત્યાં ફરીદ બાબા ખાટલા પર આડા પડીને સિગરેટ પીતા હતા અને ભક્તોને રાખ આપીને બધી બીમારીઓનો ઈલાજ કરતા હતા. તેમને લાગ્યું કે અમે કોઈ શ્રીમંત લોકો છીએ જે આશીર્વાદ લેવા આવ્યા છીએ. પણ જ્યારે સમિતિના અધિકારીઓએ પોતાનો પરિચય આપ્યો, તો બાબાનો ચહેરો ફીક્કો પડી ગયો.

અમારામાંથી એકે કહ્યું, "કામડી સાહેબ, અમે સાંભળ્યું છે કે તમે બાબા ફરીદનો અવતાર છો અને ચમત્કાર કરી શકો છો. અમને પણ એકાદ ચમત્કાર બતાવો. જો અમને તે સાચો લાગશે, તો અમે તમને એક લાખ રૂપિયાનું ઈનામ આપીશું."

બાબાએ પોતાની જાતને સંભાળી, ગર્વથી બોલવા લાગ્યા અને પોતાની શક્તિઓ અને ચમત્કારો વિશે વાતો કરવા લાગ્યા. અમારામાંથી એકે કહ્યું, "બાબા, અમે તમારું ભાષણ સાંભળવા નથી આવ્યા, અમે તમારો ચમત્કાર જોવા

માગીએ છીએ. એવું કહેવાય છે કે તમે લોકોના મન વાંચી શકો છો. અહીં એક સીલબંધ પરબીડીયામાં સાત વિચારો લખેલા છે. જો તમે એક પણ વિચાર કહી શકો, તો અમે તમારી શક્તિ માની લઈશું." બાબા ચૂપ રહ્યા.

બીજા એક કાર્યકરે કહ્યું, "ઠીક છે, જો તમે આ દીવાલની પાછળ શું થઈ રહ્યું છે તે કહી શકો તો અમે તમારા ભક્ત બની જઈશું." બાબા હજુ પણ ચૂપ રહ્યા.

અમે હજુ પૂછવાનું બંધ નહોતું કર્યું. "બાબા, અમે સાંભળ્યું છે કે તમે મંત્રોથી ધાતુના વાસણને મરડી શકો છો. શું તમે એ બતાવશો?"

આખરે બાબાએ કંઈક બોલવાની હિંમત કરી. તેમણે કહ્યું, "પહેલાં હું આવું કરતો હતો, પણ હવે મેં બંધ કરી દીધું છે."

દ્ન્યાનેશ માવલેએ કહ્યું, "કોઈ વાંધો નહીં, બાબા. એવું કહેવાય છે કે તમે વિશ્વની બધી ભાષાઓ બોલી શકો છો."

બાબાએ હિંમત બતાવીને કહ્યું, "હા, જો તમે કોઈ પણ ભાષામાં બોલશો, તો હું તે ભાષામાં જવાબ આપીશ."

ડૉ. રૂપા કુલકર્ણી, જે નાગપુર યુનિવર્સિટીમાં સંસ્કૃત વિભાગના વડા હતા, તેમણે તરત જ સંસ્કૃતમાં સવાલો પૂછવાનું શરૂ કર્યું. બાબાએ થોડો વિરામ લીધો અને પછી કેટલાક અર્થહીન શબ્દો બોલ્યા, જે બધાને ખબર હતી કે અસંબદ્ધ હતા. શિક્ષિત અને જાગૃત લોકોની સામે તેમની કોઈ ચાલ ન ચાલી. તેમનો એકમાત્ર ચમત્કાર હતો અર્થહીન બડબડાટ.

મોહગાંવના સરપંચ સુરેશ કોળહેએ ફરીદ બાબાની ઠગાઈની અન્ય કેટલીક વાતો કહી સાંભળવી. તેમણે કહ્યું કે ગામના વિઠ્ઠલરાવ થોમ્બરેની દીકરીને બ્લડ કેન્સર હતું. બાબાએ કહ્યું કે તે તેને સાજી કરી શકે એમ છે અને પછી તેને દરબારમાં રાખી. રાખ, ધુમાડો અને આવા નકામા ઈલાજ ચાલુ કર્યા. પણ છોકરીની તબીયત સુધરવી તો દૂર આ દીકરી યોગ્ય ઈલાજ ન મળવાથી મરી ગઈ, જ્યારે તેના માતા-પિતા આ બધું જોતા રહ્યા. ત્યારે તેમને સમજાયું કે આ બધું સાવ બકવાસ હતું. એકવાર કોઈને સાપ કરડવાથી તેના પરિવાર વાળા તેને લઈને દરબારમાં આવ્યા, પણ તેની હાલત વધુને વધુ ગંભીર થવા છતાં બાબાએ તેને હોસ્પિટલ લઈ જવાથી રોક્યા. તે પણ ત્યાં જ મરી ગયો. ડાયાબિટીસ, કેન્સર, ફાઈલેરિયા(હાથીપગો), માથાનો દુખાવો કે અન્ય કોઈ બીમારી હોય, બાબાનો એક જ રામબાણ ઈલાજ હતો - રાખ.

અમે મેયો જનરલ હોસ્પિટલના સિવિલ સર્જન પાસેથી પ્રમાણપત્ર લીધું કે રાખ ફાઈલેરિયા(હાથીપગા)નો ઈલાજ નથી. પછી અમે નાગપુરના પોલીસ કમિશનર અને નરખેડ પોલીસ સ્ટેશનમાં ડ્રગ્સ એન્ડ મેજિક રેમેડીઝ (આપત્તિજનક જાહેરાતો) એક્ટ ૧૯૫૪ અને મહારાષ્ટ્ર મેડિકલ પ્રેક્ટિશનર્સ

એક્ટ (૧૯૬૧) હેઠળ ફરિયાદ નોંધાવી, જેમાં સ્પષ્ટ રીતે નોધવામાં આવ્યું કે બાબા કાયદાનું ઉલ્લંઘન કરી રહ્યા છે.

૨૩ ફેબ્રુઆરી, ૧૯૮૯ના રોજ, અમે નાગપુર ગ્રામીણ પોલીસના મોટા અધિકારીઓને મળ્યા અને ડેપ્યુટી ઈન્સ્પેક્ટર જનરલની ઓફિસે પણ ગયા.

પોલીસે તરત કાર્યવાહી કરી અને ૨૬ ફેબ્રુઆરીએ ફરી બાબા વિરુદ્ધ નકલી ડોક્ટરીનો કેસ પણ નોંધ્યો. આ અહંકારી બાબાને ૫ માર્ચે પકડીને નરખેડ પોલીસ સ્ટેશનની જેલમાં નાખવામાં આવ્યો.

નાગપુરમાં પત્રકાર પરિષદ યોજવામાં આવી, જેમાં અધિકારીઓએ શરૂઆતથી લઈને ધરપકડ સુધીની બધી કાર્યવાહીની માહિતી આપી. જ્યારે આ ખબર લોકો સુધી પહોંચી, ત્યારે જે લોકોને બાબા લૂંટતો હતો, તેઓ બહાર આવ્યા અને તેમના નરસા અનુભવો જણાવ્યા. ગુલાબરાવ કામડીએ ખુલ્લેઆમ કહ્યું કે તેને કેટલી હદે છેતરવામાં આવ્યો. અન્ય કેસો પણ સામે આવ્યા. આશ્રમમાંથી કેટલીક ચીજો મળી, જે એક વર્ષ પહેલાં ચોરાઈ હોવાનું જાણવા મળ્યું.

સમિતિએ ટીનખેડ ગામમાં એક જાહેર કાર્યક્રમ યોજ્યો, જેમાં અંધશ્રદ્ધાળુ પ્રવૃત્તિઓ અને આવા ઠગ બાબાઓથી સમાજમાં પેદા થતા ખતરા વિશે જણાવાયું. અશોક ધાટે અને દ્ન્યાનેશ માવલેએ સ્ટેજ પર પ્રદર્શન કરી, ઠગો દ્વારા ચમત્કાર તરીકે ખપાવવામાં આવતા કામો બીજું કાંઈ નહીં પણ હાથચાલાકી છે તે લોકોને ત્યાં જ પ્રયોગ કરી બતાવવામાં આવ્યું. આ વિસ્તારમાં હજારો પત્રિકાઓ વહેંચાઈ, જેમાં ફરીદ બાબાના ગોરખધંધા, તે કેવી રીતે ૧૦૦૧/-, ૫૦૧/- કે ભક્તો પાસેથી જેટલું લઈ શકે તેટલું દાન લેતો હતો તે વાત પણ છપાવી હતી. બાબાએ પોતાના ધંધાની આવક-જાવક ખર્ચનો કોઈ હિસાબ સરકારને આપ્યાનો તો સવાલ જ નહોતો. ફરીદ બાબાએ એકવાર લકી ડ્રોનું આયોજન કરવાનો પ્રયાસ કર્યો હતો, પણ તેને તેના માટે પરવાનગી મળી નહોતી અને આયોજન રદ રહ્યું.

બાબા જામીન પર છૂટ્યા પછી, તેનો ધંધો બહુ ખરાબ રીતે ઠપ થઈ ગયો. પહેલાં ભક્તોની ભીડ આવતી હતી, પણ હવે માંડ થોડા લોકો જ આવતા હતા. પોતાનો ધંધો ફરી શરૂ કરવાની આશામાં, તેણે પોતાના સ્ટાફને કોરાડી બોલાવ્યો. ધરપકડના છ મહિના પછી, બાબા કોરાડીની એક કોલોનીમાં ભક્તો સામે હાજર થયો. પણ તેને ખબર નહોતી કે ANISની શાખા કોરાડીમાં પણ છે.

સમિતિએ તરત જ પોતાના કાર્યકરોની બેઠક બોલાવી અને લોકોને બાબાની મોહગાંવમાં થયેલી ધરપકડ વિશે જણાવવાનું શરૂ કર્યું. નગરમાં લોકોને સજાગ કરવા બેનરો સાથે રેલી કાઢવામાં આવી, જેમાંથી એક બેનરમાં કહેવાયું હતું કે

જો બાબા રાખથી કોઈ બીમારી ઠીક કરી શકે તો તેને એક લાખ રૂપિયાનું ઈનામ આપવામાં આવશે. "ઠગ ફરીદ બાબા, શહેર છોડો" અને "અંધશ્રદ્ધા છોડો: દેશને મજબૂત કરો" જેવા નારા લગાવવામાં આવ્યા. ત્યારબાદ તરત જ એક જાહેર સભા પણ યોજાઈ.

બાબાએ પોલીસ સ્ટેશનમાં ફરિયાદ કરી કે સમિતિ લોકોની ધાર્મિક વિધિઓમાં દખલ કરી રહી છે. પણ પોલીસને ખબર હતી કે અમે ધર્મની વિરુદ્ધ નથી, પરંતુ ધાર્મિક લાગણીઓની આડમાં ચાલતા ખોટા શોષણની વિરુદ્ધમાં લડત ચલાવીએ છીએ. કોરાડી થર્મલ પાવર સ્ટેશનના મુખ્ય દરવાજે લગાવેલા પોસ્ટરોએ બાબા માટે માહોલ વધુ ગરમ કરી દીધો. કટોલમાં સ્થાયી થવાના તેના સઘળા પ્રયાસો નિષ્ફળ ગયા. લોકોનો તેની વિરુદ્ધ એટલો સખત ગુસ્સો હતો કે તેની પાસે ત્યાંથી ગાયબ થઈ જવા સિવાય કોઈ રસ્તો ન રહ્યો.

18

જસજીત માતાજીના કહેવાતા ચમત્કારોનો પર્દાફાશ

લખનૌથી જસજીત માતાના શિષ્યોનું એક ટોળું નાગપુર આવ્યું. તેમનો દાવો હતો કે માતાજી ફક્ત સ્પર્શ કરીને અને આશીર્વાદ આપીને કોઈ પણ ગંભીર બીમારીને મટાડી શકે છે. માતાજીના આવવાથી થોડા દિવસ પહેલા તેમના શિષ્યો નાગપુરના ગાડગે બાબા ધર્મશાળામાં ઉતર્યા. તેમનું કામ હતું માતાજીના ચમત્કારો વિશે લોકોમાં જાગૃતિ ફેલાવવી. આશરે વીસ ભણેલા-ગણેલા લોકો શહેરમાં ફરી-ફરીને પત્રિકાઓ વહેંચતા હતા અને લોકોને કહેતા હતા કે માતાજીએ લાખો લોકોની બીમારીઓ જેવી કે કેન્સર, ગેંગરીન, દમ, હૃદયની સમસ્યાઓ, ડાયાબિટીસ, બ્રેઈન ટ્યૂમર વગેરે મટાડી છે. તેઓ નાગપુર આવવાના છે અને અંધ લોકોની આંખો અને પાગલ લોકોનું મગજ ઠીક કરવાનું પણ તેમાં કહેવામાં આવ્યું હતું. પત્રિકામાં એવું પણ કહેવાયું હતું કે તેમનો સ્પર્શ ભૂત-પ્રેતના સાયામાં સપડાયેલા લોકોને મુક્તિ આપશે. તેઓ ૧ જાન્યુઆરી, ૨૦૦૩ના રોજ માનવ દેહમાં જ સ્વર્ગમાં જશે. આવી પત્રિકાઓથી અંધશ્રદ્ધા નિર્મૂલન કરવા માટે કામ કરતા લોકો ચોંકી ગયા અને તેની તપાસ હાથ ધરી.

છેલ્લા ચાર વર્ષથી જસજીત કૌર ઉર્ફે માતાજી લખનૌમાં રહેતા હતા અને પોતાને ભગવાનનો નવમો અવતાર ગણાવતા હતા. તેમનું કહેવું હતું કે ૧ જાન્યુઆરી, ૧૯૯૩ના રોજ ભગવાને તેમનામાં દેહમાં પ્રવેશ કર્યો હતો. તેમના અગાઉના અવતારોમાં તેઓ સીતા, રાધા, મીરા, હીર, લૈલા, સોહની, યશોધરા

અને ગુરુ ગોવિંદ સિંહજીની પત્ની સાહેબા હતા. પત્રિકામાં કરેલા ચમત્કારોના દાવાઓ ખૂબ જ વાંધાજનક હતા. અમે કોટવાલી પોલીસ સ્ટેશનમાં ફરિયાદ નોંધાવી. સમિતિના કેટલાક અધિકારીઓએ નાગપુરના પોલીસ કમિશનર ઉલ્હાસ જોશીને મળીને આ બાબતે ગુનો નોધાવ્યો. માતાજીનો ચમત્કારી કાર્યક્રમ ૨૮ નવેમ્બર, ૧૯૯૮ના રોજ રેશીમબાગ મેદાનમાં યોજાવાનો હતો. તેમના શિષ્યો ઝંડા લઈને શહેરમાં રેલીઓ કરતા હતા. અમારી ફરિયાદ નોંધાતા જ આ વીસ શિષ્યો પર કાયદો તોડવાનો આરોપ લાગ્યો અને તે જ સાંજે તેમને કસ્ટડીમાં લેવામાં આવ્યા.

આ ભણેલા-ગણેલા અને સમૃદ્ધ દેખાતા શિષ્યો ધરપકડથી ચોંકી ગયા. તેમણે જામીન મેળવ્યા અને ૨૮ નવેમ્બરનો કાર્યક્રમ સફળ થાય તે માટે તૈયારી શરૂ કરી. પરંતુ પોલીસે સમિતિની ફરિયાદને કારણે કાર્યક્રમની પરવાનગી નકારી દીધી, જેથી તેઓ ઉપાય શોધવા દોડધામ કરવા લાગ્યા. માતાજીના બે શિષ્યો, કેવલ અરુણ મિશ્રા અને બિપીન મહેતા, સમિતિના લોકોને મળવા આવ્યા. તેમણે ભોપાલ, દિલ્હી, હરિદ્વાર જેવા શહેરોમાં માતાજીના સફળ કાર્યક્રમોની વાતો કરી. પરંતુ અમે તેમને કહ્યું કે આ મામલો હવે અમારા હાથમાં નથી, તે પોલીસને સોંપાઈ ગયો છે.

શિષ્યોએ માતાજીને ફોન પર આ બધું જણાવ્યું. માતાજીએ સમિતિના વર્કિંગ પ્રેસિડેન્ટ ઉમેશ ચૌબે સાથે વાત કરી. તેમણે કહ્યું, “અમે પણ ધર્મનો પ્રચાર કરીએ છીએ. અમારા ચમત્કારોની વાતો પ્રેસે ફેલાવી છે. કૃપા કરીને અમને સહકાર આપો.” ચૌબેએ તેમની પત્રિકા વાંચીને તેમનું જૂઠાણું પકડી પાડ્યું. માતાજીએ વિનંતી કરી કે કાર્યક્રમ યોજવા દેવામાં આવે. તેમણે મારી સાથે પણ વાત કરી અને કહ્યું કે તેઓ પણ અંધશ્રદ્ધાના વિરોધમાં છે અને લોકોને ઠગ લોકોથી સાવધ રહેવાનું શીખવે છે. મેં તેમને સમજાવ્યું કે તેમની પત્રિકા સ્પષ્ટપણે ચમત્કારોની વાત કરે છે. મેં પૂછ્યું, “લખનૌમાં અંધ લોકો ઓછા છે? તમારે નાગપુર કેમ આવવું પડે છે?” અમે તેમને એ પણ જણાવ્યું કે તેમનો પ્રચાર ડ્રગ્સ એન્ડ મેજિક રેમેડીઝ એક્ટ ૧૯૫૪નું ઉલ્લંઘન કરે છે.

માતાજીના શિષ્યો અંધશ્રદ્ધા નાબૂદીની વાતો કરવા લાગ્યા, પરંતુ તેઓ માતાજીના ચમત્કારોની વાતો કરવાનું ન ભૂલ્યા. તેમણે કહ્યું કે તેઓ નાગપુર સત્યની શોધમાં આવ્યા છે અને માતાજી પાસે આફતો ટાળવાની અદ્ભુત શક્તિ છે. નાગપુરના કેટલાક રાજકીય નેતાઓએ પોલીસને કહ્યું કે આ કાર્યક્રમ ધાર્મિક છે અને આમ તેમને પરવાનગી મળી ગઈ. પરંતુ અમે પણ તેમના ચમત્કારોની તપાસ કરવા માટે કટિબદ્ધ હતા. અમે શિષ્યોને કહ્યું, “સમિતિએ પ્રસ્તાવ મૂક્યો કે તેમણે સૂચવેલ દસ અંધ લોકોને માતાજીના કાર્યક્રમમાં મોકલવામાં આવે. જો

માતાજી તેમની આંખો સાજી કરી દે, તો સમિતિ તેનું કામ બંધ કરી દેશે. પરંતુ જો તેઓ ન કરી શકે, તો માતાજીએ આવો અંધશ્રદ્ધાળુ પ્રચાર બંધ કરવો પડશે." શિષ્યોએ આ દરખાસ્તનું સમર્થન કર્યું અને કોર્ટ ફી સ્ટેમ્પ ઉપર કરેલા કરાર પર સહી કરવા સંમત થયા. પરંતુ તેઓ સાંજે સમિતિની ઓફિસે સહી કરવા ન આવ્યા. તેથી અમે ફરીથી કોટવાલી પોલીસ સ્ટેશનમાં ફરિયાદ નોંધાવી.

૨૮ નવેમ્બરે માતાજી રેશીમબાગ મેદાનમાં આવવાના હતા. તેમના શિષ્યો પહેલા આવી ગયા હતા અને માતાજીના સાહિત્યના સ્ટોલ લગાવ્યા હતા. પ્રચારની અસર થઈ હતી અને ઘણા બીમાર લોકો મેદાનમાં ભેગા થયા હતા. કેટલાક લોકો હોસ્પિટલમાંથી રજા લઈને સેલાઈન બોટલ સાથે આવ્યા હતા. લોકોને આશા હતી કે કોઈ ચમત્કાર થશે. પંડાલ ખૂબ ભરેલું હતું અને લોકો માતાજીની રાહ જોતા ઊભા હતા. તેઓ બપોરે ચાર વાગે લખનૌથી આવવાના હતા.

જ્યારે માતાજીના વિમાનના ઉતર્યાના સમાચાર આવ્યા, ત્યારે પંડાલમાં તેમના જયજયકારના નારા લાગ્યા. તેઓ બંધ ગાડીમાં બેસી કાર્યક્રમની જગ્યા પર આવ્યા અને સ્ટેજની પાછળ ઉતરીને હાથ જોડીને પ્રવેશ્યા. કોઈ ભક્ત કે દર્દીને સ્ટેજ પર ચઢવા દેવામાં ન આવ્યા. માતાજીને પણ દર્દીઓની નજીક ન જવાનું કહેવામાં આવ્યું હતું. જો તેમણે કોઈને સ્પર્શ કર્યો હોત, તો તેમની સામે કાર્યવાહી થાત. અન્ય શહેરોમાં તેઓ ભક્તો વચ્ચે જઈને આશીર્વાદ આપતા અને ચમત્કાર કરતા, પરંતુ નાગપુરમાં તેઓ ફક્ત આઠ મિનિટ રોકાયા. તેમણે હાથ જોડીને લોકોને નમન કર્યું અને પછી ગાડીમાં બેસીને પાછા નીકળી ગયા. પોલીસે તેમને કોઈ ચમત્કાર કરવાની પરવાનગી આપી ન હતી. કોઈ ચમત્કાર ન થયો. દર્દીઓએ નિરાશ થઈને માતાજીને ગાળો આપવા લાગ્યા. લંગડા અને અપંગ લોકો નારાજ થઈને ચાલ્યા ગયા.

અન્ય શહેરોમાં માતાજી ભક્તો વચ્ચે જઈને આશીર્વાદ આપતા અને બીમારીઓ મટાડતા, પરંતુ નાગપુરમાં આવું કંઈ ન થયું. સમિતિના કાર્યકર્તાઓ ચમત્કારની રાહ જોતા હતા, પરંતુ કંઈ ન થયું. માતાજી લખનૌ પાછા ફર્યા પછી, તેમના શિષ્યો ફરી અમારી પાસે આવ્યા. તેમણે તેમના કેસ પાછા ખેંચવાની વાત કરી. તે પહેલા જજને મળ્યા, જેમણે કહ્યું કે સમિતિએ ફરિયાદ પાછી ખેંચવી પડશે. અમે શિષ્યોને કહ્યું, "જે માતાજીમાં તમને આટલો વિશ્વાસ છે, તેઓ તમારી સમસ્યાઓ દૂર કરશે. તમને હજી એક ચમત્કારનો અનુભવ કરવાની તક છે."

આ સાંભળીને તેઓ ફક્ત હળવું હસ્યા. કેસ કોર્ટમાં ચાલ્યો અને તેમણે વારંવાર નાગપુર આવવું પડ્યું. એક સુનાવણી દરમિયાન વકીલે મને પૂછ્યું, "તમે કેન્દ્ર સરકારના કર્મચારી છો. શું તમે ફરિયાદ નોંધાવતા પહેલા તમારા

ઉપરી અધિકારીની પરવાનગી લીધી?"

મેં જવાબ આપ્યો, "હા, હું કેન્દ્ર સરકારનો કર્મચારી છું, પરંતુ જો સમાજમાં કંઈ ખોટું થતું હોય, અંધશ્રદ્ધા ફેલાવવાનો પ્રયાસ થતો હોય, તો ફરિયાદ નોંધાવવા માટે મારે કોઈની પરવાનગીની જરૂર નથી. હું મારી નોકરીની ફરજો નજરઅંદાજ કર્યા વિના સમાજસેવામાં ભાગ લઈ શકું છું." જજે મારા જવાબનું સમર્થન કર્યું. મેં કોર્ટને એ પણ જણાવ્યું કે ફરિયાદ નોંધાવવા માટે મેં અડધા દિવસની રજા લીધી હતી.

માતાજીએ ત્યારબાદ નાગપુરમાં કોઈ કાર્યક્રમ ન કર્યો. શિષ્યો હજી પણ આશ્ચર્યમાં છે કે તેમના માતાજીની ચમત્કારી સભા કેમ ન થઈ. ચમત્કારો ભૌતિક દુનિયામાં નથી થતા; તે અંધશ્રદ્ધાથી ગુલામ થયેલા મનની ભ્રમણાઓ છે. ખ્રિસ્તીઓના ઈસુના સ્વર્ગારોહણ સિવાય, જે બે હજાર વર્ષ પહેલા થયું હોવાનું માનવામાં આવે છે, મેં ક્યારેય કોઈ માણસને માનવ શરીરમાં સ્વર્ગમાં જતા સાંભળ્યું નથી.

19

ટોકિંગ સ્ટોનઃ દાવો, દંભ અને ધરપકડ"

જ્યોતિષના રત્નો, ગજરા અને તાવીજ પહેરવાની ઇચ્છા એકદમ અયોગ્ય અને અવિવેકી છે. નિર્જીવ વસ્તુઓ માત્ર આંગળીમાં પહેરવાથી કે ગળામાં લટકાવવાથી આપણા જીવનની દિશા કેવી રીતે બદલી શકે?પણ આ દુઃખની વાત છે કે આપણે મનુષ્યો તરીકે આવા ઢોંગ અને ઠગાઈમાં સરળતાથી ફસાઈ

જઈએ છીએ. લોકો આવી બનાવટી વાતોમાં ફસાઈને પોતાના પૈસા ગુમાવે છે.એટલું જ નહીં, ભારતના સેંકડો પ્રખ્યાત અખબારોને પણ આવી જાહેરાતો છાપવામાં કોઈ શરમ નથી આવતી. આનાથી અંધશ્રદ્ધા તો વધે છે અને તેઓ પણ ગેરકાયદેસર પૈસા કમાય છે.આ લેખમાં ઓલ ઈન્ડિયા અંધશ્રદ્ધા નિર્મૂલન સમિતિ દ્વારા સમજદારીથી જીવન જીવવાના હક્ક માટે એક મોટી ચળવળ ચલાવી તેની વાત છે . તેમણે આ અંધશ્રદ્ધા સામે લડવાનું અભિયાન ઉપાડ્યું.

બારોડાના મધુસૂદન પટવર્ધન દ્વારા પ્રચારિત અને વેચાતો જ્યોતિષીય 'બોલતો પથ્થર' (Talking Stone) લોકોના મનમાં ખૂબ જ રસ જગાવી રહ્યો હતો. આશરે ૧૯૮૫ના સમયે મહારાષ્ટ્રમાં અંધશ્રદ્ધા નિર્મૂલનનું અભિયાન ઝડપથી આગળ વધી રહ્યું હતું. બરાબર તે જ સમયે 'બોલતા પથ્થર'ની અખબારોમાં જાહેરાતો ભોળા લોકોને માનવીઓને જાળામાં ફસાવી રહી હતી.આ પથ્થરો દેશભરમાં લાખોની સંખ્યામાં વેચાઈ રહ્યા હતા. આ હતા તોમાત્ર કાંકરા, પણ એવો દાવો કરવામાં આવતો હતો કે આ પથ્થર વ્યક્તિનું ભાગ્ય બદલી નાખે છે અને યોગ્ય-અયોગ્ય બધી ઈચ્છાઓ પૂરી કરી દે છે.બારોડાના પટવર્ધન જ્યોતિષ સંસ્થાએ પ્રચાર શરૂ કર્યો કે તેમણે જ્યોતિષ વિજ્ઞાનમાં અમૂલ્ય શોધ કરી છે. તેમનો આ 'બોલતો પથ્થર' લોકો માટે ઢાલ છે, જે પહેરનારને બધી આફતો, દુઃખ અને દુર્ભાગ્યથી બચાવે છે. દેશના મોટામોટા શહેરોમાં સ્ટોલ લગાવીને આ કાંકરાને માત્ર ૨૦ રૂપિયામાં વેચવામાં આવતા હતા. અને જો આ પથ્થર તમારું ભાગ્ય ના બદલે પૈસા પાછા આપવાની ગેરંટી પણ આપવામાં આવતી હતી.આ પથ્થરોમાં કોઈ જાદુઈ મંત્ર કે અલૌકિક શક્તિનો દાવો નહોતો. એવું કહેવામાં આવતું કે આ પથ્થરો જ્યોતિષઓ દ્વારા સારી રીતે સંશોધન કરેલા સિદ્ધાંતો પરથી બનાવવામાં આવ્યા છે અને વ્યક્તિની રાશિ અનુસાર ચોક્કસ પથ્થરને કાળજીપૂર્વક પસંદ કરવામાં આવે છે. એક વખત પહેર્યા પછી આ પથ્થર ગ્રહોની ખરાબ અસરને રોકે છે. શરીરને સ્વસ્થ રાખે છે, મનને શાંતિ અને સંતોષ આપે છે, બેરોજગારી દૂર કરે છે, ધંધામાં સમૃદ્ધિ લાવે છે અને કોર્ટમાં કેસ જીતવામાં પણ મદદ કરે છે.એટલે કે 'બોલતો પથ્થર' ખુશહાલ અને સફળ જીવન માટે સૌથી સારો સાથી સાબિત થાય છે. અને પથ્થર ખરીદનારની કુંડળી સાથે બરાબર મેચ કર્યા પછી જ વેચવામાં આવતો હતો. આમ,ધીમે ધીમે આ પથ્થર ખૂબ લોકપ્રિય થઈ રહ્યો હતો. આખરે ૨૦ રૂપિયાનું તો શું મહત્વ ? પણ અમારી સંસ્થા દ્વારા આ નસીબવાળા પથ્થરના ખ્યાલ સામે એક અભિયાન ચલાવવાનું નક્કી કરવામાં આવ્યું. અંધશ્રદ્ધા નિર્મૂલન સમિતિ (ANIS)ના કાર્યકર્તાઓએ સતારા, નાસિક, જલગાંવ, ચાલિસગાંવ, ભુસાવળ વગેરે ઘણા શહેરોમાં આ પથ્થરો ખરીદ્યા અને તેની માહિતી એકઠી કરી. જ્યાં શક્ય હોય ત્યાં

લોકો સાથે વાતચીત કરીને સમજાવવાનો પ્રયત્ન કર્યો કે આ બધું છેતરપિંડી છે. પણ આમ સફળતા મળવી મુશ્કેલ હતી.આમ જોઈએ તો આ એક અસમાન મેદાનમાં લડાતી લડાઈ હતી કેમ કે એક તરફ પટવર્ધન કંપનીની જાહેરાતોનું તોફાન તો બીજી તરફ માત્ર કેટલાક કટિબદ્ધ કાર્યકર્તાઓ જ હતા. લોકો માનતા હતા કે આ માત્ર કાંકરો નથી, આ તો તેમના ભાગ્યનો સારથી છે. અને રેશનલિસ્ટો જે કંઈ કહે તેની પરવા નહીં. આમ પણ કિંમત માત્ર ૨૦ રૂપિયા જ છે!

પટવર્ધન પરિવારે નાસિકમાં એક સ્ટોલ લગાવ્યો હતો અને સ્થાનિક અખબારોમાં તેની જાહેરાતની પણ આપી હતી. તેમણે સતારા જિલ્લા કોર્ટના ચુકાદાને ખુલ્લેઆમ ખોટી રીતે રજૂ કરીને જાહેરાતમાં લખ્યું કે કોર્ટે આને કાયદેસર પ્રવૃત્તિ માની છે. આ વાત અંધશ્રદ્ધા નિર્મૂલન સમિતિ (ANIS)ના કાર્યકર્તાઓને ખૂબ જ દુઃખી કરી ગઈ.આ જ સમયે અકોલામાં એક કેમ્પ ચાલી રહ્યો હતો. ANISના વરિષ્ઠ કાર્યકર્તા અશોક પરદેશીએ આગ્રહ કર્યો કે પટવર્ધનને યોગ્ય સબક શીખવવો જોઈએ. તેથી પ્રો. શ્યામ માનવ, વિજય ભારતી અને અશોક પરદેશી નાસિક પહોંચ્યા. ત્યાં ૨૪ ડિસેમ્બર, ૧૯૮૬ના રોજ બેઠક યોજાઈ અને ‘બોલતા પથ્થર’ની આ ચાલક અંધશ્રદ્ધા સામે એક મજબૂત અભિયાન ચલાવવાનું નક્કી થયું.જાહેર ચોકમાં સભાઓ શરૂ થઈ. આ સભાઓમાં દલિત પેન્થર અને શિવસેનાના કાર્યકર્તાઓ પણ જોડાયા. નક્કી થયું કે શહેરમાં ગધેડાની શોભાયાત્રા કાઢવી. ગધેડાઓના ગળામાં પથ્થર બાંધીને એક પાટિયું લટકાવવું જેના પર લખેલું હોય: "મેં ‘બોલતો પથ્થર’ પહેર્યો છે. કૃપા કરીને હવે મારું જીવન બદલી નાખો."પણ પોલીસે કહ્યું કે યાત્રામાં ગધેડાઓને ન લઈ જઈ શકો. આખો દિવસ નાસિકના ચોક-ચોકમાં ‘બોલતા પથ્થર’ વિરુદ્ધના નારા ગુંજ્યા. સમિતિએ તત્કાલીન વડાપ્રધાન રાજીવ ગાંધીને પત્ર પણ લખ્યો હતો. આ પત્રની નકલો રસ્તાઓ પર વહેંચવામાં આવી.પત્રનો મુખ્ય સંદેશ એ હતો કે: દેશ હાલમાં મુશ્કેલ સમયમાંથી પસાર થઈ રહ્યો છે. પંજાબમાં આગ ભભૂકી રહી છે. બેરોજગારી, મોંઘવારી, રોગોનો ફેલાવો, ભ્રષ્ટાચાર, દુકાળ, ધાર્મિક ઝઘડા જેવી અનેક સમસ્યાઓ દેશને ત્રાસ આપી રહી છે. જો વડાપ્રધાન દેશને વૈજ્ઞાનિક વિચારસરણીવાળી એકવીસમી સદી તરફ લઈ જવા માંગતા હોય, તો અમારી આ પોકાર સાંભળવી જ પડશે.

અમે વડાપ્રધાનને લખેલ પત્રમાં વ્યંગ્ય કર્યો કે ‘બોલતા પથ્થર’ને સરકારી આશ્રય આપવો જોઈએ. અમે એ પણ પત્રમાં લખ્યું હતું કે: "મધુસૂદન પટવર્ધન એક સજ્જન વ્યક્તિ છે જેમણે અભૂતપૂર્વ સંશોધન કરીને ‘બોલતો પથ્થર’ શોધ્યો છે અને ભારતના લોકો ઉપર અદ્ભુત ઉપકાર કર્યો છે. જ્યારે કોઈ વ્યક્તિ

જ્યોતિષ અનુસાર પસંદ કરેલો આ પથ્થર પહેરે છે, ત્યારે પથ્થરમાંથી નીકળતા કિરણો શરીરની આસપાસ તરંગો ઉભી કરે છે અને આ તરંગો શરીરને બધી આફતોથી બચાવે છે. તેથી ભારત સરકારે આ પથ્થરો ખરીદીને પંજાબ અને દિલ્હીના નાગરિકોમાં વહેંચવા જોઈએ. આનાથી ત્યાં ચાલી રહેલી હત્યાઓ તરત બંધ થઈ જશે. બેરોજગારોને આ પથ્થરો આપીને બેરોજગારીની સમસ્યા દૂર કરી શકાય. પટવર્ધનના પથ્થરો વહેંચીને દેશને બધા રોગોમાંથી મુક્ત કરી શકાય. આ તમારી સરકાર ચલાવતી બધી યોજનાઓ કરતાં ઘણું સસ્તું અને અસરકારક છે." પત્રના અંતમાં અમે નોંધ્યું કે:

"તમારા જેવા વૈજ્ઞાનિક વિચારસરણીવાળા વડાપ્રધાન હોવા છતાં, દેશના અખબારોમાં ખુલ્લેઆમ જાહેરાતો આપીને લોકોના ભોળપણનો લાભ લઈને તેમને ઠગવામાં આવે છે, શું આ આપણા દેશ અને આપનું વ્યક્તિગત અપમાન નથી? શું પોલીસ વિભાગની ફરજ નથી કે આવા લોકોને પકડીને જેલમાં પૂરી દે? તેથી પ્રિય વડાપ્રધાનજી, અમારી અપેક્ષા છે કે તમે એવી વ્યવસ્થા કરો કે પટવર્ધન જેવા ઠગ અને ઢોંગીઓ આપણા અંધશ્રદ્ધાથી લિપ્ત સમાજનું લોહી ચૂસી ન શકે. આથી, પહેલાં બંધારણ પ્રમાણે વૈજ્ઞાનિક અભિગમ કેળવવાની જરૂર છે. અમે વિનંતી કરીએ છીએ કે તમે આ કામ માટે ખૂબ મહેનત કરતી અમારા જેવી સ્વૈચ્છિક સંસ્થાઓને આગળ વધવામાં મદદ કરો." આવી પત્રિકાઓ જાહેર ચોકની સભાઓમાં પણ વહેંચવામાં આવી. ધીમે ધીમે પરિસ્થિતિ સુધરવા લાગી. લોકો પોતાના વિચારો તપાસવા લાગ્યા.માર્ચ મહિનામાં 'બોલતો પથ્થર' નાગપુરમાં પહોંચ્યો. કસ્તુરચંદ પાર્કમાં યોજાયેલી હાથવણાટ વસ્તુઓના પ્રદર્શનમાં તેમણે પણ એક આકર્ષક સ્ટોલ લગાવીને રંગબેરંગી પથ્થરો વેચવાના શરૂ કર્યા. નાગપુર અંધશ્રદ્ધા નિર્મૂલનની પ્રવૃત્તિઓનું મહત્વનું કેન્દ્ર છે. પ્રદર્શનમાં લગાવેલી જાહેરાત રસપ્રદ હતી. તેમાં લખ્યું હતું: "અમે ANISનો પડકાર સ્વીકારીને નાગપુરમાં આવ્યા છીએ. આ કોઈ જાદુઈ મંત્ર કે કાળો જાદુ નથી. આ સૂર્યના કિરણોની અનોખી ભેટ છે..." ત્યાં વહેંચાયેલા પત્રિકામાં પથ્થરોને રત્નવિજ્ઞાનમાં કરેલા અમૂલ્ય વૈજ્ઞાનિક સંશોધનનું પરિણામ ગણાવવામાં આવ્યું હતું.અમારી સંસ્થાનો સીધો ઉલ્લેખ કરવો એ અમારા માટે ખૂબ આકર્ષક પડકાર હતો, જેને અવગણી ન શકાય. સમિતિના અધિકારીઓની તાત્કાલિક બેઠક બોલાવવામાં આવી. અખબારોમાં એક નાના પણ અસરકારક સમાચાર મુકવામા આવ્યા: ANIS અભિયાન શરૂ કરી રહ્યું છે. નાગપુરના અખબારો ANISના આંદોલનની ગંભીરતા અને તેની તપાસ કેટલી મજબૂત હોઈ શકે તે જાણતા હતા. અમે દરરોજ સભાઓ યોજવા લાગ્યા. એ વાત નક્કી હતી કે પટવર્ધન સામેનું અભિયાન તીવ્ર હશે, પણ તે

સંપૂર્ણપણે કાયદાની હદમાં રહેશે.

પટવર્ધને અમારી વચ્ચે એક ગુપ્ત માણસ (જાસૂસ) મૂકી દીધો હતો. આ માણસ અમારી બધી ગુપ્ત બેઠકોમાં શું ચર્ચા થાય છે તે બધું તેને જણાવી દેતો. અમે જે પ્રશ્નો કે વાતો કરતા તેનો ઉલ્લેખ પટવર્ધનની જાહેરાતોમાં મળી જતો.સતારા કોર્ટમાં જેમ એકતરફી સ્ટે (રોક) મળી ગયો હતો તેવું ન થાય તે માટે અમે અભિયાન જાહેર થાય તે પહેલાં જ 'કેવિયેટ' (સાવચેતીની અરજી) કરવાનું નક્કી કર્યું હતું. પણ ટૂંક સમયમાં 'તરુણ ભારત' અખબારમાં મોટા અક્ષરે સમાચાર છપાયા: 'ANISને નોટિસ જારી કરાઈ'. ANISને ૨૬ માર્ચ સુધીમાં જવાબ આપવાનો હતો. આ નોટિસ ANISને અને પોલીસ કમિશનરને પણ આપવામાં આવી હતી. હવે બાજી આપણા હાથમાં હતી.નાગપુરમાં પણ નાસિક અને સતારા જેવું અભિયાન ચાલશે, પણ તેમનો દાવો હતો કે દરેકને ધંધો કરવાનો મૂળભૂત અધિકાર છે.અમે પટવર્ધનના 'નસીબવાળા પથ્થર'ને બંધ કરવા માટે ઘણી રણનીતિઓ વિચારી રહ્યા હતા. અમે ક્રાઈમ બ્રાન્ચના ડેપ્યુટી કમિશનર પોલીસને મળ્યા. પથ્થરોની આ છેતરપિંડી સ્પષ્ટ હતી. આખો ધંધો બનાવટી હતો, પણ આની સામે કોઈ કાયદો ન હોવાથી પોલીસે હાથ અધ્ધર કરી દીધા અને કહ્યું કે અમે આમાં કંઈ કરી શકતા નથી.નોટિસનો જવાબ આપવો અમારા માટે ફરજિયાત હતો. નાગપુરના પ્રખ્યાત વકીલ સુબોધ ધર્માધિકારીએ મફતમાં મદદ કરવાની ઓફર કરી. ગ્રાહક સુરક્ષા કાયદાની કલમો તપાસી, બીજા કાયદાના પુસ્તકો પણ ખંખોળ્યા. આખરે વકીલ રોહિત દેઓને 'ડ્રગ્સ એન્ડ મેજિક રેમિડીઝ (ઑબ્જેક્શનેબલ એડવર્ટાઈઝમેન્ટ્સ) એક્ટ, ૧૯૫૪' મળ્યો. આ કાયદો લાગુ પડે તો પોલીસ પટવર્ધન સામે કાર્યવાહી કરવા બંધાયેલી છે એમ અમને લાગ્યું.અમે 'તરુણ ભારત'માં છપાયેલી જાહેરાતની નકલ જોડી. તેમાં પથ્થરથી રોગો ઠીક થાય છે એવો દાવો કરવામાં આવ્યો હતો, જે ખૂબ જ મહત્વનો હતો. અમે ક્રાઈમ બ્રાન્ચના ડેપ્યુટી કમિશનર વિજય કાંબલે ને મળ્યા અને એક્ટની નકલ આપી. તેમણે કહ્યું કે હું અભ્યાસ કરીશ અને નિર્ણય લઈશ.પટવર્ધન તમામ સ્થાનિક અખબારોમાં આખા પાનાની જાહેરાતો આપી રહ્યો હતો. તેની સાથે જ સ્પોન્સર્ડ લેખો પણ છપાતા – જેમાં શ્રદ્ધા અને અંધશ્રદ્ધા વચ્ચેનો તફાવત, ANIS પર તીવ્ર હુમલા જેવા કે ANISના લોકો પડકાર મળતાં જ ભાગી ગયા એવી વાતો છાપવામાં આવતી. એમ કહેવામાં આવતું કે ANISનો ફુગ્ગો ફૂટી ગયો છે.પણ ભવિષ્ય જોનારા 'બોલતા પથ્થર'ના આ લોકોને એ દેખાયું નહીં કે ટૂંક સમયમાં તેમના મોં પર પણ તાળું લાગી જવાનું છે.અમે અખબારોના સંપાદકો અને જાહેરાત વિભાગના મુખ્ય અધિકારીઓને મળ્યા. તેમનો જવાબ હતો: ભલે આ 'આક્ષેપાસ્પદ જાહેરાત'ની શ્રેણીમાં આવે, પણ જે

ક્લાયન્ટ અમને સારા પૈસા આપે છે તેને અમે ના નથી કહેતા. તેઓએ અમને આશ્વાસન આપ્યું કે તમારી દલીલોને પણ અમે જગ્યા આપવા તૈયાર છીએ.

અમે નક્કી કર્યું કે 'બોલતા પથ્થર'ની વૈજ્ઞાનિક તપાસ કરાવીએ. પટવર્ધનની જાહેરાતમાં દાવો હતો કે આ પથ્થર વૈજ્ઞાનિક ઢબે તૈયાર આવ્યા છે અને તેમાંથી કિરણો નીકળે છે જે શરીરની આસપાસ તરંગો ઉભી કરે છે. આ તરંગો પછી પહેરનાર પર આવતી આફતોની તરંગો સામે લડે છે અને તેને હરાવી દે છે. આ બધું એકદમ બકવાસ હતું, ફક્ત વૈજ્ઞાનિક ભાષામાં લપેટેલું.નાગપુર યુનિવર્સિટીના રિજનલ સોફિસ્ટિકેટેડ ઇન્સ્ટ્રુમેન્ટેશન સેન્ટરના ડિરેક્ટર ડૉ. જી. એન. નવનીતે આ પથ્થરોની વૈજ્ઞાનિક તપાસ કરવા સંમતિ આપી. તેમની તપાસમાં બહાર આવ્યું કે આ કોઈ કિંમતી રત્નો નથી; આ તો સાદા સામાન્ય કાંકરા છે, જેમાં પ્રકાશને તોડવાની (રિફ્રેક્ટ કરવાની) ક્ષમતા પણ નથી.આનાથી પટવર્ધનના 'વૈજ્ઞાનિક' દાવાઓની હવા નીકળી ગઈ. હવે અખબારોમાં ડૉ. નવનીત પર હુમલા શરૂ થયા. કહેવામાં આવ્યું કે પથ્થરો વૈજ્ઞાનિક રીતે બનાવેલા છે અને ડૉ. નવનીત અજ્ઞાની છે. ANISની ઓફિસમાં ધમકીઓ પણ આવવા લાગી. પણ અમે ક્યારેય આવી ધમકીઓની પરવા કરી નથી.'રાષ્ટ્રીય વિચાર મંચ'ના દિનેશ શર્માએ અમને પત્ર લખીને ધમકી આપી કે અમારી ઓફિસ પર જાહેર માર્ચ કાઢશે.અભિયાન હવે મજબૂત થવા લાગ્યું. અમે ગુજરાતના ખંભાતમાંથી રંગબેરંગી કાંકરા મંગાવ્યા અને કસ્તુરચંદ પાર્કની સામે અમારો પોતાનો સ્ટોલ લગાવ્યો. આ કાંકરા માત્ર ૨૦ પૈસામાં વેચવા લાગ્યા. અમે સ્પષ્ટ જણાવ્યું કે આ કાંકરા પણ એ જ જગ્યાએથી આવ્યા છે, પણ તેમાં જ્યોતિષનું કોઈ ટ્યુનિંગ નથી અને તેમાંથી કોઈ કિરણો પણ નથી નીકળતા. આ તો ફક્ત રેતીના કાંકરા છે.દરેક ૨૦ પૈસાના કાંકરા સાથે અમે એક પત્રિકા પણ આપતા, જેમાં પટવર્ધનના બધા દાવાઓને ખોટા સાબિત કરવામાં આવ્યા હતા. લોકોમાં જાગૃતિ આવવા લાગી. અખબારોમાં સમાચાર આવવા લાગ્યા. ઉનાળાની ગરમી ચરમ સીમાએ હોવા છતાં અમે અભિયાનમાં સમય લગાવવા લાગ્યા.અમે નાગપુરના તમામ મહત્વના સ્થળોએ જાહેર સભાઓ યોજવાનું નક્કી કર્યું અને પ્રદર્શનની સામે ડેમોન્સ્ટ્રેશન પણ કર્યા. અમારી પાસે પણ 'બોલતા પથ્થર'નો સંગ્રહ હતો. અશોક ઘાટે, જ્ઞાનેશ માવળે, રામકાંત સિંગટકર, રેખા દાંડીગે અને બીજા ઘણા કાર્યકર્તાઓ આ પથ્થરો ૨૦ પૈસામાં વેચતા.અમારો ઉદ્દેશ હતો કે પટવર્ધનના પગ નીચેથી જમીન ખસેડી દઈએ. ખરીદનારને કહેતા: ખાણ તો એ જ છે, કાંકરા પણ એ જ છે – ફક્ત રેતીના દાણા જેવા મોટા. આ ખરીદીને કોઈ ફાયદો નહીં થાય. તમે અમારી પાસેથી ૨૦ પૈસામાં લઈ શકો છો, અથવા પટવર્ધનના સ્ટોલ પરથી બરાબર એ જ વસ્તુ

લઈને ૨૦ રૂપિયા આપી શકો છો.

હવે આ લડાઈ પૂર જોશમાં શરૂ થઈ ગઈ હતી અને લોકોમાં ચર્ચા તથા બહસ ચાલુ થઈ ગઈ હતી. પટવર્ધનને એક જાહેરાતમાં એક ડોક્ટરનું નિવેદન છાપ્યું કે તેણે 'બોલતો પથ્થર' ખરીદ્યો અને તેને બીમારીમાંથી મુક્તિ મળી.અમે એક મોટું બેનર તૈયાર કર્યું અને ડોક્ટરના ઘરની સામે બેસી ગયા. અમે માંગ કરી કે તે દર્દીઓને જોવાનું બંધ કરે અને બોલતા પથ્થરો લોકોને વહેંચવા માંડે. ડોક્ટર આગળ આવ્યો, તેણે ભૂલ સ્વીકારી અને માફી માંગી. અમે અમારું બેનર પાછું લીધું.મેં પટવર્ધન સામે સદર પોલીસ સ્ટેશનમાં ફરિયાદ કરી. ઇન્સ્પેક્ટર વિજય ગુલહાને ડ્રગ્સ એન્ડ મેજિક રેમેડીઝ એક્ટ હેઠળ ગુનો નોંધ્યો અને તપાસ શરૂ કરી. અમારી ફરિયાદના આધારે તેઓ પટવર્ધનના પ્રદર્શનમાં ગયા, પથ્થરો, જાહેરાતો અને અન્ય વિગતોની માહિતી એકઠી કરી. અન્ય અખબારોની જાહેરાતોમાંથી પણ વધુ પુરાવા મળ્યા.ડ્રગ્સ એન્ડ મેજિક રેમેડીઝ એક્ટમાં ચમત્કારના ગુણધર્મોની યાદી આપવામાં આવી છે જેથી આવી જાહેરાતો પર રોક લાગે. એક્ટમાં 'મેજિક રેમેડી' એટલે કોઈ તાવીજ, મંત્ર, માદળિયું કે કોઈ વસ્તુ જે રોગ મટાડવા, નિદાન કરવા, રોકવા કે ઘટાડવાના ચમત્કારનો દાવો કરે. તેમાં શરીરના અંગોની રચના કે કાર્ય પર અસર કરવાનો દાવો પણ સામેલ છે. તેથી 'બોલતો પથ્થર' રોગ મટાડે, રોગ રોકે કે સંતાન આપે એવો દાવો કરવો એ ગુનો છે. અમારી ફરિયાદનો હેતુ કાયદાની મદદથી લોકોમાં જાગૃતિ લાવવાનો હતો.

પટવર્ધનની ૮ એપ્રિલ, ૧૯૮૭ના રોજ રાત્રે ૯ વાગ્યે ધરપકડ થઈ. અમારા કાર્યકર્તાઓ પ્રદર્શન કરી રહ્યા હતા ત્યારે પોલીસ આવી અને તેને વાનમાં લઈ ગઈ. આગળના દિવસે મરાઠી, હિંદી અને અંગ્રેજી અખબારોમાં આ સમાચાર પ્રથમ પાને છપાયા. 'લકી સ્ટોન' બનાવનારને જ તે પથ્થર ધોખો આપી ગયો. 'ટોકિંગ સ્ટોન'ના પટવર્ધનની ધરપકડ અને જામીન પર છૂટકારો. લોકોને ગેરમાર્ગે દોરવાનો ગુનો.નાગપુરમાં આ સમાચારથી ખૂબ ઉત્સાહ ફેલાયો.બીજા દિવસે પટવર્ધનને બીજો ઝટકો લાગ્યો. સમિતિએ બીજી ફરિયાદ કરી કે તે મેડિકલ પ્રેક્ટિશનર્સ એક્ટ ૧૯૬૧નું ઉલ્લંઘન કરે છે. જાહેરાતમાં કહેવામાં આવ્યું કે પથ્થરોમાં એક મોટી શક્તિ છે અને તે પટવર્ધનના હાથમાં છે જે રોગ મટાડે છે. રોગ મટાડવાનો દાવો કરનારને ડોક્ટર ગણવામાં આવે છે. પટવર્ધન ડોક્ટર નહોતો. પથ્થરને દવા તરીકે જાહેર કરવામાં આવ્યો હતો, જે ખોટું હતું. DCP વિજય કાંબલેના માર્ગદર્શન હેઠળ PSI રુડી (CID)એ તપાસ કરી અને પટવર્ધનની ફરી ધરપકડ કરી. તે ફરી જામીન પર છૂટ્યો.નાગપુરમાંથી પટવર્ધન બદનામ થઈને નીકળી ગયો ત્યારે 'પોલ-ખોલ પંચાયત'ના ઉમેશ

ચૌબે ગડકરી હોલ, ધનવતે રંગ મંદિરમાં 'ટોકિંગ સ્ટોન: સાચું કે ખોટું' વિષય પર સિમ્પોઝિયમ યોજ્યું. પટવર્ધનને બોલાવ્યો હતો પણ તે ન આવ્યો. સિમ્પોઝિયમમાં ખૂબ ભીડ હતી.ANISએ પણ 'ટોકિંગ સ્ટોન પર ચર્ચા' વિષય પર સિમ્પોઝિયમ યોજ્યું. હોલ ભરાઈ ગયો. પટવર્ધન પણ હવે સમજી ગયો હતો ; તે હવે પથ્થરમાંથી દૈવી કિરણો કે રોગ મટાડવાનો દાવો નહોતો કરતો. પણ તે પોતાનો ધંધો બચાવવા પ્રયત્ન કરી રહ્યો હતો.તેણે સમિતિ અને પોલીસ કમિશનર સામે નાગપુર બેન્ચ, બોમ્બે હાઈકોર્ટમાં પિટિશન કરી. ૧૩ જુલાઈએ જસ્ટિસ મહેતા અને જસ્ટિસ સાંબરેની બેન્ચે સુનાવણી કરી. પ્રખ્યાત વકીલ સુબોધ ધર્માધિકારી અને શ્રીહરિ અને સમિતિ તથા શ્યામ માનવ તરફથી મફત રજૂઆત કરી. બંને પક્ષની સુનાવણી પછી જજોએ કહ્યું: "વાદીને ધંધો કરવાનો અધિકાર છે, પણ વિરોધીને પણ વાંધો ઉઠાવવાનો સમાન અધિકાર છે." પટવર્ધને સુપ્રીમ કોર્ટમાં અપીલની પરવાનગી માંગી તો નકારી.'ટોકિંગ સ્ટોન'ના દૈવી કિરણોએ તેનો ધંધો ચાલુ રાખવા દીધો નહીં. હવે વાત પટવર્ધન ઉપર આવીને ઊભી હતી.તેનો 'ટોકિંગ સ્ટોન'નો ધંધો બીજી જગ્યાએ ચાલુ રહ્યો પણ અભિમાન ગયું. ચાર મહિના પછી કોલ્હાપુર અને જલગાંવમાં સ્ટોલ લગાવ્યો, પણ લોકો પૂછવા લાગ્યા: તમારી કેમ ધરપકડ થઈ? કોર્ટમાં કેમ હાર્યા? તમારા નસીબનો પથ્થર કેમ ખોટો પડ્યો?

એક વર્ષ પછી પટવર્ધનનો પુત્ર નાગપુર આવ્યો અને હોટેલમાં સ્ટોલ લગાવ્યો. અખબારમાં જાહેરાત જોઈને અમે ફરી સતર્ક થયા. આ વખતે જાહેરાતમાં બોક્સમાં લખ્યું હતું કે લકી સ્ટોનમાં કોઈ દૈવી ગુણ કે જાદુનો દાવો નથી, પણ તે ભારત સરકારના ઇન્ડિયન બ્યુરો ઓફ માઇન્સ (IBM) દ્વારા માન્ય છે.મેં તરત IBMના વૈજ્ઞાનિકોને પત્ર લખ્યો કે તમે આ પથ્થરને કયું પ્રમાણપત્ર આપ્યું છે? શું સરકારે ભવિષ્ય બદલનાર પથ્થરને માન્યતા આપી છે? વૈજ્ઞાનિકોએ જવાબ આપ્યો કે પટવર્ધને 'પુખરાજ' પરિવારનો એક પથ્થર મોકલ્યો હતો. IBMએ ફક્ત એટલું જ કહ્યું કે તે પુખરાજ છે અને તેનો રિફ્રેક્ટિવ ઇન્ડેક્સ આ છે. પટવર્ધને આ પ્રમાણપત્રનો દુરુપયોગ કરી ૨૦ રૂપિયામાં પથ્થર વેચ્યા, જે અમે ૨૦ પૈસામાં વેચતા હતા. એક પથ્થરની ચકાસણી કરાવી અને બદલે બીજા કાંકરા વેચ્યા. આ નકલી માલ વેચવાનો કેસ હતો.અમે ફરી પોલીસમાં ફરિયાદ કરી અને પુત્ર સામે છેતરપિંડીની કલમ ૪૨૦ હેઠળ કેસ નોંધાયો અને દુકાન સીલ કરાઈ.આ વખતે પટવર્ધન પાસે કોઈ જવાબ ન રહ્યો. આ ખુલ્લી ચોરી બંધ થઈ ગઈ. 'ટોકિંગ સ્ટોન' સામેની આ કાનૂની લડાઈએ અમારી મહિમા વધારી. લોકો હવે સમજી ગયા કે એક સાદી કાંકરી જીવન બદલી શકે એ ખોટું છે અને અંધશ્રદ્ધા છે. નાગપુરના આ ઝટકાએ ખરેખર 'ટોકિંગ

સ્ટોન'ની બોલતી બંધ કરી નાખી.

20
પાંડે મહારાજ : ચમત્કારોના દાવાથી કબૂલાત સુધી

ઓલ ઈન્ડિયા અંધશ્રદ્ધા નિર્મૂલન સમિતિ (ANIS)ની નાગપુર શાખાએ ઠગોનો પર્દાફાશ કરીને ખૂબ નામના મેળવી છે. સમિતિએ પ્રાર્થના અને સ્પર્શથી બીમારી મટાડવાનો દાવો કરતા ખ્રિસ્તી પાદરી, જન્માક્ષર જોઈને ઈલાજ કરતા પંડિત હરિદયાળ મિશ્રા, અને મંત્રોથી ધાતુનું વાસણ ફેરવતા ફરીદ બાબા એમ આ બધાની તપાસ કરીને તેમને ઠગ તરીકે ઉઘાડા પાડવામાં આવ્યા હતા. એક મહિનામાં નાગપુરમાં તેર જ્યોતિષીઓને ઉઘાડા પાડવા એ સમિતિ માટે સૌથી મોટી સફળતા હતી. અખબારોમાં આ ઘટનાઓ અને ચમત્કારના પર્દાફાસની પ્રશંસાથી ANISના કાર્યકર્તાઓનો ઉત્સાહ વધ્યો.

અમરાવતી જિલ્લામાં 'ડૉક્ટર' ડી. પી. પાંડે, જે પોતાને 'મહારાજ' પણ કહેવડાવતો અને લોકોને છેતરતો હતો. તેની રાજકીય પહોંચ અને ગુંડાઓની ટોળીએ તેનો કેસ વધુ રસપ્રદ બનાવ્યો. તે કહેતો કે પ્રેત-આત્માઓ તેના કબજામાં છે અને તે ચમત્કારી રીતે ઈલાજ કરવાનો ધંધો ચલાવતો હતો. અમરાવતીની ANIS શાખા માટે આ એક મોટો પડકાર હતો.

'ડૉ.' પાંડે મહારાજે અમરાવતી નજીકના કુર્હા પોલીસ સ્ટેશન હેઠળ આવતા વર્હા ગામમાં પોતાનો ધંધો શરૂ કર્યો. આમ તો બાર વર્ષ પહેલા તે શિક્ષક હતો પણ નાચવું, ચીસો પાડવી અને આંખો ફેરવવાની કળાથી તેણે નક્કી કર્યું કે તે ખોટા વ્યવસાયમાં ફસાયેલ છે. તેણે ડૉક્ટરનું બનાવટી સર્ટિફિકેટ (DRSCA,

RMP નં. 17330) બનાવ્યું અને મંત્રો-તંત્રોને આધારે લોકોને ઠગવાનું શરૂ કર્યું.

દર ગુરુવારે તેનામાં ચંદાસ બાબા અને ભોલેનાથના આત્માઓ આવતા, જેનાથી તે નાચતો અને આંખોના સફેદ ડોળા બતાવીને ભક્તોને ડરાવતો. ઘણા ભક્તો હોસ્પિટલોમાંથી નિરાશ થઈને તેની પાસે આવતા. તે તેમને કહેતો કે તેમના પર જાદુ કરવામાં આવ્યું છે, ભૂત-પ્રેત તેના ઉપર મોકલવામાં આવ્યું છે, અથવા કોઈએ ટોણું કર્યું છે. ઈલાજ તરીકે તે મંત્રો, પવિત્ર દોરા, તાવીજ, ભસ્મ લગાવવી અને અન્ય વિધિઓ કરતો. તે પોતાને ભગવાન વિષ્ણુનો અવતાર પણ ગણાવતો. તેની પાસે પોતાને એક ફોટો હતો, જેમાં તેના માથા પાછળ સૂર્યનું તેજ અને લેપ પર જ્ઞાનેશ્વરી ખુલ્લી હતી. ઇલાજના બદલામાં ભક્તો તેને 'દક્ષિણા' અને નાળિયેર આપતા.

વર્ષો પસાર થયા, પરંતુ કોઈને રાહત ન મળી. નિરાશ થયેલા કેટલાક હિંમતવાળા લોકોએ પોલીસમાં ફરિયાદ કરી. ૧૯૮૩માં પાંડે મહારાજને IPCની કલમ ૪૨૦ હેઠળ ચાંદુર રેલવે કોર્ટમાં રજૂ કરવામાં આવ્યો. તેને ડર હતો કે તેને સખત સજા થશે, તેથી ૧૯૮૭માં તેણે કોર્ટના ક્લાર્કને લાંચ આપીને પોતાના કેસની ફાઈલો ચોરાવી. ક્લાર્કને સસ્પેન્ડ કરવામાં આવ્યો અને તેની સામે પણ તપાસ શરૂ થઈ.

જ્યારે અમરાવતીની ANIS શાખાને પાંડે મહારાજના ચમત્કારો અને અખબારોમાં તેના સૂર્ય-તેજવાળા ફોટોની જાહેરખબરોની જાણ થઈ અને તરત તેમણે કાર્યવાહી કરવાનું નક્કી કર્યું. અમરાવતી શાખાના આયોજક વિજય મોકાશીએ તેની સાથે ઈન્ટરવ્યૂ માટે સંમતિ માંગી તેણે ઘસીને ના પડી. ખૂબ વિનતિઓ છતાં તે રાજી ન થયા તેથી મોકાશી અને સાથી કાર્યકર્તાઓ રવિન્દ્ર ગેડામ, કિશોર એકલોર અને સાહેબરાવ રાજુરકર સાથે મહારાજના દરબારમાં એક દિવસ જ્યાં સભા ચાલી રહી હતી ત્યાં પહોંચી ગયા. "મહારાજ કી જય"ના નારા લથબથ હતા ત્યારે મોકાશી સ્ટેજ પર ચઢી ગયા અને બોલ્યા, "પાંડે મહારાજ, તમે અલૌકિક શક્તિઓનો દાવો કરો છો, તમે વિષ્ણુનો અવતાર છો, અને તમારામાં દેવતાઓના આત્માઓ આવે છે. તો એ સાબિત કરો કે તમે ભગવાન છો અને અમારી સામે ચમત્કારો કરો."

મહારાજે પોતાની દિવ્યતા સાબિત કરવા માટે બીજો રસ્તો અપનાવ્યો અને ઈશારો કરી પાંચ-છ ગુંડાઓને મોકાશી પર હુમલો કરવા કહ્યું. મોકાશી અને તેના સાથીઓએ મહારાજ વિરુદ્ધ નારા લગાવતા સ્ટેજ છોડ્યું, પરંતુ તેમણે ભેગા થયેલા લોકો સામે સ્પષ્ટ કરી દીધું કે મહારાજ ઠગ છે.

ANISની ટીમે કુર્હા પોલીસ સ્ટેશનમાં જઈને મહારાજ અને તેના ગુંડાઓ દ્વારા શારીરિક હુમલાની ફરિયાદ નોંધાવી. અમરાવતી ડિવિઝનના પોલીસ કમિશનરે તપાસ PSI અગલેને સોંપી. PSIએ તપાસ કરી અને પાંડે મહારાજ

તેમજ તેના સાથીઓ સંજય દશરથ કાળે, અશોક આનંદ વાઠ, રામરાવ ખંડારે અને સત્યભામા પ્રહલાદ ઘોડેસ્વર વિરુદ્ધ IPCની કલમ ૧૪૩, ૩૨૩, ૫૦૬, ૩૪ અને ડ્રગ્સ એન્ડ મેજિક રેમેડીઝ એક્ટ હેઠળ કેસ નોંધ્યો. સંજય કાળે અને સત્યભામા ઘોડેસ્વરની ધરપકડ થઈ, પરંતુ બીજા ત્રણ ફરાર થઈ ગયા.

બે મહિના પસાર થયા અને જાણવા મળ્યું કે મહારાજ હવે રાજકીય નેતાઓના રક્ષણમાં ફરે છે અને પોલીસ અધિકારીઓ સાથે પણ ઉઠેબેસે છે. જ્યારે સમિતિએ આ બાબત પોલીસને જણાવી, તો તેમને એવા જવાબ મળ્યા કે તપાસ ચાલી રહી છે. જ્યારે લાગ્યું કે કેસને દબાવવાની કોશિશ થઈ રહી છે, ત્યારે સમિતિએ આગળ વધવાનું નક્કી કર્યું. કુર્હા પોલીસ સ્ટેશનની તપાસમાં જાણવા મળ્યું કે તપાસ પૂરી થઈ ગઈ છે અને ફાઈલો પોલીસ કમિશનરની ઓફિસમાં મોકલાઈ ગઈ છે. હવે તેઓ આગળ કંઈ કરી શકે તેમ ન હતા.

મહારાજનું શિષ્યો પરનું નિયંત્રણ સ્પષ્ટ દેખાતું હતું. તેની પાસે મોટી સંખ્યામાં વોટબેન્ક હતી, જે ચૂંટણીમાં જીત-હાર નક્કી કરવામાં ભાગ ભજવતી હતી. તેથી રાજકારણીઓએ પણ તેને બચાવવો પડતો. મહારાજે જ્યારે જાણ્યું કે પોલીસ તેની પાછળ છે, ત્યારે તે પૂર્વ ધારાસભ્ય શરદ તસરેને મળ્યો, જે શ્રી શિવાજી એજ્યુકેશન સોસાયટીના ખજાનચી હતા, અને તેમની મદદથી પોલીસને પણ તેણે રોકી હતી. જ્યારે ANISના અધિકારીઓને આ બધી ચાલબાજીની જાણ થઈ કે તેઓ તસરેને મળ્યા. તસરેએ સ્પષ્ટ કહ્યું કે ચૂંટણી નજીક હોવાથી તેઓ મહારાજનું રક્ષણ નહીં હટાવે. તેમણે માન્યું કે ANIS સારું કામ કરે છે અને તેમણે મહારાજની પ્રવૃત્તિઓ રોકવામાં અને લોકોને શિક્ષિત કરવામાં મદદ કરવાનું વચન આપ્યું, પરંતુ મહારાજને જેલમાં ન નાખવા જણાવ્યું.

જ્યારે મને આ બધી વિગતોની જાણ થઈ, હું અમરાવતી પહોંચ્યો અને કાર્યકર્તાઓ સાથે ચર્ચા કરી. અમે જાહેર વિરોધ કરવાનું નક્કી કર્યું, અને વિજય મોકાશીએ આમરણ ઉપવાસ કરવાનો પ્રસ્તાવ મૂક્યો. કારણ કે મહારાજ વિરુદ્ધ ગુનો નોંધાયો હતો એટલે અમે ઈચ્છતા હતા કે તેની ધરપકડ થાય.

લોકો સામે એ જાહેર થયું કે પાંડે મહારાજનો પ્રભાવ ભણેલા લોકો, વરિષ્ઠ અધિકારીઓ અને રાજકીય નેતાઓ પર હતો. તે ખુલ્લેઆમ લોકોને છેતરતો હતો. એવી પણ અફવા હતી કે તે મહિલાઓ સાથે શારીરિક સંબંધો બાંધતો અને પછી ગર્ભપાત કરાવતો. તેની પાસે આ માટે ઓપરેશન થિયેટર પણ હતું.

૧૧ મે, ૧૯૮૯ના રોજ વિજય મોકાશીએ અમરાવતી સિટી કોટવાલી સામે પાંડે મહારાજની ધરપકડની માગ સાથે આમરણ ઉપવાસ શરૂ કર્યા. પ્રો. શ્યામ મનાવ આંદોલનને ટેકો આપવા આવ્યા. સભાઓ યોજાઈ, પત્રિકાઓ વહેંચાઈ,

અને લોકોને મહારાજના ગેરકાયદે ચાલતા આ ગોરખધંધા વિશે જાગૃત કરવામાં આવ્યા.

પાંડે મહારાજે પણ જેલના સળિયા પાછળ જવાથી બચવા માટે દોડધામ શરૂ કરી. જ્યારે તે અને તેના સાથીઓ અગાઉથી જામીન માટે જિલ્લા કોર્ટ ગયા, ત્યારે તેમણે વિજય મોકાશીને જોયા. મહારાજે મોકાશીના પગે પડીને ફરિયાદ પાછી ખેંચવાની વિનંતી કરી. મોકાશીએ કહ્યું, "તે સરળ છે, પરંતુ પહેલા તમારે સ્વીકારવું પડશે કે તમે લોકોને છેતર્યા છે. આ વાત પોલીસને પણ કહો અને આ નાટક બંધ કરો."

"હું કસમ ખાઉં છું કે હવે કોઈ આત્મા કે અવતાર હોવાનો ઢોંગ નહીં કરું," મહારાજે રડતાં કહ્યું. "હું ગામ છોડી દઈશ. તમે જીત્યા, હું હાર્યો. મારી પત્ની અને બાળકો પર દયા રાખો."

મહારાજ સાથે ત્રણ મહિલાઓ અને જિલ્લા પરિષદના ડઝનભર સભ્યો હતા, જેઓ તેની સાથે વિનંતીમાં જોડાયા. પાંડે મહારાજે આખરે હાર માની લીધી. તે સ્વીકારવા તૈયાર હતો કે તે ઠગાઈનો ધંધો ચલાવતો હતો, મંત્રોથી ઈલાજ ન થઈ શકે, અને ચમત્કારોની કોઈ વાત આવતી જ નથી. પરંતુ તેને જેલની હવા ખવડાવવી જરૂરી હતી.

૧૬ મે, ૧૯૮૯ના રોજ DIG ચક્રવર્તી અને Dy SP લોહરે આદેશ આપ્યો, અને કુર્હા પોલીસ સ્ટેશનના સ્ટેશન ઓફિસર વિઠ્ઠલ દેવકરે મધરાતના અડધા કલાક પહેલા મહારાજના આશ્રમે જઈને તેની ધરપકડ કરી. આમરણાંત ઉપવાસ કરનાર ANIS કાર્યકર્તાએ આખરે મહારાજ અને તેના સાથીઓને ઘૂંટણે લાવ્યા. બીજા દિવસે 'પાંડે મહારાજનો પર્દાફાશ' વિષય પર વ્યાખ્યાનો યોજાયા. મહારાજની ધરપકડ સામેના રાજકીય અવરોધો તૂટી ગયા. પાંડે મહારાજને જેલમાં નાખવામાં આવ્યો, અને અમરાવતીની ANIS શાખાએ મોટી જીત નોંધાવી.

21

પરુને અમૃત માનનારા ભક્તો : ભક્તિ, ભ્રમ અને બાબાની ધરપકડ

એકવાર કોઈ બાબા લોકોને પોતાની ભક્તિના જાળમાં ફસાવે પછી એ તરત એ એક બાબતની ખાતરી કરે છે કે તેના ભક્તો સાચું વિચારવાનું તો દૂર, બલ્કે તેમની વિચારવાની ક્ષમતા જ ખતમ થઈ જાય. આવા ભક્તો ઝોમ્બી જેવા બની જાય છે, જે તેમના મન અને હૃદયને હંમેશાં વશ રાખનારા બાબાને ખુશ કરવા માટે કંઈ પણ કરવા તૈયાર હોય છે. આ આપણને શિવાનંદ બાબા અને તેમના ભક્તોના કિસ્સામાં સ્પષ્ટ દેખાય છે.

શિવાનંદ બાબા ગાંજાના નશામાં ડૂબેલ અને તેના મોટાભાગના ભક્તો પણ આનંદથી તેનું સેવન કરતા, પરંતુ અહીં આ આપણો મુખ્ય મુદ્દો નથી. અમે તો તેને અમરાવતીના જાણીતા સર્જન ડૉ. સુરેશ સાવડેકરની શહેરની વચ્ચોવચ આવેલી હોસ્પિટલમાં દર્દી તરીકે મળ્યા હતા. શિવાનંદને ગેંગરીનની બીમારીને

કારણે ત્યાં દાખલ કરવામાં આવેલ. જ્યારે ધમની બંધ થઈ જાય અને લોહી શરીરના કોઈ ભાગના છેડા સુધી ન પહોંચે, તો તે ભાગ સડવા લાગે, જેને ગેંગરીન કહે છે. આ સડો સામાન્ય રીતે છેડાથી શરૂ થાય છે અને પછી શરીરમાં ઉપર તરફ વધે છે. આમાંથી છુટકારો મેળવવાનો એકમાત્ર ઉપાય એ છે શરીરના તે અંગને કાપી નાખવું.

બાબાએ હોસ્પિટલમાં એક સ્પેસિયલ રૂમ લીધો અને તેને આશ્રમમાં બદલી નાખ્યો હતો, જ્યાં તેના ભક્તોની ભીડ હતી. બાબાના શિષ્યો, દલાલો અને સેવકો તેમની દરેક ઈચ્છા પૂરી કરવા ત્યાં ખડે પગે હતા.

ANISના વિજય મોકાશી અને શ્રીધર વાનખડેએ જાણ્યું કે બાબા દવાખાનામાં પોતાના સ્વાસ્થ્યને સુધારવાને બદલે પોતાની દૈવી શક્તિનો પ્રચાર કરવામાં વ્યસ્ત હતા. આનો પર્દાફાસ થવો ખૂબ જરૂરી હતો. જ્યારે તે બાબાને મળવા ભક્તોના રૂપમાં ગયા, તો રૂમનો બધો તામ ઝામ પૂજાના સ્થળ જેવો હતો: ધૂપ -દીપ, ફૂલો અને પૂજા - અર્ચનાની અન્ય સામગ્રી વગેરે રૂમમાં પડ્યું હતું. એક ખૂણામાં ભક્તોએ લાવેલા હારનો ઢગલો હતો. હાથમાં IV નળી હોવા છતાં, ભક્તો બાબા પર તૂટી પડતા હતા તેમને નતમસ્તક થતા અને હારમાળાઓ પહેરાવતા, અને બાબા આનો આનંદ માણતા હતા. IV સ્ટેન્ડ પર પણ હાર લટકતા હતા. સેલાઈન ખતમ થતાં જ ભક્તોનો ઘોંઘાટ વધી જતો. બાબાએ બે અજાણ્યા ચહેરાઓ તરફ નજર નાખી અને હસીને કહ્યું, “હું જાણું છું કે તમે મને મળવા આવ્યા છો. તમે સુખી પરિવારોમાંથી આવો છો અને સારી નોકરી કરો છો. કઈ સમસ્યા તમને અહીં તેડી લાવી? મને કહો જે પણ હશે, હું તેનો ઉકેલ શોધી આપીશ.”

આમ તો આ બાબાઓનું તૈયાર તકિયા કલામ જેવું વાક્ય છે , એવું મોકાશી અને વાનખડેએ વિચાર્યું. તક ઝડપીને મોકાશીએ કહ્યું, “મહારાજ, તમે અમારા મનને પુસ્તકની જેમ વાંચો છો. હું મારી પોતાની સમસ્યા નથી ઓળખી શકતો. શું તમે જ મને મારી આ સમસ્યા વિશે કંઈ કહી શકો ખરા ?”

અગાઉ કોઈ ભક્તે આ રીતે બાબાની સામે સવાલ નહોતો કર્યો, આથી બાબા થોડા પાછા પડ્યા. આસપાસ લોકો પણ જોઈ રહ્યા હતા. અને આવે સમયે બાબાઓ માટે સૌથી સારો, સરળ અને હાથવગો ઉપાય એ હોય છે કે વાત જ બદલી નાખવી. બાબાએ આકર્ષક સ્મિત સાથે કહ્યું, “મારા ડાબા પગમાં ગેંગરીન છે. તેની ત્રણ આંગળીઓ ખરાબ ગઈ છે અને આજુબાજુની ચામડી કોલસા જેવી કાળી થઈ ગઈ છે. આને ગેંગરીન કહે છે, તમે જાણો છો(You know).” છેલ્લું વાક્ય અંગ્રેજીમાં હતું.

એક ભક્ત વચ્ચે જ બોલી ઉઠ્યો, “ડૉક્ટર કહેતા હતા કે આખો પગ સડી ગયો છે અને તે કાપવો પડશે. પણ કોઈએ ક્યાય સાંભળ્યું છે કે દેવનો પગ કાપવામાં આવ્યો હોય? અને પછી જોરથી બોલ્યો, શિવાનંદ બાબા કી જય!”

બાબાએ બીડી સળગાવી અને પોતે કરેલા ચમત્કારોની વાતો શરૂ કરી. બાજુના રૂમમાં એક દર્દી હતો, જેની સર્જરી માટે ચાલીસ હજાર રૂપિયાથી વધુ ખર્ચ થવાનો હતો. તે બાબાને મળવા આવ્યો અને બાબાએ માત્ર ચાલીસ રૂપિયાની દવાથી તેને ઠીક કરી દીધો. બાબા જ્યારે હોસ્પિટલમાં આવ્યા, ત્યારે ત્યાં દર્દીઓની ભીડ હતી, પણ બાબાની ચમત્કારિક શક્તિથી લગભગ બધા દર્દીઓ સાજા થઈને ઘરે ગયા. તેમનામાં ગજાનન મહારાજ અને સાંઈબાબાનો અંશ છે, શું તમે જાણો છો? કે આ IV સ્ટેન્ડ પર લટકતા હાર કોના માટે છે? એ તો શિરડીના સાંઈબાબા માટે.

ANISના બે કાર્યકર્તાઓ બાબાની વાતો સાંભળીને અસ્વસ્થ થઈ રહ્યા હતા. તેઓ હેરાન હતા કે બાબા કે તેમના ભક્તોએ એક વાર પણ એ વાત ન ઉઠાવી કે જે બાબા બીજાને ઠીક કરે છે, તે પોતાને કેમ નથી ઠીક કરી શકતા. એટલામાં ફરી “શિવાનંદ બાબા કી જય,” એમ બીજા એક ભક્તે બૂમ પાડી. “તમારે બંનેએ બાબાને વારંવાર મળવું જોઈએ. બાબા તો એક હાલતી - ચાલતી હોસ્પિટલ જેવા છે. તમારી સમસ્યાઓ જરૂર દૂર કરશે.”

બાબાની નોનસ્ટોપ વાતો અને ભક્તોના વખાણથી કંટાળીને, બંનેએ પહેલી તકે ત્યાંથી નીકળી જવાનું નક્કી કર્યું.

બીજા દિવસે અમરાવતીની ANIS ઓફિસમાં બાબાને ફસાવવાની અને તેનો પર્દાફાસ કરવાની યોજના બનાવવા માટે બેઠક યોજાઈ. બાબા વિશે એકત્ર કરેલી માહિતીથી જાણવા મળ્યું કે આ મહારાજ અમરાવતી જિલ્લાના નાંદગાંવ-ખાંડેશ્વર તાલુકાના યેનાસ ગામના હતા, જે અમરાવતી શહેરથી લગભગ ચાલીસ કિલોમીટર દૂર છે. સમિતિના દીપક સવાઈ અને રાજેશ્વર રાજુરકરને બાબા વિશે માહિતી એકઠી કરવા તેમના ગામ મોકલવામાં આવ્યા. બાબાએ પોતાના ગામના બસ સ્ટેન્ડ પાસે એક આશ્રમ બનાવ્યો હતો, જે તેમની ગેરહાજરીમાં તેમના સહાયક અને ચેલા શ્રીરામ મહારાજ ચલાવતા હતા. રાજેશ્વર આદરપૂર્વક તેમની પાસે ગયા અને કહ્યું, “બાબા, મારા પગ ખૂબ દુખે છે. મને વિચિત્ર સપનાં આવે છે અને માથું ફરતું હોય એવું લાગે છે.” ચેલાએ તરત જ થેલીમાંથી ચાર કાગળના પડીકા કાઢ્યા, જેમાં ભભૂત હતી. “આને પાણીમાં ભેળવીને આગલા ચાર દિવસ પી જજો. અને દર ગુરુવારે દરબારમાં હાજરી આપજો, બધું ઠીક થઈ જશે.” પછી તેમણે પોતાની ચલમથી ગાંજો ખેંચવાનું ચાલુ કર્યું.

આ મુલાકાતથી સ્પષ્ટ થયું કે બાબાના બધા ચેલાઓ ગાંજાના વ્યસની હતા અને તેઓ પોતાના ભક્તોને પણ તેનું સેવન કરવા પ્રોત્સાહન આપતા હતા. આ બધામાં નક્કી કંઈક કમિશન તો મળતું હશે.

જ્યારે મને આ ગોરખધંધાના ફેલાવાની જાણ થઈ, ત્યારે હું શક્ય તેટલી વહેલી તકે અમરાવતી પહોંચ્યો, જ્યાં એક તાકીદની બેઠક બોલાવવામાં આવી. શિવાનંદના ગેરવર્તન અને લોકોને ગેરમાર્ગે દોરવાની તેમની પ્રવૃત્તિઓ વિશે પુષ્કળ પુરાવા એકઠા કરવામાં આવ્યા. અમે ડેપ્યુટી કમિશનર ઓફ પોલીસ પ્રદીપ દેશપાંડેને મળ્યા અને તેમને શિવાનંદ બાબાની પ્રવૃત્તિઓની વિગતો લેખિતમાં આપી. સિટી પોલીસના સ્ટેશન ઓફિસરે બાબા વિરુદ્ધ ડ્રગ્સ એન્ડ મેજિક રેમેડીઝ એક્ટ, 1954ની કલમ 3, 4 અને 6 (34) હેઠળ ગુનો નોંધ્યો.

આ બધું થઈ રહ્યું હતું તે દરમિયાન, બાબા સાવડેકર હોસ્પિટલમાંથી ડિસ્ચાર્જ થઈ અને જિલ્લા જનરલ હોસ્પિટલમાં દાખલ થયા. જેમ તેમણે પેલી હોસ્પિટલમાં કર્યું હતું, તેમ જનરલ હોસ્પિટલમાં પણ પોતાનો દરબાર સ્થાપ્યો. જ્યારે તેમના દલાલોએ તેમને સમિતિની પ્રવૃત્તિઓની જાણ કરી, ત્યારે તેમણે હોસ્પિટલમાંથી સ્વૈચ્છિક ડિસ્ચાર્જ લીધો અને ગાયબ થઈ ગયા. એકદમ કોઈ ભાળ ન મળે એ રીતે ગાયબ. જ્યારે પોલીસ અને સમિતિના કાર્યકર્તાઓને બાબાના ઠેકાણાનો કોઈ સુરાગ ન મળ્યો, ત્યારે એક કાર્યકર્તાને અચાનક યાદ આવ્યું કે તે બાબાના એક નિષ્ઠાવાન ભક્ત પુરુષોત્તમ કોલ્હટકરને તે ઓળખે છે અને જો તેને મળીએ તો કંઈક નવું જાણવા મળી શકે. બીજા શિષ્યનો ઢોંગ કરીને, તેણે મધરાતે કોલ્હટકરને ફોન કર્યો અને બાબા સાથે તાકીદની મુલાકાતની ઇચ્છા વ્યક્ત કરી. કોલ્હટકર યુક્તિમાં ફસાઈ ગયા અને જણાવ્યું કે બાબા અમરાવતીની મરાઠા કોલોનીમાં બાબા મોહિતેના ઘરે છુપાયેલા છે.

બીજા દિવસે, સિટી પોલીસ સ્ટેશનના નિર્ભીક સ્ટેશન ઓફિસર મહાજન પોતાની સાથે પોલીસ ટુકડી અને સમિતિના કેટલાક સભ્યોને લઈને બાબા મોહિતેના ઘરે પહોંચ્યા. બાબા બિલકુલ છુપાઈને રહેતા હોય એવું લાગતું ન હતું. જેમ હોસ્પિટલના રૂમમાં હતું, તેમ અહીં પણ તેમણે ભક્તોનો દરબાર જમાવ્યો હતો. દરોડા પાડનારી ટીમને ત્યાં ધૃણાસ્પદ દૃશ્ય જોવા મળ્યું. ભક્તો બાબાના રોગગ્રસ્ત, પરૂ થતા, ગેંગરીનથી પીડાતા પગને નાના ટબમાં ધોઈ રહ્યા હતા અને તે પાણીને અમૃતની જેમ પી રહ્યા હતા. આટલી શ્રદ્ધા ભાગ્યે જ કોઈએ જોઈ હશે. પણ શ્રદ્ધાની વ્યાખ્યા જ એવી ભયંકર છે કે જ્યાં ના કોઈ શંકા, ના કોઈ સવાલ.

પૂજનીય વ્યક્તિનું દરેક પાસું પવિત્ર અને અલૌકિક ગણાય, ભલે તે પરૂ હોય. આમ જોવા જઈએ તો, શ્રદ્ધા અને અંધશ્રદ્ધામાં વધુ તફાવત તો નથી. ડૉક્ટરોએ

તે પગને સડેલો જાહેર કર્યો હતો, તેમાં નક્કી તમામ પ્રકારના ચેપી જંતુઓ હશે, છતાં અહીં કથિત ભણેલા લોકો પણ તે પાણીને પવિત્ર જળની જેમ પી રહ્યા હતા! સવાલ એ થાય છે કે, શું આપણે ખરેખર શિક્ષિત છીએ?

જ્યારે પોલીસે શિવાનંદ બાબાની ધરપકડ કરી તો બાબા મોહિતે બાબાના પગે લોટ્યા. મોહિતેના ઘરની તપાસ કરતા પોલીસને ગાંજો અને હરણની ચામડી મળી આવી. એક બીજી ટુકડી તે જ સમયે બાબાના આશ્રમ પર પણ મોકલવામાં આવી હતી, જ્યાં બાબાના સાથીઓને પકડવામાં આવ્યા. ત્યાંથી પણ દરોડા ટીમે મોટા પ્રમાણમાં ગાંજો, હરણની ચામડી અને જાદુટોણા સાથે સંકળાયેલી ઘણી સામગ્રી જપ્ત કરી. પોલીસની શંકા મજબૂત થઈ કે બાબા અને તેમના સાથીઓ જાદુટોણાની સાથે પ્રતિબંધિત ડ્રગ્સનો ધંધો પણ કરતા હતા.

શિવાનંદ બાબાની ધરપકડ અને તેમના આશ્રમનું બંધ થવું એ અમરાવતીની અંધશ્રદ્ધા નિર્મૂલન સમિતિની શાખ માટે એક મોટી સફળતા હતી. આ કામગીરીમાં મહત્વની ભૂમિકા ભજવનાર અધિકારીઓમાં મારી સાથે અન્ય સાથીઓમાં લક્ષ્મીકાંત પંજાબી, ગણેશ હલકરે, રાજુ રાજુરકર, દીપક સવાઈ, શ્રીધર વાનખડે, ગંગાધર શ્રીખંડે, ઉજ્જવલ થોરટ અને રાજુ ગોર્ડે સામેલ હતા.

22
કાંબળીવાળા બાબા ડરી ગયા

કાંબળીવાળા બાબાએ પોતાના ચમત્કારની સત્યતા સાબિત કરવાનો ANISનો પડકાર સ્વીકાર્યો, પણ પાછળથી તે છટકી ગયો. જો કે તેણે પાંચ લાખ રૂપિયાનું ઇનામ જીતવા માટે પાંચ હજાર રૂપિયા પણ જમા કરાવ્યા, પરંતુ અંતે તો ભેગા થયેલા બધા લોકોને નિરાશ થઈને પાછા ફર્યા. કંબલ એટલે ગુજરાતીમાં ધાબળો અથવા કાંબળી કહેવાય છે.

"માતાજીએ આ મોકલ્યું છે, છૂ મંતર!!" આ મંત્ર બોલીને કાંબળીવાળા બાબા દર્દી પર ધાબળો ફેરવીને બીમારી દૂર કરતા હોવાનું કહેતા. ૨૦ ઓક્ટોબર, ૨૦૦૮, સોમવારના રોજ અમરાવતીના દશેરા મેદાનમાં સેંકડો ગંભીર રીતે બીમાર લોકો ભેગા થયા હતા, આ ભેગા થયેલા અપંગ, મંદબુદ્ધિ, સાંધાનો દુખાવો, ડાયાબિટીસ, ખેંચ કે વાઇના દર્દીઓને બાબામાં અતૂટ શ્રદ્ધા હતી કે તે તેમની બીમારી દૂર કરશે.

કેટલીક સ્થાનિક સંસ્થાઓએ આ ચમત્કારી બાબા વિશે સાંભળ્યું ભૂલથી તેને અમરાવતી બોલાવ્યો(misplaced altruism.). આ બાબાનું અસલ નામ ગણેશભાઈ દેવાભાઈ ભરવાડ હતું, જે મધ્ય પ્રદેશમાં આવેલ બુરહાનપૂર નજીક આવેલ ખંડવા રોડ ઉપર આવેલ બડગાંવ (માફી) ગામનો હતો. ભરવાડ એ ગુજરાતના કાઠિયાવાડી ગોવાળોની એક જ્ઞાતિ છે, જે જંગલોમાં ઢોર ચરાવવાનું કામ કરે છે. ગણેશભાઈ દાવો કરે છે કે એક દિવસ જ્યારે તે જંગલમાં ઢોર ચરાવવા ગયા હતા અને જ્યારે તે આંબાના ઝાડ નીચે આરામ કરવા બેઠા, ત્યારે કાળકા માતાએ તેમને દર્શન આપ્યા અને કહ્યું, "બેટા, આ ધાબળો લે અને લોકોની સેવા કર. આ ધાબળાથી તું લોકોના અસાધ્ય રોગોને મટાડી શકીશ." આ

રીતે તે ગણેશભાઈ માંથી કાંબળીવાળા બાબા બન્યા.

બાબા બુલઢાણા અને વાશીમના પ્રવાસે નીકળ્યા. તેમના ધાબળાના ચમત્કારની વાતો આગની જેમ ચોતરફ ફેલાઈ ગઈ. જ્યાં જ્યાં તે જતા, ત્યાં બીમાર લોકો ધાબળો પોતાના ઉપર ફેરવવા અને સાજા થવા પડાપડી કરતા. આથી જ તો અમરાવતીની સંસ્થાઓએ તેમને પોતાને ત્યાં બોલાવ્યા હતા.

આવી ચમત્કારોની વાતોની ચકાસણી કરવી એ ANIS (અંધશ્રદ્ધા નિર્મૂલન સમિતિ)નું મુખ્ય કામ હતું. અમરાવતીના સમિતિના સભ્યો અનંતરાવ દેશમુખ, હરીશ કેદાર, લક્ષ્મીકાંત પંજાબી અને મંગેશ ખેરડે દશેરા મેદાન ગયા. પણ આશ્ચર્યની વાત એ છે કે પોલીસે તેમને પહેલેથી જ પકડીને પોલીસ સ્ટેશન લઈ ગયા. આતો સ્થાનિક પત્રકારોને આ વાતની ખબર પડી અને તેમણે અમરાવતીના સુજ્ઞ નાગરિકો સાથે લઈ જઈને પોલીસને તેમની ભૂલ સમજાવી કે તેમણે નિર્દોષ લોકોની ધરપકડ કરી છે.

આ સમય દરમિયાન ગંભીર દર્દીઓના સગાંઓ હોસ્પિટલમાંથી રજા લઈને દર્દીઓને દશેરા મેદાન પર લાવ્યા, પણ બાબાનો કોઈ ચમત્કાર કામ ન કર્યો. આખો તમાશો નિષ્ફળ ગયો.

આ દરમિયાન, નાગપુરના ‘લોકમત’ના પત્રકાર અવિનાશ દુધે અને અન્ય પત્રકારો બાબાને મળવા સાઈનગર ગયા. અવિનાશે ANISના કાર્યકરોનો બાબા સાથે પરિચય કરાવ્યો. થોડી ચર્ચા પછી, બાબાએ નિયંત્રિત પરિસ્થિતિમાં ચમત્કાર બતાવવાનો પડકાર સ્વીકાર્યો. તેમણે લકવો, કેન્સર, મર્કી, માનસિક રોગ, ડાયાબિટીસ, અંધાપો, એઈડ્સ અને ચામડીના રોગો જેવા દર્દીઓ પર પાંચ વખત ધાબળો ફેરવીને તેમને સાજા કરી બતાવવાનું હતું.

અમે અમરાવતી પહોંચીને ઈન્ડિયન મેડિકલ એસોસિએશન (IMA) હોલમાં પત્રકાર પરિષદ યોજી. નક્કી થયું કે આ પ્રદર્શન ડોક્ટરોની દેખરેખ હેઠળ અને છેતરપિંડીને કોઈ અવકાશ ન રહે તે રીતે કરવામાં આવશે. બાબાએ પાંચ હજાર રૂપિયાનો ચેક પણ જમા કરાવવાનો હતો. જો તે સફળ થાય તો તેને ચેક પાછો મળશે અને સફળ થતાં તેને પાંચ લાખ રૂપિયાનું ઇનામ પણ મળશે. બાબાએ ચેક આપ્યો અને કોર્ટ ફી સ્ટેમ્પ પેપર પર કરાર પણ થયો. 3 નવેમ્બરની તારીખ પણ નક્કી થઈ. પાંચ દર્દીઓની પસંદગી, ડોક્ટરોની ટીમ અને અમરાવતીના પ્રતિષ્ઠિત નાગરિકોની સમિતિ બનાવવામાં આવી. અમે સમયસર પહોંચીને અખબારોમાં પ્રચાર-પ્રસાર કર્યો.

બેંગલોર અને મુંબઈથી મોટા અખબારોના સંપાદકોના ફોન આવવા લાગ્યા, "અમારો દર્દી કોમામાં છે, તેને અમરાવતી લાવીએ?" આવી માંગણીઓ અને વિનંતિઓ ભણેલા લોકો તરફથી આવતી હતી, જે બતાવે છે કે અંધશ્રદ્ધા કેટલી

હદે ફેલાયેલી છે. કેટલાક લોકો તો દર્દીઓને ગાડીમાં લઈને આવી ગયા. પણ અમને ખબર હતી કે આમાંથી કોઈ સાજું નહીં થાય.

બાબાએ વકીલો મારફતે સંપર્ક કર્યો અને ટાળમટોળ કરવા લાગ્યા. પ્રોગ્રામ પાંચ વાગે શરૂ થવાનો હતો, પણ બાબાએ છ વાગ્યા સુધી ન આવવાનું કહ્યું. અમને ખબર પડી કે તે ડરી ગયા છે. અમે પત્રકારોને જાહેર કર્યું કે બાબા ભાગી છૂટયા છે. અમે તેમની સામે ડ્રગ્સ એન્ડ મેજિક રેમેડીઝ એક્ટ હેઠળ છેતરપિંડીનો કેસ દાખલ કર્યો. ANISના કાર્યકર ઉમેશ ચૌબે, અડવોકેટ ગણેશ હલ્કારે, દિલિપ સોલંકે, લક્ષ્મીકાંત પંજાબી, ડો. બાબનરાવ બેલસારે અને મે લોકોને આવા ફસાવનારા ચમત્કારો વિશે માહિતગાર કર્યા.

વિદર્ભમાંથી બાબાને હાંકી કાઢ્યા:-

થોડા સમય પછી, બાબા અકોલામાં બલાભાઈ નામના વ્યક્તિના સમર્થનથી ફરી દેખાયા અને લોકોને લૂંટવા લાગ્યા. તે નાના બાળકો સાથે પણ ખરાબ વર્તન કરતા તેવું જાણવા મળ્યું. અકોલાના MIDC વિસ્તારમાં શ્રી મોટર્સના પરિસરમાં મોટો દરબાર યોજાયો. અંધ, અપંગ અને બીમાર લોકો ભેગા થયા. પણ ધાબળો ફેરવવાથી કોઈને કોઈ રાહત ન મળી.

છેતરાયેલા દર્દીઓએ ANISના કાર્યકર શરદ વાનખડે, અશોક ઘાટે અને પુરુષોત્તમ અવારેનો સંપર્ક કર્યો. પોલીસ કમિશનર પ્રદીપ કુમાર પદવાલે ફરિયાદ નોંધી અને ઈન્સ્પેક્ટર ઉત્તમ જાધવને કાર્યવાહી કરવા કહ્યું. જાધવે ખાસ ટીમ બનાવી અને ૧ જૂન, ૨૦૦૯ના રોજ બાબા અને બલાભાઈની ધરપકડ કરી. દરોડા દરમિયાન મોટા પ્રમાણમાં તેમને ગાંજો પણ મળ્યો. ડ્રગ્સ એન્ડ મેજિક રેમેડીઝ એક્ટ ૧૯૫૪, મેડિકલ પ્રેક્ટિશનર્સ એક્ટ ૧૯૬૧ અને IPCની કલમ ૪૨૦ હેઠળ બાબાને જેલમાં મોકલવામાં આવ્યા. આ રીતે વિદર્ભને કાંબળીવાળા બાબાના ખરાબ પ્રભાવથી મુક્ત કરાયું.

23
ગુરબીત બાબા

ગુરબીત બાબા , જેને ગોલુ તરીકે પણ ઓળખવામાં આવે છે, તે દૈવી શક્તિઓ ધરાવવા અને લોકોની સમસ્યાઓનું નિદાન અને ઉપચાર કરવા માટે પ્રખ્યાત હતો. ઘણીવાર એવું બને છે કે જ્યારે પૂરેપૂરી રીતે ઠગાઈ ગયા પછી થોડા સમજદાર લોકોને પોતાની ભૂલનો અહેસાસ થાય છે, અને ત્યારે તેઓ ANISની નજીકની ઓફિસમાં જાય છે અને તેમની સાથે થયેલ ઠગાઈ જણાવે છે. આવી જ એક બીજી છેતરપિંડીની ઘટના વિશે તમે આ પ્રકરણમાં વાંચશો.

૫૩ વર્ષના ભુપિન્દર સિંહ તેમના પરિવાર સાથે નાગપુરના પૂર્વ ભાગમાં આવેલા પંચપાઓલી વિસ્તારમાં રહેતા હતા. તેમનો એક માનસિક રીતે અસ્વસ્થ પુત્ર એક દિવસ અચાનક ગુમ થઈ ગયો. ઘણી શોધખોળ કરવા છતાં કોઈ પરિણામ મળ્યું નહીં. ખૂબ જ દુઃખી થયેલા ભુપિન્દર સિંહની પત્નીએ પોતાની મિત્ર રાજવિન્દર કૌરને પોતાનું દુઃખ કહી સંભળાવ્યું, જેના પતિ ગોલુ બાબા ચમત્કારી અને દૈવીય શક્તિઓ ધરાવવા માટે જાણીતા હતા. રાજવિન્દરે તેની મિત્રને ખાતરી આપી કે તેના પતિ ચોક્કસપણે ગુમ થયેલા દીકરાને શોધવામાં તેની મદદ કરશે. તેણે આ ગભરાયેલી મહિલાને ગુરુ નાનકપુરામાં ગુરુદ્વારાની પાછળ આવેલા તેના ઘરે લઈ ગઈ. તે એક ભયાનક ઘર હતું, જ્યાં બાબા ગુરબીત સિંહ, તેની પત્ની, માતા અમરજીત અને પત્નીના ભાઈ બરકી સાથે રહેતા હતા. આ ઘરમાં બાબા પોતાના જાદુઈ ઉપચારો દ્વારા દર્દીઓની સારવાર કરતા હતા અને દર્દીઓને ડરાવવા અને પ્રભાવિત કરવા માટે ઘરને લાકડીઓ, પથ્થરો, ચામડી, હાડકાં અને આત્માઓને બોલાવવા માટે જરૂરી અન્ય સાધનોથી સજાવ્યું હતું. દિવાલો પર હિન્દુ-મુસ્લિમ-શીખ દેવી-દેવતાઓ અને સંતોના ચિત્રો લટકાવેલા હતા.

ભુપિન્દર સિંહની પત્નીને કહેવામાં આવ્યું, "ગોલુ બાબા બધી સમસ્યાઓ હલ કરી શકે છે. તેમની પાસે દૈવી શક્તિઓ છે. મંગળવાર અને ગુરુવારે કરવામાં આવતી પ્રાર્થનાઓ અને આશીર્વાદ ક્યારેય અફળ નથી ગયા. દોરા-ધાગા, તાવીજ અને જાદુઈ ગોળીઓ અને દવાઓ હંમેશા ઝડપથી પરિણામ આપે છે." કોઈપણ ઉપાય અજમાવવા માટે ઉત્સુક, તે મહિલા બાબાના દરબારમાં હાજરી આપવા ગઈ. પરંતુ ઘણા મંગળવાર અને ગુરુવારની મુલાકાતો પછી પણ કોઈ પરિણામ ન મળતાં, તેને શંકા થવા લાગી કે તેની સાથે છેતરપિંડી થઈ રહી છે. તેણે આ આખી વાત તેના પતિને કહીં સંભળવી અને દરબારમાં જવાનું બંધ કર્યું.

ઘણા દિવસો વીતી ગયા અને ભુપિન્દર સિંહ દંપતી જેમ જેમ દહાડા પસાર થતા તેમ તેમ વધુ ને વધુ ગભરાઈ રહ્યા હતા. તેઓએ નજીકના પોલીસ સ્ટેશનમાં પોતાના દીકરાના ગુમ થયાની ફરિયાદ નોંધાવી હતી, પરંતુ ત્યાંથી પણ કોઈ માહિતી મળી નહોતી. આગળ જતાં એવું બન્યું કે ભુપિન્દરના એક સંબંધી CBI મુંબઈમાં કામ કરતા હતા, જેમને પણ ગુમ થયેલા છોકરા વિશે જાણકારી આપવામાં આવી હતી. સંયોગ કે છોકરો મુંબઈથી મળી આવ્યો. છોકરાને શોધવાનો શ્રેય સંપૂર્ણપણે CBI માં નોકરી કરતા સંબંધીને હતો. જોકે, એક દિવસ ભુપિન્દરને બાબા તરફથી ફોન આવ્યો, જેમાં દાવો કરવામાં આવ્યો કે છોકરો બાબાની જાદુઈ વિદ્યા અને મંત્ર -તંત્ર શક્તિના કારણે મળ્યો છે. તેથી, છોકરાના માતા-પિતાએ ૫૧,૦૦૦ રૂપિયા અને મીઠાઈનું બોક્સ લઈને દરબારમાં હાજર થવાનું ફરમાન આપ્યું.

ભુપિન્દર સિંહ, અલબત્ત, જાણતા હતા કે બાબાએ છોકરાને શોધવામાં કોઈ ભૂમિકા ભજવી નથી. દરબારમાં બે મહિના સુધી નિયમિત હાજરી આપવાથી તેમને કોઈ આનંદ કે રાહત મળી નહોતી. જોકે, બાબા આ તકને હાથમાંથી જવા દેવા માંગતો નહોતો. "હું બધું જોઈ શકું છું,"એમ તેણે ધમકી ભર્યા અવાજમાં કહ્યું. "મેં તમારા પુત્રને શોધવા માટે ઘણી અલૌકિક શક્તિઓને સાધી અને કામે લગાડી હતી. અને જો તું એના માટેની દક્ષિણા અને ફાળો નહીં આપે, તો તને ગંભીર નુકસાન થઈ શકે છે એ તું યાદ રાખજે."

ભુપિન્દર સિંહ ગુસ્સા અને ચિંતા સાથે ANISની ઓફિસમાં આવ્યા, કેસની વિગતો આપી અને કહ્યું, "બાબાની દૈવી શક્તિ એટલી ખતરનાખ છે કે તે અત્યારે આપણે જે વાતચીત કરીએ છીએ એ પણ જાણી શકે છે." અમે અમારું હસવું દબાવીને તેમને ખાતરી આપી કે બાબાને કાયદાના કટઘરામાં લાવવામાં આવશે, અને તમે હવે નિશ્ચિંત રહો.

ANISની ટીમે પોલીસ કમિશનર ડૉ. ભૂષણ કુમાર ઉપાધ્યાયની તાત્કાલિક મુલાકાત લીધી. તેમણે તરત જ પરિસ્થિતિની ગંભીરતા સમજી અને નક્કી કર્યું

કે પોલીસનું સોશિયલ સિક્યોરિટી સેલ બાબાના દરબાર પર દરોડો પાડશે. ભુપિન્દર સિંહને સૂચના આપવામાં આવી કે તેઓ કોઈ બીમારીની સારવાર માટે બહાનું બનાવીને દરબારમાં જાય. તેઓ બાબાને એક હજાર રૂપિયા આપે અને વચન આપે કે તેઓ ૫૧,000 રૂપિયાની વ્યવસ્થા થતાં જ આપી દેશે. બાબાની કથિત અલૌકિક સુરક્ષા સેવાએ તેમને કોઈ રક્ષણ ન આપ્યું અને બાબાને પોલીસ અને ANIS કાર્યકરોના દરોડા દરમિયાન એક હજાર રૂપિયા સ્વીકારતા પકડી લેવામાં આવ્યા.

બાબા ગુરબીત સિંહ, ઉર્ફે ગોલુ બાબાની ધરપકડ કરવામાં આવી, તેમને પોલીસ વાનમાં બેસાડીને પોલીસ સ્ટેશનની હિરાસતમાં મોકલવામાં આવ્યા. પોલીસ ઈન્સ્પેક્ટર પી. કે. બડીવાલે અને સબ-ઈન્સ્પેક્ટર પી. બી. વડસુડે પોલીસ દળનું નેતૃત્વ કર્યું, જ્યારે ANISનું પ્રતિનિધિત્વ ઉમેશ ચૌબે, ઉત્તમ સુલ્કે, મારા અને અન્ય મિત્રો દ્વારા કરવામાં આવ્યું.

ભુપિન્દર સિંહ અને તેમની પત્નીને હવે સંપૂર્ણપણે ખાતરી થઈ ગઈ હતી કે ગોલુ બાબા કે અન્ય કોઈની પાસે કોઈ અલૌકિક શક્તિઓ હોતી નથી. લોકોના મનમાં જ ભ્રમ હોય છે, જેનો ચતુર લોકો પોતાના ફાયદા માટે ઉપયોગ કરે છે.

24
ચંદ્રા દેવીનો ધંધો બંધ થયો

"વિશ્વ વિખ્યાત જ્યોતિષી અને અંકશાસ્ત્રી ચંદ્રા દેવીએ ઘણા દેશોમાં તોફાન મચાવ્યું છે. તે નાગપુરમાં ત્રણ દિવસની મુલાકાતે છે. તો આ તક ઝડપી લો."

આ જાહેરાત અખબારોમાં એક વર્ષથી વધુ સમયથી ANIS (અંધશ્રદ્ધા નિર્મૂલન સમિતિ)ના ધ્યાને આવી હતી. ચંદ્રા દેવી નાગપુરના હોટેલ કમલ, મોદી નં. ૩, સીતાબુલડીના રૂમ નં. ૨૦૧માંથી પોતાનો કારોબાર ચલાવતી હતી. તેની જાહેરાતો દૂરદર્શન પર પણ આવતી, જેમાં તે પોતાના રૂમમાં સંતોના ફોટા, પ્રશંસાપત્રો અને જ્યોતિષ ચાર્ટથી ઘેરાયેલી દેખાતી. તેની ખાસિયત એ હતી કે તે દીકરાનો જન્મ, વિદેશ પ્રવાસ કે નોકરીમાં પ્રમોશન હોય તે ભક્તોની કોઈ પણ સમસ્યા હલ કરવામાં નિપુણ હતી.

વીણા રમેશ ખનોરકરે 'હિતવાદ' અખબારમાં જાહેરાત જોઈ અને ચંદ્રા દેવીને ફોન કર્યો. "મેં તમારી જાહેરાત જોઈ," તેણે ડરતાં-ડરતાં કહ્યું. "મને કેટલાક સમયથી રહસ્યમય રીતે પેટનો દુખાવો અને હળવો તાવ છે. શું તમે મને મદદ કરી શકો?"

ચંદ્રા દેવીએ જવાબ આપ્યો, "પહેલાં મારે થોડું જોવું પડશે, પણ મને ખાતરી છે કે હું તમને રાહત આપીશ. આરોગ્યની સમસ્યાઓ હલ કરવી એ મારી ઘણી કુશળતાઓમાંથી એક છે. કાલે બપોરે ચાર વાગે મળવા આવો. ભવિષ્ય જોવાની ફી ૫૦૦ રૂપિયા અને આરોગ્ય સલાહ માટે ૭૮૫ રૂપિયા છે. અને હા, તમારી જન્મકુંડળી લાવવાનું ભૂલશો નહીં."

બીજા દિવસે, ૨૦ માર્ચ, ૨૦૦૬ના રોજ વીણા હોટેલના રૂમમાં પહોંચી. ત્યાં તેનો પરિચય ચંદ્રા દેવીના પતિ શ્રીનિવાસન સાથે થયો. ચંદ્રા દેવીએ વીણાની

હથેળી જોઈ, કેટલાક તાળાં મેળવ્યા, અને જન્મકુંડળી માંગી. વીણા જન્મકુંડળી લાવવાનું ભૂલી ગઈ હતી. "કોઈ વાંધો નહીં," શ્રીનિવાસને કહ્યું, "ચંદ્રા દેવી હથેળી અને ચહેરો જોઈને કામ ચલાવી શકે છે."

વીણાનો ચહેરો જોઈને ચંદ્રા દેવીએ કહ્યું, "કેટલીક દુષ્ટ આત્માઓ તારી પાછળ પડી છે. પણ ચિંતા ન કર, હું તને એક તાવીજ આપીશ જે આ દુષ્ટાત્માઓને દૂર રાખશે. પણ એક ખતરો છે, જો તું તરત કઈં નહીં કરે તો તારે મોટી સર્જરી કરાવવી પડશે, જે તારો જીવ લઈ શકે છે. મારી પાસે બે પ્રકારના તાવીજ છે. એક પાંચ વર્ષ માટે કામ કરે છે, તેની કિંમત ૭૦૦૦ રૂપિયા, અને બીજો ૧૦,૦૦૦ રૂપિયાનો, જે ખાતરી આપે છે કે તમારે ક્યારેય સર્જરી નહીં કરવી પડે."

તેના પતિએ ઉમેર્યું કે દુષ્ટ આત્માઓની ક્યારેય મજાક ન કરવી. જ્યારે ચંદ્રા દેવીએ ૭૮૫ રૂપિયાની ફી માંગી, ત્યારે વીણાને કંઈક શંકા ગઈ. "માફ કરજો, મારી પાસે હમણાં ફક્ત ૧૦૦ રૂપિયા છે. હું કાલે બાકીના ૬૮૫ રૂપિયા અને તાવીજ માટે ૧૦,૦૦૦ રૂપિયા લઈને આવીશ." ચંદ્રા દેવી ગુસ્સે થઈ અને વીણાને બેદરકારી બદલ ઠપકો આપ્યો, દુષ્ટ આત્માઓની બીક બતાવીને કાલે પૈસા લઈને આવવા કહ્યું.

વીણાએ તરત ANISની ઓફિસમાં જઈને આ બધી વાત કરી. સમિતિના અધિકારીઓએ તેને સીતાબુલડી પોલીસ સ્ટેશન લઈ જઈને ચંદ્રા દેવી વિશે વધુ માહિતી આપી. ચંદ્રા દેવી શ્રીનિવાસન, ઉંમર ૫૦, અને તેના પતિ શ્રીનિવાસન બાલાસુંદરમ મુદલિયાર, ઉંમર ૬૦, બેંગલુરુના આત્માનંદ કોલોની, કૈલાશ સુલ્તાન, પેલિયારના રહેવાસી હતા.

વીણાએ સમિતિ વતી ચંદ્રા દેવી સામે ફરિયાદ નોંધાવી. બાકીના ૬૮૫ રૂપિયા ચૂકવવા માટેની નોટોના નંબર પોલીસે નોંધી લીધા.

બીજા દિવસે, ચંદ્રા દેવીને મળવા જતાં પહેલાં વીણાએ પોલીસ સ્ટેશનથી ફોન કર્યો. ચંદ્રા દેવીએ અડધા કલાકમાં આવવા કહ્યું. આ વખતે વીણાએ તેની મિત્ર માલા ભંડારકરને સાથે લીધી. ચંદ્રા દેવી, જે બીજાની આફતો જોઈ શકતી હતી, તે પોતાની ઉપર તોળાઈ રહેલ આફતથી અજાણ હતી. પોલીસની મહિલા ટીમ અને સમિતિના કાર્યકરો મોદી નં. 3ની બહાર ઈશારાની રાહ જોતા હતા.

ચંદ્રા દેવીએ ૬૮૫ રૂપિયા લીધા, પણ ૧૦,૦૦૦ રૂપિયા ન લાવવા બદલ વીણા પર ગુસ્સો કાઢ્યો. "શું તમને દુષ્ટ શક્તિઓનો ખ્યાલ નથી? જો તમે ધ્યાન નહીં આપો તો મરી જશો."

"માફ કરજો, હું બેંકમાંથી પૈસા ઉપાડીને આવીશ," વીણાએ કહ્યું.

"આ તો બેદરકારીની હદ છે. આ રીતે વ્યવહાર ન થાય," ચંદ્રા દેવી બોલી.

ત્યારે પોલીસ અને સમિતિના લોકો અંદર ધસી આવ્યા. "શું ચાલે છે?" ચંદ્રા દેવીએ ચીસ પાડી. "આટલા બધા લોકો મારા રૂમમાં શા માટે? મેં શું કર્યું? હું વિખ્યાત જ્યોતિષી છું."

પોલીસે તેની ચીજો જેમ કે દોરા, તામપત્રો અને તાવીજ જપ્ત કરવાનું શરૂ કર્યું. વીણાએ આપેલા પૈસાના નોટના નંબર પણ નોંધાયા. એક ANIS સભ્યએ પૂછ્યું, "જો તમે જ્યોતિષી છો, તો આ દોરા અને તાવીજ શું કરે છે?"

ચંદ્રા દેવીની આંખો તો ત્યારે ફાટી ગઈ જ્યારે સ્ટાર ટીવી અને ઝી ટીવીની ટીમો પણ આવી. તે ગુસ્સે બોલી, "મેં વિશ્વની ઘણી રાજધાનીઓ અને ભારતના મોટા શહેરોમાં કામ કર્યું, પણ મારૂ આવું અપમાન ક્યારેય નથી થયું."

જ્યારે અંજલિ પાટીલ-ગાયકવાડે ANIS તરફથી તેના ઉપર આવતા આ પડકાર વિશે પૂછ્યું, તો તે ચૂપ રહી. જે બીજાની આફતો જોઈ શકતી હતી, તે પોતાની આફત શા માટે ન જોઈ શકી? કોઈ જવાબ નહીં. અંજલિએ કહ્યું કે તે જ્યોતિષીના નામે લોકોને ભૂત-પ્રેતની ડરામણી વાતો કરીને છેતરતી હતી.

પોલીસે ચંદ્રા દેવી અને તેના પતિની ધરપકડ કરી અને સીતાબુલડી પોલીસ સ્ટેશન લઈ ગઈ. ચંદ્રા દેવી ડરી ગઈ હશે, પણ તેણે નિર્દોષ હોવાનો ડોળ કર્યો. તેણે પોતાના એવોર્ડ્સની વાત કરી - જ્યોતિષમાં માસ્ટર ડિગ્રી, ૧૯૯૫નો રાજીવ ગાંધી નેશનલ યુનિટી એવોર્ડ, ૧૯૯૪નો મહિલા શિરોમણિ એવોર્ડ,૧૯૯૯નો બેસ્ટ સિટિઝન ઓફ ઈન્ડિયા એવોર્ડ, અને ઘણા બીજા. તેણે પોતાની આંતરરાષ્ટ્રીય ખ્યાતિની વાત કરી, રાષ્ટ્રપતિ કે.આર. નારાયણનનું ભવિષ્ય જોયું હોવાનું કહ્યું, અને તેમની સાથેનો ફોટો બતાવ્યો. "મને બધે મોટા મંત્રીઓ ઓળખે છે. કર્ણાટક સરકાર મારું સન્માન કરે છે. બેંગલુરુના વરિષ્ઠ પોલીસ અધિકારીઓ મારા ભક્તો છે," તેણે ધમકી આપી.

પણ ANISના કાર્યકરો પર આનો કોઈ અસર ન થઈ. તેણે બેંગલુરુમાં ફોન કર્યા, કોઈ મંત્રીએ મુંબઈ મંત્રાલય સાથે વાત કરી, અને ત્યાંથી નાગપુર પોલીસ સાથે, પણ તેની ફસાવેલી જાળમાંથી છૂટવું મુશ્કેલ હતું. તેની સામે ડ્રગ્સ એન્ડ મેજિક રેમેડીઝ એક્ટની કલમ ૩ અને ૭ હેઠળ ગુનો નોંધાયો. તેને ગુજરાતનો પ્રવાસ પણ રદ કરવો પડ્યો.

પોલીસ કાર્યવાહી સીતાબુલડી પોલીસ સ્ટેશનના સ્ટેશન ઓફિસર આર.આર. વાડ્રે, PSI એસ.એસ. પવાર અને લેડી PSI કૃપાવતી સરોદેની મદદથી થઈ. સમિતિના સભ્યોમાં પ્રો. શરદ પાટીલ, ઉમેશ ચૌબે, નરેશ ચૌહાણ, રામ લોખંડે, છાયા સાવરકર, નિશા મૌડેકર, પ્રો. અંજલિ પાટીલ-ગાયકવાડ અને હું સામેલ હતા.

25
ભવિષ્યવેતાઓ

The fortuneteller made the yard

નાગપુરમાં પહેલી વાર આવેલા કોઈ અજાણ્યા ચાર જ્યોતિષીઓએ મોટી મોટી જાહેરાત સાથે શહેરમાં ધામા નાખ્યા. તેમણે પોતાને મહારાજ અને સ્વામી જેવા નામોથી ઓળખાવ્યા અને દાવો કર્યો કે તેઓ ભવિષ્ય જાણવામાં નિષ્ણાત છે. તેમણે કેટલાક સોનાના મેડલની વાત પણ કરી, પણ એ સ્પષ્ટ ન કર્યું કે આ મેડલ શા માટે હતા એનાથી શું થવાનું હતું. આટલી બધી તૈયારી છતાં તેમની ગણતરી અધૂરી નીકળી, કારણ કે તેઓ નાગપુરની અખિલ ભારતીય અંધશ્રદ્ધા નિર્મૂલન સમિતિ (ANIS) ને ધ્યાનમાં લેવાનું ભૂલી ગયા. આ બેદરકારીના કારણે આ ધતિંગબાજોને જેલમાં જવાનું ભાગે આવ્યું.

આ ચાર જ્યોતિષીઓ પોતાને બંગાળી કહેતા હતા અને આ બધા ગોરખધંધાને તેઓ 'રત્નોના સંમેલન' તરીકે પ્રચારિત કરતા હતા. તેઓએ નાગપુરના સહકાર ભવનમાં ત્રણ દિવસ (૧૫થી ૧૮ જાન્યુઆરી, ૧૯૯૭ 199) માટે જગ્યા ભાડે લીધી હતી. દરેક જ્યોતિષી પાસે અલગ-અલગ ઓરડો હતો, જેમાં તેઓ લોકોની સમસ્યાઓ સાંભળીને ભવિષ્ય બતાવવાનો દાવો કરતા હતા. શ્રીભૃગ આદિ ભવિષ્યવાણીના માસ્ટર હતા. મહાનંદ મનુ હિમાલયમાં તંત્રવિદ્યા શીખેલા હતા અને ચહેરો જોઈને ભવિષ્ય ભાખતા. અર્ક જ્યોતિ સોનાના મેડલવાળા હતા અને બધી સમસ્યાઓ દૂર કરવાનું વચન આપતા. શ્રીખનાપુત્ર બ્રહ્મચારી દરેક મુશ્કેલીમાંથી મુક્તિ આપવાનો દાવો કરતા.

આ સંમેલન સવારે આઠથી રાત્રે આઠ સુધી ચાલવાનું હતું. ANISએ આવા લોકોને ખુલ્લા પાડવાનું અને તેમનો પર્દાફાસ કરવાનું કામ આગળ પણ કર્યું હતું એટલે આ તેમના માટે નવાઈ ન હતી. . તેઓએ કેટલાક સભ્યોને દર્દી બનીને તપાસ કરવા માટે મોકલ્યા. ભગવા કપડાં અને રુદ્રાક્ષની માળા પહેરેલા એક વરિષ્ઠ જ્યોતિષી બહાર બેઠા હતા. તેમનું કામ ૫૦ રૂપિયાની ફી લઈને લોકોની સમસ્યા જાણવાનું અને તેમને યોગ્ય જ્યોતિષી પાસે મોકલવાનું હતું. જ્યોતિષીઓ લોકોને તેમના ભવિષ્ય વિશે ડરામણી વાતો કરીને આઠ ધાતુની વીંટી કે અન્ય ચીજવસ્તુઓ ખરીદવા મજબૂર કરતા, જે વસ્તુઓની કિંમત મસમોટી હતી.

બાબાને મળીને તરત જ બહાર નીકળેલા ભક્ત સાથે ANISના એક સભ્યએ થોડી વાતચિત કરી. તેણે જણાવ્યું કે તેને 'મૃત્યુંજય મંત્ર કવચ' આપવામાં આવ્યું છે અને તેના નામે આ સાધુઓ કેટલાક 'યજ્ઞ' કરશે, જેના માટે તેણે આ સાધુઓને ૧૧,૦૦૦ રૂપિયા દક્ષિણા આપવી પડશે. આ ચોખ્ખી ઠગાઈ હતી, આને તો ભોળા લોકોને ડરાવી-ધમકાવીને પૈસા લૂંટવાનો એક ધંધો જ કહેવાય.

રાકેશ ખાડે અને ANISના સભ્યોએ પૂરતી માહિતી એકત્ર કરીને રાણા પ્રતાપ નગર પોલીસ સ્ટેશનમાં ફરિયાદ નોંધાવી. આ રત્નોના સંમેલનના બીજા દિવસે, પોલીસે સ્થળ પર દરોડો પાડ્યો. પોલીસને જોઈને કાઉન્ટર પર બેઠેલો માણસ ગભરાઈ ગયો અને બોલ્યો, "આ રત્નોનું સંમેલન છે, સાહેબ. અહીં કોલકાતાની 'બૃહતમ ગ્રહ-રત્ન જ્યોતિષ સંસ્થા'ના ઉચ્ચ શિક્ષિત અને પ્રશિક્ષિત કર્મચારીઓ છે, જેઓ નાગપુરની મુલાકાતે આવ્યા છે." પરંતુ જ્યારે પોલીસે રજિસ્ટ્રેશન પેપર્સ અને લાયસન્સ માંગ્યું, તો તેની પાસે કોઈ જવાબ નહોતો. જ્યોતિષીઓની ડિગ્રીઓ અને સોનાના મેડલ વિશે પણ તે કંઈ બોલી શક્યો નહીં.

પોલીસે કાઉન્ટર પરની સામગ્રી, 'રત્નો' અને શણગારની વસ્તુઓ જપ્ત કરવાનું શરૂ કર્યું. આ દરમિયાન, 'કહેવાતા નિષ્ણાત સાધુઓને' દરોડાની ખબર

પડી અને તેઓ ત્યાથી નાસી છૂટ્યા. પણ પોલીસે તેમને તરત જ પકડી પાડ્યા અને તપાસ ચાલુ કરી. આ તેમનો બીજો દિવસ હતો, અને આમ જોઈએ તો તેમણે ઘણા પૈસા લૂટયા હોવા જોઈએ, પરંતુ તેમના પૈસાના ડબ્બા લગભગ ખાલી હતા. આ રહસ્ય ત્યારે ઉકેલાયું જ્યારે જ્યોતિષી શ્રીખાનપુત્ર પોતાના ચેમ્બરમાંથી દોડતો બહાર આવ્યો અને તેના ધોતિયાનો છેડો પગમાં અટવાતાં તે ગોથું ખાઈ નીચે પડ્યો, અને ધોતીયા માંથી નોટોના બંડલ નીચે પડ્યા.

તેમની સામે ડ્રગ્સ એન્ડ મેજિક રેમેડીઝ એક્ટ અને IPCની કલમ ૪૨૦ હેઠળ કેસ નોંધાયા. ચાર 'નિષ્ણાત સાધુઓ' સહિત આખી ટીમ અને તેમના સાથીઓને પોલીસ સ્ટેશન લઈ જવાયા. તપાસમાં જાણવા મળ્યું કે તેઓ બધા પશ્ચિમ બંગાળના હતા.

આ સાહસમાં ભાગ લેનાર ANISની ટીમમાં રામચંદ્ર તાલે, અશોક ગાયકવાડ, સુધીર વાસે, યુવરાજ ગવાંડે, નામદેવ રક્ષક, સંદીપ ગવાંડે, પંકજ ખાડે, બાલા ભોંડે, પ્રદીપ ધોતે અને હું સામેલ હતા.

26
જૈન સાધ્વી પોતાની રાખ પાછળ ગાયબ થઈ

The So-called Ashes of Cremated Body

અમરાવતીના ઓસવન ભવનમાં જૈન સાધ્વી સિદ્ધિશ્રી રહેતી હતી, જ્યારે તેના વિષે એવી વાત ફેલાઈ કે તેણે યોગની શક્તિથી પોતાના રૂમમાં ધ્યાન ધરી પોતાને બાળીને નિર્વાણ પ્રાપ્ત કર્યું. આ ચમત્કારી ઘટનાએ શહેરમાં હલચલ મચાવી દીધી. જૈન સંગઠનના અધિકારીઓને આ વાત પર શંકા હતી, પરંતુ વરિષ્ઠ સાધ્વી ચેતનાશ્રીએ જ આ ઘટનાને ચમત્કાર ગણાવી, એમ પણ કહ્યું કે

જો કે જૈન ધર્મમાં અલૌકિક ઘટનાઓને સ્થાન નથી.

આ સમાચારથી શહેર ગાજી ઊઠ્યું. કેટલાકે અંધશ્રદ્ધા નિર્મૂલન સમિતિ (ANIS)ની મજાક ઉડાવી. સ્થાનિક અખબાર 'મંડલ'એ આ અસાધારણ ઘટનાને વિગતવાર છાપવા ખાસ આવૃત્તિ કાઢી. ઘટનાસ્થળની આસપાસ બેરિકેડ બનાવવામાં આવ્યા, જ્યાં સેંકડો લોકો સાધ્વીના શરીરની રાખ જોવા ભેગા થયા. પોલીસે પણ ત્યાં નાકાબંદી કરી.

એક આધ્યાત્મિક સંગઠને બાબા રામદેવ સાથે સંપર્ક કર્યો, જે તે સમયે બોસ્ટન, યુએનઓમાં ભાષણ આપવા ગયા હતા. તેમણે કહ્યું, "યોગની શક્તિથી આ શક્ય છે. પવિત્ર આત્મા યોગની તપસ્યાથી એટલી ઊર્જા ઉત્પન્ન કરી શકે છે કે શરીર બળી જાય. પ્રાચીન ભારતમાં આવી ઘટનાઓના ઘણા ઉદાહરણો છે. મહાન તપસ્વીઓ અને સતીઓએ આવી રીતે પોતાને બાળ્યા હતા. યોગ ખૂબ શક્તિશાળી છે, પણ તે શક્તિ મેળવવા વર્ષોની તપસ્યા જોઈએ. મેં આવી ઘટના સાંભળી નથી, પણ જો અમરાવતીમાં થઈ હોય, તો હું નમન કરું છું."

ઘટનાસ્થળે એક વ્યક્તિએ બીજી વાત કહી, "મેં એક જૈન સાધુને જોયા છે, જે હથેળીઓ ઘસીને રાખ બનાવતા હતા." અન્ય લોકોની પણ આવી વાતો કરતા હતા. ANISના એક સભ્યએ બાબા રામદેવને હરિદ્વારમાં પત્ર લખીને પૂછ્યું, "શું યોગથી આત્મા શરીરને બાળી શકે?" પરંતુ કોઈ જવાબ ન મળ્યો.

સમાચાર છપાયાના બીજા દિવસે, નાગપુરની ANIS ટીમ અમરાવતી પહોંચી. ઉમેશ ચૌબે, પ્રો. શરદ પાટીલ અને હું અમરાવતીના સભ્યો લક્ષ્મીકાંત પંજાબી, પ્રો. સહદેવ પાટીલ, ઉલ્કા પાટીલ, મંગેશ ખેરડે, રાજીવ ખિરાડે, હરીશ કેદાર, સુનીલ મુંડાને, સુધીર લાસંકર, સંજય દેશમુખ અને અન્ય સાથે જોડાયા. ઓસવન ભવનના જૈન સંગઠનના અધિકારીઓએ સંપૂર્ણ સહકાર આપ્યો. ચર્ચા દરમિયાન અમને ઘટનાની વિગતો મળી. ઘણા જૈન ભક્તો સાધ્વીના બળી ગયેલા રૂમની બહાર પ્રાર્થના કરતા બેઠા હતા. અન્ય સાધ્વીઓને બીજા રૂમમાં ખસેડવામાં આવ્યા હતા.

જૈન સંગઠનના સેક્રેટરી દિલીપ સાંકલેચાએ જણાવ્યું કે આ દુઃખદ ઘટનાને કારણે પ્રવચનો બંધ કરાયા હતા. સાધ્વી રિદ્ધિશ્રીની રાખને કૌંડિન્યપુર નદીમાં વિસર્જન કરવાનું નક્કી થયું . ANISના કાર્યકરોએ રાજાપેઠ પોલીસ સ્ટેશનમાં પોલીસને મળીને શંકા વ્યક્ત કરી કે આ વાતમાં કંઈક ગડબડ છે. અમે પોલીસને આ ઘટનાની અંદર ઊંડા ઉતરીને સત્ય બહાર લાવવા વિનંતી કરી. બે શક્યતાઓ હતી: એક, સાધ્વીએ આત્મહત્યા કરી હશે, અથવા બીજું, તેની હત્યા થઈ હશે. રાખ શ્વેત ફોસ્ફરસ કે કાર્બન-ડાય-સલ્ફાઈડના મિશ્રણથી પણ આવી શકે છે.

અમે રાજેશ તલવાર સાથે વાત કરી, જે સૌથી પહેલા સાધ્વીને બળતી જોનાર વ્યક્તિ હતો. તેણે કહ્યું કે તેણે મોટો ધુમાડો ઉઠતો જોયો અને બીજું કશું નહીં. રાજેશ સાંગલી જિલ્લાના મૂલગુજર ગામનો હતો, સાયન્સ ગ્રેજ્યુએટ હતો અને હવે કાયદાનો અભ્યાસ કરતો હતો. તેને જૈન ધર્મમાં રસ પડ્યો હતો અને તે જૈન સાધ્વીઓની સેવામાં જાન્યુઆરીથી ભવનમાં રહેતો હતો. તપાસ દરમિયાન ખબર પડી કે તેની અને રિદ્ધિશ્રીની ખાસ મિત્રતા થઈ હતી. રિદ્ધિશ્રી માનસિક રીતે ખુશ નહોતી અને સાધ્વીનું જીવન છોડવા માંગતી હતી, પણ એકવાર આ જીવન સ્વીકાર્યા પછી તેને બહાર નીકળવાનો રસ્તો નહોતો મળતો.

વધુ પૂછપરછમાં રાજેશે સત્ય કબૂલ્યું. તેણે કહ્યું કે તેણે રિદ્ધિશ્રીને આ જીવનમાંથી બચાવવાનું નક્કી કર્યું. બંનેએ યોજના બનાવી. રાજેશે સ્મશાનમાંથી બે-ત્રણ થેલી રાખ લાવી અને ભવનમાં મૂકી. તેણે રિદ્ધિશ્રીને ટ્રેનમાં રત્નાગિરી મોકલી દીધી અને સાધ્વીના પથારી પર રાખ ફેલાવી. સવારે તેણે હોબાળો મચાવ્યો કે સાધ્વી બળીને રાખ થઈ ગઈ.

પોલીસ તપાસમાં સાબિત થયું કે રાખ સ્મશાનમાંથી લાવવામાં આવી હતી. આ રીતે સાધ્વીના બળી જવાનું રહસ્ય ઉકેલાયું. અને એ સ્પષ્ટ થયું કે કોઈ તે ચમત્કાર થયો નહોતો.

27
રાયપુરમાં રેડ

જ્યારે છત્તીસગઢ હજુ મધ્ય પ્રદેશનો ભાગ હતું, ત્યારે હું અને બાબુજી એટલે ઉમેશ ચૌબે, અંધશ્રદ્ધા નિર્મૂલન પ્રોજેક્ટ ચલાવતા ANIS ના પ્રતિનિધિ તરીકે, મધ્ય પ્રદેશ સાક્ષરતા મિશન માટે રાયપુર ગયા હતા. તે સમયે રાયપુરમાં જ્યોતિષીઓ, હસ્તરેખા જોવા વાળાઓ, ચહેરો વાંચનારા અને જાદુ-ટોના કરનારા ઢોંગીઓનો બજાર ગરમ હતો. દરરોજ અખબારોમાં આવા જ્યોતિષીઓ અને બાબાઓની પૂરા પાનાની જાહેરાતો છપાતી. હું અને બાબુજી આ બાબતને લઈને કંઈક ઠોસ કરવા માટે ચર્ચા કરતા હતા. અમે રાયપુરમાં ત્રણ વખત આવ્યા, ઘણા શિબિરો યોજી, અનેક કાર્યક્રમો કર્યા, લોકોને જાદુ-ટોના, ભૂત-પ્રેત અને દેવી-દેવતાઓના ઢોંગ વિશે સમજાવવા તાલીમ કાર્યક્રમો કર્યા. અમારા વકીલ મિત્ર ગણેશ હલકરે, જે ANIS ના મહારાષ્ટ્ર આયોજક હતા, તેમની સાથે મળી અંધશ્રદ્ધા દૂર કરવાનો મજબૂત માહોલ પણ બનાવ્યો. પણ આટ-આટલા પ્રયત્નો પછી પણ અખબારોમાં જ્યોતિષીઓની જાહેરાતો ઓછી થઈ નહીં. અમે નક્કી કર્યું કે આ વખતે આ ઢોંગીઓને સીધા નિશાન બનાવીશું અને તેમને ઉઘાડા પાડીશું.

રાયપુરના કાંકલી પરા વિસ્તારમાં ‘વીર કોમ્પ્લેક્સ’માં એક ખૂબ પ્રખ્યાત જ્યોતિષી એમ. એલ. ગૌતમ આઠ વર્ષથી પોતાનો ધંધો ચલાવતો હતો. તે પોતાને ‘જ્યોતિષ સમ્રાટ’ કહેતો અને દાવો કરતો કે તે ચહેરા પરની રેખાઓ વાંચીને ભવિષ્ય જણાવી શકે છે. આમ તે મથુરાનો રહેવાસી હતો અને કહેતો કે તેની પાસે કાશી હિન્દુ વિશ્વવિદ્યાલય માંથી મેળવેલી ‘જ્યોતિષાચાર્ય’ની ડિગ્રી છે. એટલું જ નહીં, તે એમ પણ કહેતો કે તેણે જર્મનીથી હિન્દુ જ્યોતિષમાં Ph.D. કર્યું છે. તેની જાહેરાતોમાં આ અને બીજી ઘણી સિદ્ધિઓનો ઉલ્લેખ પણ તે કરતો હતો. અમે નક્કી કર્યું કે આ વ્યક્તિ સામે કડક કાર્યવાહી કરવી જોઈએ.

એક સવારે, અમે અમારા સ્થાનિક મિત્ર અને સાક્ષરતા મિશનના સભ્ય ત્રીકમ સિંહ મરકામને ગૌતમ પાસે મોકલ્યા. ત્રીકમે જ્યોતિષીને કહ્યું, "મને રાત્રે ડરામણા સપના આવે છે, હું ધ્રૂજીને ઊભો થઈ જાઉં છું અને ઊઠીને જોઉં ત્યારે પરસેવે રેબઝેબ થઈ ગયો હોઉં છું, અને આને લીધે મને ઘણી વખત તાવ આવી જાય છે." જેવું અમે વિચાર્યું હતું એમ જ્યોતિષીએ તેને તુરંત રાહત આપવાનું વચન આપ્યું. તેના માટે ૨૫૧ રૂપિયાની ફી, અને લાંબા ગાળાની રાહત માટે ૭૫૧ રૂપિયા ફી રાખવામાં આવી હતી. ત્રીકમ પાસે પૈસા ન હતા, તેથી તેણે સાંજે પૈસા આપી દઈશ એવું કહ્યું. ત્રીકમે પાછા આવી આ આખી વાત અમને જણાવી.

અમે સ્થાનિક શાખાના પ્રમુખ ડૉ. દિનેશ મિશ્રાની સાથે પોલીસ કમિશનર સરબજીત સિંહને મળ્યા અને જ્યોતિષી વિરુદ્ધ રાયપુરના જૂના વિસ્તારમાં ફરિયાદ નોંધાવવાનું આયોજન કર્યું.

ત્રીકમ ૨૫૧ રૂપિયાની રેડ પાડવા માટેની ચોક્કસ નોટો લઈને જ્યોતિષી પાસે પાછો ગયો. જ્યારે ત્રીકમ તેની સારવાર લઈ રહ્યો હતો, ત્યારે પોલીસે જ્યોતિષીને ત્યાં રેડ પાડી અને તેને રંગે હાથે પકડી લીધો. તેને કાંકલી પરામાંથી પગપાળા પોલીસ સ્ટેશન સુધી લઈ જવાયો અને ત્યાં તેને હિરાસતમાં રાખવામાં આવ્યો. તપાસમાં ખબર પડી કે તેની પાસે તે દાવો કરતો હતો તે માંની કોઈ ડિગ્રી નહોતી.

ગૌતમની ધરપકડના સમાચાર આગની જેમ ફેલાઈ ગયા. ઘણા મોટા માણસો એક યુવા નેતા અને નિવૃત્ત પોલીસ અધિકારીની સાથે સાથે અન્ય ઘણા વગદાર લોકો તેને છોડાવવા માટે પોતાનો પ્રભાવ વાપરવા લાગ્યા. પરંતુ સ્ટેશન ઓફિસરે હાર ન માની અને ગૌતમને કોર્ટમાં રજૂ કર્યો. તેના પર IPCની કલમ 420 અને 1954ના ડ્રગ્સ એન્ડ મેજિક રેમેડીઝ એક્ટ હેઠળ આરોપ લગાવવામાં આવ્યા. આ વિસ્તારમાં પહેલી વાર 1954ના કાયદાનો ઉપયોગ થઈ રહ્યો હતો. ન્યાયાધીશે તેને 15 દિવસની ન્યાયિક કસ્ટડીમાં મોકલી દીધો. આમ, 40 વર્ષ સુધી રાજ કરનાર જ્યોતિષાચાર્ય પંડિત એમ. એલ. ગૌતમને 1954ના કાયદા હેઠળ સજા થઈ.

જ્યારે ગૌતમની ધરપકડની ચર્ચા ચાલી રહી હતી, ત્યારે અમારા જાળમાં બીજો એક તાંત્રિક જ્યોતિષી ફસાયો. સુરેન્દ્ર ગૌતમ નામનો આ વ્યક્તિ પોતાને 'મંત્ર' નિષ્ણાત કહેતો. તે રાયપુરની ત્રિવેણી હોટેલમાં રૂમ લઈને પોતાનો ધંધો ચલાવતો હતો. છેલ્લા બે વર્ષથી તે છત્તીસગઢ વિસ્તારમાં સક્રિય હતો અને ખૂબ કમાણી કરી રહ્યો હતો. તેણે નજીકના ભિલાઈ શહેરમાં પણ પોતાનો ધંધો ફેલાવ્યો હતો. તે પણ અખબારોમાં મોટી જાહેરાતો આપતો. એક દિવસ, અમારા લોજની બહાર અમને એક યુવાન મળ્યો જે આ જ્યોતિષીનો શિકાર બન્યો હતો.

બેતુલના રાજેન્દ્ર મિશ્રા પુત્રેચ્છાની મનોકામના પૂરી કરવા અનેક બાબાઓ પાસે હજારો રૂપિયા ખર્ચી ચૂક્યા છતાં પણ તેને કોઈ ભાન થયું ન હતું. સુરેન્દ્ર ગૌતમે તેને ગંભીર સવારે કહ્યું કે, "કોઈએ તારા પર કાળું જાદુ કર્યું છે." તેના માટે ત્રણ દિવસની પૂજા કરવી પડશે અને તેના માટે તુરંત તેણે ૫૧ રૂપિયાની ડિપોઝિટ આપવી પડશે. સંયોગથી, રાજેન્દ્રએ એમ. એલ. ગૌતમની ધરપકડના સમાચાર વાંચ્યા અને તે અમને આવી મળ્યો. અમારી વિનંતી પર તેણે કોતવાલી પોલીસ સ્ટેશનમાં સુરેન્દ્ર ગૌતમ વિરુદ્ધ ફરિયાદ નોંધાવી.

પોલીસ સબ-ઈન્સ્પેક્ટર એ. કુજુરે તુરંત ત્રિવેણી હોટેલના રૂમ નંબર ૧૩ પર રેડ પાડી અને સુરેન્દ્ર ગૌતમને હિરાસતમાં લીધો. તેના રૂમમાંથી ઘણાં અર્ધ-કિંમતી પથ્થરો, તાવીજ અને અન્ય ઢોંગી સામગ્રી મળી. તેની સામે પણ ડ્રગ્સ એન્ડ મેજિક રેમેડીઝ એક્ટની કલમ ૬ હેઠળ કેસ નોંધાયો. હાસ્યાસ્પદ અને દુઃખદ બાબત કહીએ તો એ હતી કે જ્યારે તે રાજેશ મિશ્રા માટે પુત્ર મેળવવાની પૂજા કરી રહ્યો હતો, ત્યારે તેના પોતાના બે બાળકો મૃત્યુ પામ્યા હતા.

આ કામમાં સાક્ષરતા મિશનના ડિરેક્ટર જે. પી. રાઠે અમને ખૂબ મદદ કરી હતી, એ નોંધવું જરૂરી છે.

પતિ-પત્ની જ્યોતિષી દંપતી સામે કેસ નોંધાયો.

જ્યોતિષાચાર્ય સત્યાનંદ અને તેમની જ્યોતિષી પત્ની જયશ્રી પશ્ચિમ બંગાળથી આવ્યા હતા. તેઓ બંગાળની તારાપીઠ દેવી અને આસામની કામાખ્યા દેવીના ભક્ત હતા. તેઓ કહેતા હતા કે આ દેવીઓ તરફથી તેમને અલૌકિક શક્તિઓ મળી છે. જાદુઈ પથ્થરોવાળી વીંટીઓ વેચીને આ પતિ-પત્નીએ રાયપુરના મહાત્મા ગાંધી રોડ પર ઋષભ કોમ્પ્લેક્સમાં ઓફિસ ખોલી હતી. તેઓ રાયપુરની અજંતા હોટેલમાં રૂમ લઈને રહેતા હતા. બંને દાવો કરતા હતા કે તેઓ એસ્ટ્રોલોજિકલ રિસર્ચ સેન્ટરના નોંધાયેલા જ્યોતિષી છે.

એમ. એલ. ગૌતમ અને સુરેન્દ્ર ગૌતમ જેવા જ્યોતિષીઓના પર્દાફાશના સમાચાર અખબારોમાં છપાયા હતા, જેનાથી આ દંપતી થોડું ગભરાઈ ગયું હતું. સ્થાનિક ANISના ડૉ. રાજેન્દ્ર સોનીએ પોલીસમાં ફરિયાદ નોંધાવી કે ચમત્કારી ઉપચારોની જાહેરાત કરીને બેરોજગાર યુવાનોને ઠગવા એ એક ગુનો છે. તાવીજ, જાદુઈ ગોળીઓ, દવાઓ અને લકી પથ્થરો વેચીને બીમારીઓ કે અન્ય સમસ્યાઓ હલ કરવાના દાવા પણ ગેરકાયદેસર છે. ડૉક્ટરે આવા ગુનેગારો સામે તાત્કાલિક કાર્યવાહીની માગણી કરી.

આ દંપતીએ તરત જ સાક્ષરતા મિશન, SP અને ANISને પત્રો લખીને આરોપ લગાવ્યો કે તેમના અધિકારીઓ રાત્રે તેમની પાસે આવીને પોતાનું ભવિષ્ય જાણવાની માંગણીઓ કરે છે. તેઓએ પત્રમાં પૂછ્યું કે તેમનો ધંધો બંધ

કરવા માટે શા માટે તેમના પર દબાણ કરવામાં આવે છે.

તેના જવાબમાં, ANISએ આ જ્યોતિષી દંપતીને પડકાર ફેંક્યો. તેઓ દાવો કરતા હતા કે તેમને કામાખ્યા દેવીના આશીર્વાદથી બ્રહ્મજ્ઞાન પ્રાપ્ત થયું છે. જો એવું જ હોય તો જયશ્રી દેવીએ સ્ટેજ પર તેમના દવા પ્રમાણે સૂર્યની જેવી ઊર્જા ઉત્પન્ન કરી બતાવવી. જો તેઓ આ કરી શકે તો તેમને બે લાખ રૂપિયાનું ઈનામ મળશે.

બંને પાસે તેઓ જે લાયકાતનો દાવો કરતા હતા તે નહોતી. ઉપરાંત, તેઓ જે પથ્થરો વેચતા હતા તેના ઉપચારાત્મક ગુણોના દાવા કરતા હતા તે પણ ખોટી અફવા હતી, તેથી તેમની સામે ડ્રગ્સ એન્ડ મેજિક રેમેડીઝ એક્ટ હેઠળ કેસ નોંધાયો.

ત્રણ દિવસમાં ચાર જ્યોતિષીઓ જેલમાં ગયા, જેની વાતો અખબારોમાં છવાઈ ગઈ. આની અસર અન્ય શંકાસ્પદ જ્યોતિષીઓ પર પણ પડી. બધા જ્યોતિષીઓએ તરત જ પોતાની દુકાનો બંધ કરી દીધી અને લોભામણી જાહેરાતો છાપાંઓમાંથી ગાયબ થઈ ગઈ.

જ્યોતિષીઓની ચાલ અને અમારી સફળતા

જ્યોતિષીઓએ પોતાનો ધંધો સુરક્ષિત કરવા માટે સરકારી માન્યતા અને પ્રેક્ટિસ માટે લાયસન્સ મેળવવાના પ્રયાસો શરૂ કર્યા. અમે તેનો સામનો કરવા માટે તેમને ખુલ્લો પડકાર ફેંક્યો. અમે કહ્યું કે તેઓ પોતાના વ્યવસાયની સચ્ચાઈ સાબિત કરે. અમે દસ દર્દીઓ લાવવાની ઓફર કરી અને તેમને પડકાર આપ્યો કે તેઓ પોતાની કુશળતાથી તેમની બીમારીઓ ઓળખે. જો આઠ દિવસમાં કોઈ આ પડકાર સ્વીકારવા ન આવે, તો એવું માનવામાં આવશે કે તેમને પોતાની કળા પર ભરોસો નથી અને તેઓ ઢોંગી છે. તેમ છતાં, તેમનું લાયસન્સ મેળવવા માટે અધિકારીઓ પાસે જવાનું ચાલુ જ હતું. પરંતુ અમે કહ્યું કે આનો અર્થ એ થશે કે જેલમાં બંધ લોકોને પણ લાયસન્સ આપવું પડશે. તેમની પાસે આનો કોઈ જવાબ નહોતો.

અમારું મિશન સફળ થયું. લોકો સમજવા લાગ્યા કે કોઈ પાસે ભવિષ્ય જાણવાની કે જાદુ-ટોનાથી બીમારીઓ દૂર કરવાની દૈવી શક્તિ નથી. અંધશ્રદ્ધા દૂર કરવાનું અમારું અભિયાન પણ ઝડપ પકડવા લાગ્યું.

અમારા સંદેશને મજબૂત કરતા સમાપન સમારોહ પછી, અમે રાયપુર રેલવે સ્ટેશન પર પાછા ફરવા માટે પહોંચ્યા. અમને ખૂબ આનંદ થયો કે રાયપુરના કેટલાક પત્રકારો અમને મળવા માટે ત્યાં રાહ જોતા હતા. તેઓ અમને થોડા દિવસ રોકાઈ જવા માટે મનાવવા માગતા હતા. એક પત્રકારે કહ્યું, "સાહેબ, રાયપુરમાં એક યુવાન છોકરો છે, જેના માતા-પિતા દાવો કરે છે કે તેમાં દૈવી

શક્તિઓ છે. તેઓ કહે છે કે તે શિરડીના સાઈબાબાનો અવતાર છે. તેના ભક્તોની સંખ્યા સતત વધી રહી છે. તે દાવો કરે છે કે સાઈબાબા તેમાં પ્રવેશે છે અને તે હવામાંથી ચાંદીના મેડલ અને તાવીજ કાઢે છે. તેઓ એમ પણ કહે છે કે તે લોકોની બીમારીઓ દૂર કરે છે. જો તમે રોકાઈને આ ચમત્કારી છોકરાની સાચી હકીકત બહાર લાવો તો ખૂબ સારું થશે."

અમે અમારી ટિકિટ રદ કરી અને બીજા સાહસ માટે રોકાઈ જવાનું નક્કી કર્યું.

28
અખિલેશનો ચમત્કાર ખુલ્લો પડ્યો

રાયપુરમાં ત્રણ દિવસમાં ચાર બાબાઓનો પર્દાફાશ કર્યા પછી, કેટલાક સ્થાનિક પત્રકારોએ અમને બીજા એક રેકેટનો પર્દાફાશ કરવા માટે રોકાવાની વિનંતી કરી. આથી, અમે આનંદ નગર વિસ્તારમાં રહેતા ૧૨ વર્ષના અખિલેશ પાંડે નામના છોકરાનો કેસ હાથ ધર્યો. તેના પરિવારનો દાવો હતો કે શિરડીના સાઈબાબા તેના શરીરમાં પ્રવેશે છે અને તે હવામાંથી ચાંદીના મેડલ અને વીંટીઓ પેદા કરી શકે છે.

અખિલેશ, જેને ટિંકુ પણ કહેવામાં આવે છે, છઠ્ઠા ધોરણમાં બે વખત નાપાસ થયો હતો. ૧૯૯૨થી તેના શરીરમાં સાઈબાબા આવે છે એવું તેના પરિવારનું માનવું હતું. તેઓ એવું પણ માનતા હતા કે શિરડીમાં નંદુ નામની વ્યક્તિનું મૃત્યુ થયું હતું અને તેનો પુનર્જન્મ પાંડે પરિવારમાં અખિલેશ તરીકે થયો હતો. સુરેન્દ્રનાથ પાંડે બનારસથી રાયપુર આવ્યા હતા અને દૂધનો વેપાર શરૂ કર્યો હતો. જ્યારથી સાઈબાબા અખિલેશના શરીરમાં આવવા લાગ્યા, તેમનું ઘર મંદિર જેવું પવિત્ર બની ગયું. ગુરુવાર અને શનિવારે દરબારનું આયોજન થતું, જ્યાં લોકો પોતાની સમસ્યાઓના ઉકેલ માટે ભેગા થતા.

હું અને મારા સાથી ઉમેશ ચૌબે એક દિવસ અચાનક દરબારમાં પહોંચ્યા. ત્યાં ભક્તો અખિલેશના પગે લાગીને સવાલો પૂછતા હતા. તે ક્યારેક માથું હલાવતો, તો ક્યારેક અસ્પષ્ટ જવાબ આપતો. અમે તેની કસોટી કરવા પૂછ્યું, “આ સીલબંધ પરબિડિયામાં રહેલી નોટોની વિગતો બતાવો.” તેણે કોઈ જવાબ ન આપ્યો.

"નાગપુરના કયા પરિવારે સાઈબાબાના અંતિમ દિવસોમાં તેમની સેવા કરી હતી?" આનો પણ કોઈ જવાબ ન આવ્યો.

જ્યારે પરિવારે તેને ચૂપ જોયો, તેઓ ચિંતિત થયા. અખિલેશની માતા નીલુએ ભક્તિભાવથી ભજન ગાવાનું શરૂ કર્યું. " દ્રૌપદીનું ચીર હરણ થઈ રહ્યું છે, બાબા, તેનું સન્માન બચાવો."

અચાનક અખિલેશને આંચકો આવ્યો અને તે ભાનમાં આવ્યો. માતા અને પુત્ર વચ્ચે વાતચીત શરૂ થઈ. માતાએ કહ્યું, "બેટા, હવે આ ફક્ત તારી પ્રતિષ્ઠાની વાત નથી, આખા પરિવારની ઇજ્જત દાવ પર છે. તારે આ લોકોના સવાલોના જવાબ આપવા પડશે."

અખિલેશે જવાબ આપ્યો, "મારા હાથમાં કશું નથી. હું ફક્ત સાઈબાબા જે કહે તે જ કહી શકું."

માતા રડતાં રડતાં બોલી, "જો બાબા કંઈ ન બોલે, તો ઓછામાં ઓછું ચમત્કાર તો બતાવે. આપણી ઇજ્જત દાવ પર છે."

મેં બાબાને પૂછ્યું, "બાબા, મારું ટ્રક ખોવાઈ ગયું છે, તે મળશે?" બાબાએ માથું હલાવ્યું. એક ભક્તે કહ્યું, "બાબા કહે છે, તમારું ટ્રક મળી જશે."

હું હસી પડ્યો. હું કેન્દ્ર સરકારનો કર્મચારી છું, મારી પાસે કોઈ ટ્રક નથી. લિટરસી ઓફિસર સાક્ષરતા અધિકારી જે. પી. રાઠે પૂછ્યું, "મારા લગ્ન ક્યારે થશે?" રાજેશ સોનીએ પૂછ્યું, "મને પેટમાં દુખે છે, મારે સંતાન નથી." બાબાએ ફરી માથું હલાવ્યું. એ સ્પષ્ટ હતું કે તે બધું નાટક કરી રહ્યો હતો.

બાબાની માતા નીલુ અને બહેન બંને અમને ખાતરી આપતા હતા, "તમારા બધા સવાલોના જવાબ મળશે. અમારો દરબાર ક્યારેય નિષ્ફળ નથી ગયો."

એટલામાં એક સ્ત્રી તેના તાવથી પીડાતા બાળક સાથે આવી. દરબારમાં બાબાના ભક્તો તેની સ્તુતિ કરતા હતા.

નીલુએ ફરી કહ્યું, "તમારા સવાલોના જવાબ મળશે." દરબાર બંધ થયો અને દરવાજા બંધ કરવામાં આવ્યા. થોડા લોકો જ રોકાયા, જેમાં ડિસ્ટ્રિક્ટ લિટરસી મિશનના ડિરેક્ટર જિલ્લા સાક્ષરતા અભિયાનના , ANISના રાયપુર શાખાના પ્રમુખ જે. પી. રાઠ, સલાહકાર દિનેશ મિશ્રા, સેક્રેટરી નર્મદા પ્રસાદ મિશ્રા, રાજેન્દ્ર સોની, કુંજ બિહારી શર્મા, શ્રીધર વારલે, વરિષ્ઠ પત્રકાર મોહનરાવ ચતુર્વેદી અને ગોકુલ સોની હતા.

અખિલેશને ફરી ભગવા વસ્ત્રો પહેરાવવામાં આવ્યા. આ વખતે હું તેના સિંહાસનની સામે ખુરશી પર બેઠો અને તેના હાથની તપાસ કરી. હું ખાતરી કરવા માંગતો હતો કે કોઈ હાથ ચાલાકી ન થાય. બાબાએ કહ્યું, "સાઈબાબાની કૃપાથી હું હવામાંથી મેડલ, તાવીજ અને મૂર્તિઓ કાઢી શકું છું." સાઈબાબાના

ભક્તિગીતો હવે કેસેટ પર વાગી રહ્યા હતા.

મેં કહ્યું, “બાબા, અહીં પાંચ પરબિડિયા છે. તેમાંની નોટોની વિગતો બતાવો. અમે સાંભળ્યું છે કે તમે ફૂલોને તાવીજમાં બદલી શકો છો. અમારા માટે એ કરો.”

પણ બાબા ચૂપ રહ્યા. નીલુ મોટેથી રડવા લાગી. “કંઈક બોલો,” તેણીએ વિનંતી કરી, પણ અખિલેશ એકદમ જાણે જડ બની ગયો હોય તેમ ચૂપ રહ્યો. તેની મોટી બહેને પણ વિનંતી કરી, “કંઈક બોલો!”

થોડા સમય પછી, છોકરો સામાન્ય સ્થિતિમાં આવ્યો. તેના શરીરના આંચકા અને હલનચલન બંધ થયા. નીલુએ ફરી ખાતરી આપી કે અખિલેશ બધાની સામે પોતાની સાચી ઓળખ સાબિત કરશે. તે સાબિત કરશે કે તે સાઈબાબાનો અવતાર છે.

ANISની રાયપુર શાખાએ રવિશંકર શુક્લ ભવનમાં એક કાર્યક્રમનું આયોજન કર્યું, જ્યાં અખિલેશે પોતાના દાવાની સત્યતા સાબિત કરવાની હતી અને બે લાખ રૂપિયાનું ઇનામ જીતવાનું હતું. અખિલેશને યોગ્ય નોટિસ આપવામાં આવી.

ખેર, જે થવાનું સ્પષ્ટ જ હતું તેમ અખિલેશ પોતાની સાઈબાબાના અવતાર તરીકેની ઓળખ સાબિત ન કરી શક્યો. બાદમાં સ્પષ્ટ થયું કે તે બધા મેડલ અને વીંટીઓ તે એક તપેલીમાંથી ચતુરાઈથી ઉઠાવતો હતો. તે ભક્તો પર ફેંકતી ખાંડની ગોળીઓ પણ તપેલીના ખૂણામાં છુપાવેલી હતી. અખિલેશનું જાદુ અને ચમત્કારોનું રહસ્ય આખરે બધાની સામે ખુલ્લુ પડ્યું અને આખરે બંધ થયું

29

પુનર્જન્મ - દાવો કે ગપગોળ?

પુનર્જન્મનો વિષય હંમેશા લોકોમાં ખૂબ જ કુતૂહલ જગાડે છે. આ વિષય પર ઘણાં પુસ્તકો લખાયાં છે. ઘણા લોકો એવું માને છે કે પુનર્જન્મ એ પહેલેથી જ સાબિત થયેલું સત્ય છે. ધાર્મિક લોકો અને અંધશ્રદ્ધાળું લોકો આ વાત પર ખૂબ શ્રદ્ધા રાખે છે અને સાચું માને છે. તેઓ માને છે કે જ્યારે મનુષ્યનું જીવન પૂરું થાય છે, એટલે કે જ્યારે તે મૃત્યુ પામે છે ત્યારે ફક્ત તેનું શરીર નાશ પામે છે, પણ આત્મા તો અમર છે તે તો જેમ માણસ જૂનાં કપડાં ફેંકી નવાં કપડાં પહેરે તેમ એ બીજું શરીર ધારણ કરે છે. આમ. ઘણા લોકોની દ્રઢ માન્યતા છે કે આ આત્મા એક શરીરમાંથી બીજા શરીરમાં પ્રવેશ કરે છે અને આત્મા ૮૪ લાખ યોનિપ્રવેશ કરે છે, જેમાં અનેક જાતના જીવોનો પણ સમાવેશ થાય છે.

પરંતુ વિજ્ઞાનની પ્રગતિએ આ વિષય પર કોઈ ચર્ચા કે દલીલ માટે જગ્યા છોડી નથી. આજ સુધી કોઈએ આત્માના અસ્તિત્વનો એવો પુરાવો આપ્યો નથી જે વિજ્ઞાનની કસોટી પર ટકી શકે. પ્રેમ, નફરત, ઈચ્છાઓ, અપેક્ષાઓ, ગુસ્સો, લોભ, યાદશક્તિ, કલ્પના અને વાસના જેવી લાગણીઓ હવે ચોક્કસપણે આપણા મનના ભાગ તરીકે સાબિત થઈ છે, અને મન એ મગજ નામના ભૌતિક પદાર્થની અભિવ્યક્તિ છે. આપણી વિવિધ લાગણીઓ અને પ્રતિક્રિયાઓ એ ઇલેક્ટ્રિકલ અને રાસાયણિક સંદેશાઓના પરિણામે રચાય છે, જે અબજો ચેતાતંતુઓ (નર્વ્સ) દ્વારા જટિલ નેટવર્કમાંથી પસાર થાય છે. જીવંત વ્યક્તિની માનસિક, શારીરિક અને ભાવનાત્મક સ્થિતિ આ ઇલેક્ટ્રિકલ અને રાસાયણિક સંદેશાઓથી સંપૂર્ણ રીતે સમજી શકાય છે, જેથી આત્માની વાત હવે જાણકાર લોકોની સમજણમાંથી બાકાત થઈ ગઈ છે. જ્યારે વ્યક્તિ મૃત્યુ પામે છે, ત્યારે

ચેતાતંતુઓ, એક્સોન્સ અને સિનેપ્સ મરી જાય છે. ખોપરીમાંથી કે શરીરના અબજો છિદ્રોમાંથી કંઈ જ બહાર નીકળતું નથી. વ્યક્તિ સંપૂર્ણ રીતે મૃત્યુ પામે છે, તેનું મન પણ સમાપ્ત થાય છે. મગજ વિશેની સાવ સાદી જાણકારી પણ કોઈપણ સમજુ વ્યક્તિને આ અંતિમ નાશ વિશે કોઈ શંકા નહીં રહેવા દે.

આશ્ચર્યની વાત તો એ છે કે ઘણા પ્રશિક્ષિત વૈજ્ઞાનિકો પણ આ સ્પષ્ટ હકીકતને સ્વીકારી શક્યા નથી. તેઓ શાસ્ત્રોમાંથી મળેલી પુનર્જન્મની ભ્રમણામાં વિશ્વાસ રાખે છે.

ANIS એક સામાજિક સંસ્થા તરીકે, ધર્મના નામે થતી છેતરપિંડી અને લોકોને ગેરમાર્ગે દોરતી ભ્રમણાઓ સામે લડે છે. અમે પુનર્જન્મના કોઈપણ દાવાને લોકોને ઠગવાનો પ્રયાસ માનીએ છીએ. આથી, સમિતિના કાર્યકારી પ્રમુખ ઉમેશ ચૌબે અને અમારા કેટલાક સાથીઓએ સુનીતા ચંદકના કહેવાતા પુનર્જન્મનો દાવો ધ્યાને લીધો અને તેની નજીકથી તપાસ કરી.

સમાચાર પહેલા ફેલાયા:

યવતમાળ જિલ્લાના વેનીકોઠા ગામની પાંચ વર્ષની નાનકડી છોકરી સુનીતા ચંદકે પોતાના પૂર્વ જન્મની વાતો કરવાનું શરૂ કર્યું. એ કહે છે કે તેના પાછલા જન્મમાં એ નદી કાંઠે આવેલ બેલગાંવમાં રહેતી હતી. ગામની એક બાજુ નાનકડી ટેકરી હતી. ગામમાં શાળા નતી, એટલે એ અભણ રહી. એણે ક્યારેય સાડી પહેરી નહોતી. એનો કોઈ ભાઈ નહોતો, ફક્ત સુમિત્રા નામની એક બહેન હતી. એણે સુમિત્રાને પાંચ રૂપિયા આપવાના હતા, એટલે એ ડબ્બામાં પૈસા ભેગા કરતી હતી. એના ઘર નજીક મારૂતિ બાબાનું લાલ રંગનું મંદિર હતું. રસોઈ બન્યા પછી, કોઈ પણ ખાવાનું ખાય તે પહેલાં થાળી મંદિરમાં ચઢાવવામાં આવતી. ગામની એક બાજુ આંબાની વાડી હતી. એ માટીના ઘરમાં રહેતી હતી. એમની પાસે ઢોર નહોતા, એટલે દૂધ ખરીદવું પડતું. ગામમાં ફક્ત એક જ નાનકડી દુકાન હતી, જે ટીન અને લાકડાના પાટિયામાંથી બનેલી હતી. એ પોતાના માતા-પિતાને નાનાજી અને નાનીજી કહેતી. આ વાત સ્થાનિક અખબારોમાં છપાઈ અને લોકોમાં ખૂબ ચર્ચાનો વિષય બની.

પુણે યુનિવર્સિટીના ફિલોસોફી વિભાગના ભાઉસાહેબ કાળેએ સુનીતાના પિતા મદનલાલ ચંદકને એક પત્ર લખ્યો. તેમાં મહારાષ્ટ્રના ૨૮ બેલગાંવના ગામોની યાદી હતી, જેમાંથી નવ ગામો નદીના કાંઠે હતા. વર્ધા જિલ્લાના આરવી (કરંજા ઘાડગે) તાલુકાના નારા ગામના એક વેપારી કિસનલાલ તાવરીએ મદનલાલ ચંદકને તેમના ગામ નજીકના બેલગાંવના ગામો જોવા આમંત્રણ આપ્યું. 26 ફેબ્રુઆરી, 1971ના રોજ ચંદક પરિવાર બળદગાડામાં બેસીને ત્યાં પહોંચ્યો. સુનીતાએ ત્યાં પોતાની યાદોની વાતો કરી. પછી તો

ગામના લોકોને બીજા કોઈ પુરાવાની જરૂર ન રહી. એમણે સુનીતાની વાતોની કોઈ ઉલટ તપાસ કે સવાલજવાબ કર્યા વિના જ એની વારતાને પુનર્જન્મનું સાચું ઉદાહરણ જાહેર કરી દીધું. આમ, આગળ સોળ વર્ષ સુધી આ વાત વિવિધ સામયિકોમાં છપાતી રહી. પછી એક વિદેશી પ્રોફેસર સ્ટીવન્સને પણ આ વાતને સાચી ગણાવી ત્યારે તો આ વાત પર જાણે અંતિમ મહોર લાગી ગઈ.

રેખા સરોદેનો લેખ:

વર્ધા જિલ્લાના સાહુર ગામની લેખિકા રેખા સરોદેએ 'બેલગાંવની સુનીતાનો વેનીકોઠામાં પુનર્જન્મ' નામનો લેખ લખ્યો. જ્યારે ANISના અધિકારીઓના ધ્યાને આ લેખ આવ્યો ત્યારે ANIS ની ટીમે લેખિકાની મુલાકાત કરી, ત્યારે તેમણે સ્પષ્ટ રીતે કહ્યું કે, "મેં કોઈ જાતનું સંશોધન કર્યું નથી. મેં તો ફક્ત સુનીતા ચંદકના માતા-પિતા અને એના પતિ વિનોદ તાવરીએ આપેલી માહિતીનો જ ઉપયોગ આ લેખ લખવા માટે કર્યો છે."

સુનીતાના આગ્રહ પર, બેલગાંવમાં એક નાનું શિવ મંદિર બાંધવામાં આવ્યું છે અને પુનર્જન્મની ઘટનાને ઉજવવા માટે દર વર્ષે એક ઉત્સવનું આયોજન કરવામાં આવે છે. ૧૯૯૪ના ઉત્સવ દરમિયાન, એક સંગીત કાર્યક્રમ પૂર્ણ થવાને આરે હતો ત્યારે અચાનક એક સાપ સ્ટેજ પર દેખાયો, તબલા વાદકની પીઠ પર ચઢ્યો અને ત્યારબાદ ગાયબ થઈ ગયો. રેખા સરોડેએ આ ઘટનાને ચમત્કારિક ગણાવી અને તેનું રેકોર્ડિંગ કર્યું, એ હકીકત હોવા છતાં કે તે વિસ્તારમાં સાપના કરડવાથી ઘણાં મૃત્યુ થયા હતા. ગ્રામજનોએ જણાવ્યું કે શ્યામરાવ અમઝારે અને દાદારાવ હિવનાટે એ ગામના બે એવા મૃત્યુ પામેલા વ્યક્તિઓ હતા. ગામના ભૂતપૂર્વ પોલીસ પાટીલ દિવાકર સોનારેને પણ સાપ કરડ્યો હતો. આથી સ્પષ્ટ હતું કે સાપનો દેખાવ કોઈ નવી ઘટના નહોતી. તેમ છતાં, લેખિકાએ પોતાની બુદ્ધિમત્તાથી આને ચમત્કાર ગણીને કોઈક રીતે પુનર્જન્મની વાર્તા સાથે જોડી દીધું.

ANIS નીમુલાકાત:

ઉપર જણાવેલ ઘટનાઓ રેખા સરોડેએ તેમના પુનર્જન્મ વિશેના લેખમાં કરેલા કેટલાક દાવાઓ હતા. ANISએ આ દાવાઓની સત્યતા ચકાસવાનો નિર્ણય લીધો. યવતમાલના મહેશ દત્તાની અને નાગપુરના ઉમેશ ચૌબે, બંદુ જંભુલકર, યશવંત ગજભીયે, વસંત ચવ્હાણ અને મારા સહિતની એક સમિતિની રચના કરવામાં આવી. અમે વેનીકોઠા (પુનર્જન્મનું ગામ), લેખિકા રેખા સરોડેનું ગામ સાહુર, પહેલાના જન્મ માટે દાવો કરાયેલું ગામ બેલગાંવ, તેમજ અમરાવતી જિલ્લાના ફતેહપુર તાલુકાના જાવરા ગામની મુલાકાત લીધી. અમે ત્યાંના લોકો સાથે વાતચીત કરી અને સંભાષણો રેકોર્ડ કર્યા. અમે વેનીકોઠાના

ચંદક પરિવારનો સંપર્ક ન કરી શક્યા. બાદમાં પણ, જ્યારે સમિતિએ તેમની સાથે મળવાના પ્રયાસો કર્યા, ત્યારે તેમણે અમારા પ્રતિનિધિઓ સાથે વાત કરવાનો ઇનકાર કર્યો.

અમે જે માહિતી એકઠી કરી તે નીચે મુજબ હતી. મદનલાલ ચંદક અને તેમની પત્ની જાનકીદેવી ઘણા વર્ષો સુધી નિઃસંતાન હતા. તેમણે ચાલીસગાંવમાં ભાગવત સપ્તાહ દરમિયાન રામદેવ બાબાને પ્રાર્થના કરી. આખરે જાનકીદેવીએ ૧૦ ઓક્ટોબર, ૧૯૭૩ના રોજ જોડિયા છોકરીઓને જન્મ આપ્યો, જેમના નામ અનીતા અને સુનીતા રાખવામાં આવ્યા. જ્યારે સુનીતા સાડા ચાર વર્ષની થઈ, ત્યારે તેણે કહ્યું, "કૃપા કરીને મને મારા ગામ બેલગાંવ લઈ જાઓ, જ્યાં મારી બહેન છે. મારે તેની પાસેથી ઉધાર લીધેલા પાંચ રૂપિયા પાછા આપવા છે. અમારી ઘરની પાસે એક નદી છે..." અને આવું બીજું પણ ઘણું બધું.

'ગુંજા/ચણોઠી' વિવાદ

ચંદક પરિવાર તાવરી પરિવારના આમંત્રણ પર નરા ગામે આવ્યો હતો. સુનીતાએ દાવો કર્યો કે તેના પાછલા જન્મમાં, જ્યારે તે તેની માતા સાથે નદીના કિનારે આવી હતી, ત્યારે તેણે એક ચોક્કસ જગ્યાએ નવ 'ગુંજા/ચણોઠીના' બીજ (કોરલ મણકા) છુપાવ્યા હતા. તેણે તે જગ્યા બતાવી, અને જ્યારે તેણે નવ બીજ ત્યાંથી ખોદી બહાર કાઢ્યા ત્યારે તો લોકો આશ્ચર્યચકિત થઈ ગયા. સરોદે તેમના લેખમાં લખ્યું કે તત્કાલીન સરપંચ રઘુજી ધુરવે, કૃષ્ણરાવ વાઘ, પુંડલીકરાવ સોનારે, દિવાકર નારાયણ પાટીલ, શ્રવણ સોનારે અને કિસનલાલ તાવરી આ ચમત્કારના સાક્ષી હતા, ત્યારે નજીકના ગામોના હજારો લોકો પણ હાજર હતા.

પરંતુ, અમારા સવાલોના જવાબમાં, પૂર્વ પોલીસ પાટીલ દિવાકર સોનારે જણાવ્યું કે જ્યારે ચંદક પરિવાર સુનીતા સાથે આવ્યો, ત્યારે નરા ગામમાંથી ફક્ત રઘોબા ધુરવે અને કિસનલાલ તાવરી જ ત્યાં હાજર હતા. બ્રજમોહન તાવરી પત્રકાર પદ્માકર જોશી સાથે બીજા દિવસે આવ્યા હતા. તેમણે એ પણ કહ્યું કે દિવાકર નારાયણ પાટીલ અને શ્રવણ સોનારે તેમના ગામના નહોતા. તેઓ કૃષ્ણરાવ વાઘ વિશે પણ અનિશ્ચિત હતા. ઉપરાંત, પુંડલીકરાવ સોનારેનું તો સુનીતા આવી તેના ત્રણ વર્ષ પહેલા અવસાન થઈ ગયું હતું.

ગુંજા/ ચણોઠીના બીજ શોધવાનો મુદ્દો પણ વિવાદાસ્પદ હતો. કેટલાકે કહ્યું કે તે રેતીમાંથી કાઢ્યા હતા, તો કેટલાકે કહ્યું કે તે પાણીમાંથી કાઢવામાં આવ્યા હતા. પરંતુ સુનીતાએ લોકોને નવ ગુંજા/ચણોઠીના બીજ બતાવ્યા હતા.

લેખમાં વધુ નોંધવામાં આવ્યું છે કે ગુંજા/ચણોઠીની વાતથી લોકો ઉત્સાહિત થઈ ગયા. સુનીતાએ તેના પાછલા જન્મના પિતાનું ઘર (ચંદ્રભાન કાલમેઘ),

દૂધવાળી બાઈનાબાઈ પાટલીનું ઘર, કરિયાણાની દુકાનની જગ્યા, ભાઈ શેષરાવ કાલમેઘ અને બહેન સુમિત્રાને પણ ઓળખી બતાવ્યા હતા. લેખમાં એ પણ કહેવાયું છે કે બહેન સુમિત્રાને બીજા દિવસે અમરાવતી જિલ્લાના ફતેહપુર તાલુકાના જાવરા ગામથી બોલાવવામાં આવી હતી, અને સુનીતાએ ભીડમાં પણ તેની બહેનને ઓળખી લીધી. માહોલ ખૂબ ઉત્સાહજનક હતો. ચંદ્રભાન કાલમેઘની દીકરી, જેનું અવસાન થયું હતું, તેનું નામ શાંતા હતું. ઝડપથી ગણતરી કરીને એ નક્કી કરવામાં આવ્યું કે શાંતા જ સુનીતા તરીકે પુનર્જન્મ લઈને આવી છે. ખાસ વાત એ છે કે સુનીતાએ ક્યારેય પોતાના પાછલા જન્મનું નામ શાંતા તરીકે ઉલ્લેખ્યું નહોતું, પરંતુ ગામના લોકોએ આ રમતમાં ભાગ લઈને પોતાની પુષ્ટિ આપી.

દરમિયાન, યુ.એસ.ની વર્જિનિયા યુનિવર્સિટીના પ્રો. ઈયાન સ્ટીવનસન, જેઓ પોતાને પુનર્જન્મના સંશોધક કહે છે, તેઓ ૩ નવેમ્બર, ૧૯૮૦ના રોજ ત્યાં આવ્યા, અને નેશનલ ઈન્સ્ટિટ્યૂટ ઓફ મેન્ટલ હેલ્થ એન્ડ ન્યૂરો સાયન્સ (NIMHANS)ના પ્રો. કે. સત્વંત પાસરીચા ૫ નવેમ્બરે બેલગાંવ આવ્યા, જેઓએ આ મામલાની તપાસ કરી. બંનેએ સુનીતાના પુનર્જન્મની તથાકથિત સત્યતા સ્થાપિત કરી આપી. પદ્માકર જોશીએ સ્ટીવનસન માટે દુભાષિયા તરીકે કામ કર્યું હતું.

સુમિત્રા અને શાંતા ક્યારેયએકસાથે નહોતાં જીવ્યાં:

સમિતિના તપાસકર્તાઓએ આ લેખની તપાસ કરી અને જાણ્યું કે કાલમેઘ પરિવારના એકપણ સભ્ય પાસે શાંતાનું સત્તાવાર જન્મ પ્રમાણપત્ર કે મરણનો દાખલો પણ ન હતો. પુનર્જન્મની બધી ગણતરી અંદાજો પર આધારિત હતી.

ચંદ્રભાન કાલમેઘ, જેને સુનીતાના પાછલા જન્મના પિતા તરીકે ગણવામાં આવ્યા, તેમણે સ્પષ્ટપણે કહ્યું કે તેમની દીકરી શાંતા ત્રણ વર્ષની ઉંમરે મૃત્યુ પામી. તો પછી, પુનર્જન્મના સમર્થકોએ શાંતાનું મૃત્યુ પાંચ વર્ષની ઉંમરે થયું હોવાનું કેમ પ્રચારિત કર્યું? ચંદ્રભાને કહ્યું કે સુમિત્રાનો જન્મ શાંતાના મૃત્યુના બે વર્ષ પછી થયો. આથી, તેઓ બંને ક્યારેય એકસાથે જીવી જ નહોતી. પરંતુ, અખબારોએ લખ્યું કે સુમિત્રા શાંતાની મોટી બહેન હતી. જો પિતા સાચા હોય, અને આમ જોઈએ તે ખોટા હોઈ શકે નહીં, તો સુનીતાએ સુમિત્રાને ઓળખી કેવી રીતે? અથવા તેનું એવું કહેવું કે તેણે પોતાની બહેનને પાંચ રૂપિયા આપવાના હતા, તેનો શું અર્થ?

શાંતા ત્રણ વર્ષ જીવી:

ચંદ્રભાનજીએ ફરીથી કહ્યું કે તેમની દીકરી શાંતા ત્રણ વર્ષ જીવી. પહેલાં બે વર્ષ તે સ્વસ્થ હતી, પરંતુ ત્રીજા અને અંતિમ વર્ષમાં તે ખૂબ બીમાર હતી અને

ઘરની બહાર નીકળી શકતી નહોતી. તેમણે કહ્યું કે તેના પર કોઈ જાદુ-ટ્રણું કે ભૂતની અસર હતી, અને તેને એકવાર કટોલ તાલુકાના પરડસિંગા લઈ જવામાં આવી હતી. શું બે વર્ષનું બાળક ઘરનાં કામો કરી શકે? સુનીતાએ દાવો કર્યો કે તે પોતાની માતા સાથે નદીના કિનારે જતી હતી અને કરિયાણાની દુકાનમાંથી સામાન લાવતી હતી. સુનીતાએ કરિયાણાની દુકાન માટે મરાઠી શબ્દ ‘ટપરી’ વાપર્યો, જેનો અર્થ કદાચ ‘ઝૂંપડી’ હશે; યોગાનુયોગ એ દુકાનના માલિકનું નામ ટાપરે હતું. કરિયાણાની ઝૂંપડીઓ દેશના દરેક ગામમાં જોવા મળે છે.

ચંદ્રભાનજીએ એમ પણ કહ્યું કે તેમની પાસે બાર એકર જમીન, ગાયો અને બીજા ઘણાં ઢોર પણ હતાં ; આથી કોઈએ તેમને દૂધ આપવાનો સવાલ જ નહોતો. સરોડેનો લેખમાં દાવો કે સુનીતાએ બહિનાબાઈને ભેટી પડી હતી, તે સંપૂર્ણ ખોટું છે કારણ કે તે સ્ત્રી તે સમયે ગામમાં નહોતી.

શ્રી મિલિંદ મ્હૈસ્કર, એસડીઓ, આરવી,ની માહિતી મુજબ, ૧૯૨૯થી તે વિસ્તારમાં પ્લેગની મહામારી નહોતી, અને ૨૯ લોકો તે મહામારીથી મૃત્યુ પામ્યા હતા. જો કે, જોશીએ તેમના લેખમાં લખ્યું કે ૧૯૩૦ની પ્લેગની મહામારીમાં કાલમેઘ પરિવારના ચાર લોકો એકાએક મૃત્યુ પામ્યા. જે દિવસે જોશી ગામમાં ગયા, તે દિવસે ચંદ્રભાનની માતા જીવિત હતી. તેમણે માહિતી એ આપી કે પહેલા દિવસે તેમના પતિનું મૃત્યુ થયું, બીજા દિવસે તેમની દીકરી, પછી તેમનો દીકરો અને અંતે બીજી એક નાની દીકરી મૃત્યુ પામી. જો કે, સરકારી રેકોર્ડમાં ૧૯૩૦ કે તે પછીની પ્લેગની મહામારીનો કોઈ ઉલ્લેખ નથી.

ભોજનની થાળીને ભગવાનને અર્પણ કર્યા પછી જ ખાવાની પ્રથા પ્રાચીન છે અને દરેક જગ્યાએ સામાન્ય છે. આશ્ચર્યની વાત છે કે આનો ઉપયોગ પુનર્જન્મ સાબિત કરવા માટે કરવામાં આવ્યો. સુનીતાએ પોતાના માતા-પિતાને ‘નાના’ અને ‘નાની’ તરીકે સંબોધ્યા હોવાનો ઉલ્લેખ હતો, પરંતુ તેની કોઈ પુષ્ટિ થઈ નથી. ઊલટું, શાંતાની બહેન સુમિત્રાએ સ્પષ્ટપણે કહ્યું કે તેણે ક્યારેય તેમના માતા-પિતાને આ રીતે સંબોધ્યા નહોતા. તેણે એ પણ પુષ્ટિ કરી કે તેનો જન્મ શાંતાના મૃત્યુના ઘણા સમય પછી થયો હતો.

સુનીતાએ સુમિત્રાને ભીડમાં ઓળખીને તેને પાંચ રૂપિયા પાછા આપ્યાનો બનાવ એવું લાગે છે કે તે અગાઉથી નક્કી કરેલો હતો. પોતાના પાછલા જન્મના ગામમાં જતાં પહેલાં સુનીતાએ આત્મવિશ્વાસથી કહ્યું હતું કે તેનો કોઈ ભાઈ નથી, પરંતુ એ જ સમયે એવું પણ કહેવાયું કે તેણે પોતાના મોટા ભાઈ શેશરાવને ઓળખ્યો.

ગુંજા/ચણોઠીના બીજ વિશે, પોલીસ પાટીલ દિવાકરે કહ્યું કે બીજ જૂનાં નહોતાં. જો તે બીજ પાછલા જન્મમાં છુપાવવામાં આવ્યાં હોત, તો ગામના

લોકોના કહેવા મુજબ, તે જ્યાં મૂકવામાં આવ્યાં હતાં ત્યાં સડીને નાશ પામ્યાં હોત. સુનીતાએ ગામનું વર્ણન કરતાં એક ટેકરી અને નદીનો ઉલ્લેખ કર્યો હતો, પરંતુ શાંતાના ગામની આસપાસ કોઈ ટેકરી નહોતી. ઉપરાંત, જેને નદી તરીકે ગણવામાં આવી તે ખરેખર એક નાનકડુ ઝરણું માત્ર હતું, જે આગળ જઈને કદ નામની નદીમાં મળે છે.

સુનીતાએ એક આંબાની બાગ અને એક મોટા વડના ઝાડની વાત કરી હતી, જ્યાં તે રમવા જતી હતી, પરંતુ શાંતા તેના જીવનના ત્રીજા વર્ષમાં શારીરિક રીતે એટલી અશક્ત અને બીમાર હતી કે બહાર જઈને રમી શકે તેવી સ્થિતિમાં નહોતી.

અસંગતતા - અત્ર, તત્ર અને સર્વત્ર

કિસનલાલ તાવરીનો બેલગાંવ ગામ સાથે ખૂબ નજીકનો સંબંધ હતો, અને તે ત્યાં વારંવાર જતા આવતા હતા. ચંદ્રભાનજીએ પણ આ બાબતની પુષ્ટિ કરી આપી કે તેઓ નજીકના પારિવારિક મિત્ર હતા. ૨૭ ફેબ્રુઆરી, ૧૯૭૯ના રોજ કિસનલાલ તાવરીએ સુનીતાને બેલગાંવ બોલાવી હતી. પદ્માકર જોશી સુનીતા સાથે આ યાત્રામાં ગયા હતા. જોશીએ જાતે જ કહ્યું કે સુનીતાએ બીજા દિવસે પણ નદીમાંથી 'ગુંજા/ચણોઠી'ના બીજ કાઢ્યા હતા. જો સુનીતાએ પહેલા દિવસે ખોદેલા ગુંજા/ચણોઠીના બીજ તેની યાદશક્તિના આધારે ત્યાં હતા, તો આ બીજા બીજો ક્યાંથી આવ્યા ? કારણ કે પાછલા જન્મમાં છુપાવેલા ગુંજા/ચણોઠીના બીજીનું સ્થાન પુનર્જન્મના સિદ્ધાંતના સમર્થનમાં સૌથી મજબૂત પુરાવાઓમાંનો એક હતો.

ઉપરની દલીલો સુનીતાના પુનર્જન્મના કેસના પાયાને હચમચાવી દે છે. નદીના કિનારે ગુંજાની વેલો ઝાડ પર ચડતી હોય તે ખૂબ સામાન્ય બાબત છે. સુનીતાના નિવેદનો એક તરફ, અને વૈજ્ઞાનિક તથ્યો તેમજ વાસ્તવિક ઘટનાઓ વચ્ચેની અસંગતતાઓ બીજી તરફ એટલી બધી મજબૂત છે કે તેનો દાવો કોઈ તપાસ સામે ટકી શકે એમ નથી.

જન્મ અને મૃત્યુની તારીખોની ગૂંચવણ

કાલમેઘ પરિવાર પાસે શાંતાના મૃત્યુની તારીખોના કોઈ સત્તાવાર દસ્તાવેજો નથી, કે ન તો સુમિત્રાના જન્મની તારીખના પુરાવા . જોશીએ તેમના લેખમાં સ્પષ્ટપણે અંદાજોનો ઉપયોગ કર્યો છે. ઉદાહરણ તરીકે, ૨૪ માર્ચ, ૧૯૭૯ના રોજ 'માનૂસ'માં પ્રકાશિત તેમના લેખમાં તેમણે લખ્યું છે કે શાંતા ૨૭ વર્ષ પહેલાં પાંચ વર્ષની ઉંમરે મૃત્યુ પામી. જો ૨૭ વર્ષ પ્રકાશનની તારીખમાંથી બાદ કરવામાં આવે, તો શાંતાનું મૃત્યુ ૧૯૫૨માં થયું હોવું જોઈએ. શાંતાના પિતા કહે છે કે તેનો જન્મ ૧૯૪૭માં થયો હતો, એટલે તે ૧૯૫૦માં મૃત્યુ પામી હોવી

જોઈએ. જ્યારે ચંદક પરિવાર ૧૬ નવેમ્બર, ૧૯૭૯ના રોજ બેલગાંવ ગયો, ત્યારે તેમને ખબર પડી કે જે જગ્યાએ કરિયાણાની દુકાન હોવાનું કહેવાતું હતું, ત્યાં ૧૯૬૫માં શાળા બની ગઈ.

શાળા બનતાં પહેલાં તે જગ્યાએ દસ વર્ષ સુધી ગોદામ હતું. આનો અર્થ એ થાય કે કરિયાણાની દુકાન ૨૪ વર્ષ પહેલાં હતી. સુનીતાએ દાવો કર્યો કે તે પાછલા જન્મમાં પાંચ વર્ષની હતી જ્યારે તે મૃત્યુ પામી. આ ગણતરી મુજબ, શાંતાનું મૃત્યુ ૧૯૫૫માં થયું હોવું જોઈએ. જો ચંદ્રભાનનું નિવેદન સાચું હોય, તો બંને તારીખો વચ્ચે પાંચ વર્ષનો તફાવત છે. જોશીના લેખમાં, શેશરાવની ઉંમર ૩૪ વર્ષ અને સુમિત્રાની ઉંમર ૩૦ વર્ષ આપવામાં આવી છે જ્યારે સુનીતાએ તેમને ઓળખ્યા. ચંદ્રભાનજી કહે છે કે સુમિત્રા શાંતાથી બે કે ત્રણ વર્ષ નાની હતી. જો તે જીવિત હોત, તો લેખ લખાયો ત્યારે તે ૩૨ કે ૩૩ વર્ષની હોત. જો જોશીની ગણતરી મુજબ, શાંતા ૪૨ વર્ષ પહેલાં મૃત્યુ પામી, તો તે ૧૯૪૭ પહેલાં, લગભગ ૧૯૩૭ની આસપાસનો સમય થાય. પરંતુ શાંતાના પિતા ૧૯૪૭ને સૌથી સંભવિત વર્ષ માને છે, જે પુનર્જન્મની તમામ ગણતરીઓને ખોટી પાડે છે. આ કોઈ ગણતરીમાં બંધ બેસતું નથી. આથી, એવું ધારવાનો કોઈ માપદંડ નથી કે શાંતા પાંચ વર્ષની ઉંમરે મૃત્યુ પામી અને સુનીતા તરીકે પુનર્જન્મ લીધો.

સુનીતા ચંદક દાવો કરે છે કે તેને બીજા બે પાછલા જન્મોની યાદો છે; અંદાજિત તારીખોના આધારે, તે ૨૭ વર્ષના ગાળામાં ત્રીજી વખત સુનીતા તરીકે જન્મી. તે કહે છે કે તેને તેના પહેલાના જન્મોની ઝાંખી યાદો છે. તેના એક જન્મમાં ઘર બે માળનું, સારી રીતે બનેલું હતું. ઘરમાં કાપડની દુકાન હતી. તે ઘરના ધાબા પરથી રેલવે લાઈનો જોઈ શકતી હતી. પુનર્જન્મના સમર્થકો શું સૂચવવા માંગે છે જ્યારે તે લોકોને એવું મનાવવા માંગે છે કે મૃત શાંતાનો આત્મા એક જન્મથી બીજા જન્મમાં ભટકતો હતો? એક સંપૂર્ણ અવૈજ્ઞાનિક ખ્યાલને સ્થાપિત હકીકત તરીકે ધારીને, પુનર્જન્મના સમર્થકો વાસ્તવિક ઘટનાઓને મારીમચેડીને પોતાના સિદ્ધાંતને સ્થાપિત કરવાનો પ્રયાસ કરે છે; પરંતુ જ્યારે આવા સિદ્ધાંતોની ગંભીર તપાસ કરવામાં આવે છે, ત્યારે તે સાબિત કરવામાં નિષ્ફળ જાય છે.

અમેરિકન પ્રોફેસર સામેએક સવાલઃ

નાગપુર યુનિવર્સિટીના મનોવિજ્ઞાન વિભાગના વડા ડૉ. સી. જી. પાંડેએ સુનીતા ચંદકના પુનર્જન્મના કેસ વિશે વાત કરતાં કહ્યું કે આ આખી વાર્તા કલ્પનાઓ અને રસપ્રદ વર્ણનોથી ભરેલી છે. આ વાર્તા વૈજ્ઞાનિક અને પ્રયોગલક્ષી નિરીક્ષણોથી દૂર રહી છે. આવી વાર્તાઓ એવી માન્યતાઓ સાથે

શરૂ થાય છે કે પુનર્જન્મ એ નિર્વિવાદ હકીકત છે. જ્યારે કોઈ સામાન્ય વ્યક્તિ વિશે કંઈક રહસ્યમય અને અસામાન્ય વાત ધ્યાનમાં આવે, કે તરત તેને કોઈને કોઈ રીતે પુનર્જન્મના કેસમાં ફિટ કરવાના બધા પ્રયાસો હાથ ધરવામાં આવે છે. કોઈ આવી વાર્તાઓને વૈજ્ઞાનિક રીતે તપાસવાની તસ્દી લેતું નથી અને બધું ધ્યાન આ ગપગોળાઓને કઈ રીતે લોકોના મગજમાં ફિટ કરવો તેના પર મૂકવામાં આવે છે. અધૂરામાં પૂરું કે , સ્ટીવન્સન જેવા તથાકથિત સંશોધક, જે વિકસિત દેશના છે, તેમની પાસેથી આવી વાર્તાઓ માટે સમર્થન મેળવવું શું બૌદ્ધિક ગુલામી નથી?

જો સ્ટીવન્સન દાવો કરે છે કે તેમણે અન્ય દેશોમાંથી પણ પુનર્જન્મના કેસ મળ્યા છે, તો પણ તેમનું આખું ધ્યાન ફક્ત ભારતીય કેસો પર આધારિત લાગે છે. કારણ સ્પષ્ટ છે કે પુનર્જન્મનો ખ્યાલ ભારતમાં જન્મ્યો, ખીલ્યો અને ભારતીય સંસ્કૃતિ દ્વારા તેને વ્યવસ્થિત પોષણ મળ્યું. અંધશ્રદ્ધાળુ લોકો, જેઓ આવા ખ્યાલોમાં માને છે, તે હંમેશાં આવી માન્યતાઓને મજબૂત કરે એવા કેસોની શોધમાં હોય છે. ભલે એક વ્યક્તિ અને બીજી વ્યક્તિ વચ્ચે તફાવત હોય, જગ્યા અને સમયને ધ્યાનમાં લઈને ઘણી સમાનતાઓ મળી શકે છે.

જ્ઞાન મેળવવાના સ્રોતો જેવા કે પુસ્તકો, સામયિકો, રેડિયો, ટેલિવિઝન અને ઇન્ટરનેટ એટલા આગળ વધ્યા છે કે સેંકડો વર્ષ પહેલાંની ઘટનાઓ અને અનુભવોને એકદમ સાચી રીતે રજૂ કરવામાં આવે છે. કેટલાક લેખકોની રજૂઆતની કુશળતા એટલી પ્રભાવશાળી હોય છે કે તેઓ એવી ઘટનાઓની માનસિક છબીઓ બનાવે છે જે વાચકે ક્યારેય જોઈ કે અનુભવી નથી. આવી તૂત વાર્તાઓ અંધશ્રદ્ધાને પ્રોત્સાહન આપે છે અને પુનર્જન્મની વાર્તાઓને લોકપ્રિય બનાવે છે.

30
ઓરેકલનો હાથ?

કેમ્પટીના હુસૈનાબાદ ચોકમાં આવેલી હૈદરી મસ્જિદની ટોચ પર એક 'પંજા' અને ચાંદની આકૃતિ છે. 'પંજો' એ હાથની આકૃતિ છે, જે મુસ્લિમો, ખાસ કરીને શિયા સંપ્રદાયના લોકો માટે પવિત્ર છે. પંજાની પાંચ આંગળીઓ ઇસ્લામના પાંચ મહાન વ્યક્તિઓનું પ્રતીક છેઃ પયગંબર મુહમ્મદ, તેમની પુત્રી બીબી ફાતિમા, બીબી ફાતિમાના પતિ અને પયગંબરના ભાઈ હઝરત અલી, અને હઝરત અલીના બે પુત્રો હસન અને હુસૈન. અચાનક, મસ્જિદના પંજામાંથી રાત્રે રંગબેરંગી રહસ્યમય પ્રકાશ નીકળવા લાગ્યો. લોકોએ તેને ચમત્કાર ગણ્યો અને આ ઘટના જોવા તેમજ આશીર્વાદ મેળવવા માટે ટોળે વળવા લાગ્યા.

દૂરથી આ પ્રકાશ આકાશના ઝગમગતા તારાઓ જેવો લાગતો હતો, જે પંજા પર ઉતરી આવ્યા હોય. લોકો કહેવા લાગ્યા, "આ જગ્યા વિશ્વનું તીર્થસ્થાન બનશે." "કેમ્પટીનું ભાગ્ય બદલાઈ જશે." "લોકોની ઇચ્છાઓ પૂર્ણ થશે, ચમત્કારો થશે." "આ કુદરતનો ચમત્કાર છે; આ પ્રકાશ અલૌકિક છે." "આ ભગવાનની કૃપા છે કે આપણે આ દૃશ્ય જોઈ શક્યા." આવી વાતો કેમ્પટીમાં ફેલાઈ રહી હતી.

આ સમાચાર ફેલાતાં ભીડ વધવા લાગી. દૂર-દૂરથી લોકો આવવા લાગ્યા. કેમ્પટી અચાનક તીર્થસ્થળ બની ગયું. પોલીસ તૈનાત કરવામાં આવી. મહિલાઓ મોટી સંખ્યામાં મસ્જિદની સામે બેસવા લાગી. ધાર્મિક વિધિઓ જાહેરમાં થવા લાગી. આ ઘટના શુભ હતી કે અશુભ, આ વિશે ચર્ચાઓ શરૂ થઈ.

જ્યારે અખબારોએ આ ઘટનાને મોટા મોટા અક્ષરે છાપવાનું શરૂ કર્યું ત્યારે ANISની ઓફિસનો ફોન વારંવાર વાગવા લાગ્યો, લોકો સમજૂતી માંગતા હતા. પરંતુ સમજૂતી ખુરશી પર બેસીને ન આપી શકાય. આથી ANISની ટીમે તપાસ શરૂ કરી, અને આ ચમત્કારનું રહસ્ય ખુલ્લું પડ્યું.

મસ્જિદ:

આ શિયા સંપ્રદાયની મસ્જિદ ૧૮૧૮માં બની હતી. ૧૯૮૫માં તેનું સમારકામ શરૂ થયું. શિયાઓએ આ પવિત્ર કામ જાતે જ કર્યું. છ મહિના પહેલા, ગુંબજ પર સ્ટીલનો પંજા લગાવવામાં આવ્યો હતો. વિભાજન દરમિયાન પાકિસ્તાન ગયેલી એક મહિલાએ ચાર વર્ષ પહેલા કેમ્પટીની મુલાકાત લીધી હતી અને અંજુમન-એ-આસના-અસરી મસ્જિદને બે પંજા ભેટ આપ્યા હતા. એક પંજાનો ઉપયોગ મોહરમ મહિનામાં શોકસભા સાથે નીકળતા 'તાઝિયા' (કરબલા, ઇરાકના મકબરાની કાગળ અને બાંસની નકલ) પર થતો હતો.

આ પંજાને છ મહિના પહેલા મસ્જિદના ગુંબજની ટોચ પર લગાવવામાં આવ્યો હતો. તે સ્ટેનલેસ સ્ટીલનો બનેલો લાગતો હતો, જેના પર પવિત્ર પાંચના નામ, બાર ઇમામોના નામ અને કેટલીક દુઆઓ કોતરેલી હતી.

રહસ્યમય પ્રકાશ:

એ વર્ષે, ૧ જુલાઈએ ઈદ-એ-ગદીર ઉજવવામાં આવી. શિયાઓ આ દિવસે પયગંબર મુહમ્મદે હઝરત અલીને પોતાના ઉત્તરાધિકારી તરીકે નિયુક્ત કર્યા તે દિવસ તરીકે ઉજવે છે. આ ઉત્સવ પહેલા જ પંજામાંથી રહસ્યમય પ્રકાશ નીકળવા લાગ્યો, જેના કારણે લોકો અને ભક્તો, જેમાં કેટલાક દૂરબીન લઈને આવ્યા હતા, તે જોવા આવવા લાગ્યા.

અંજુમન-એ-આસના-અસરી મસ્જિદ એક રજિસ્ટર્ડ સંસ્થા છે, જેના જવાબદાર અધિકારીઓ છે: પ્રમુખ સફર અલી પહેલવાન, સેક્રેટરી કાઝિમ અલી, સહાયક સેક્રેટરી સિકંદર અલી અને ખજાનચી લિયાકત હૈદરી. તેમણે નિર્ણય લીધો કે આ ઘટનાની ઝીણવટથી તપાસ થવી જોઈએ અને સત્ય લોકો સમક્ષ આવવું જોઈએ. સફર અલી પહેલવાને તપાસ માટે સંપૂર્ણ સહકાર આપવાનું વચન આપ્યું. બધા સંમત થયા કે આ ઘટના સાચી છે, પરંતુ તેનું કારણ શું છે તે જાણવું જરૂરી હતું.

૨૯ જૂન, ૧૯૯૧ની રાત્રે પંજામાંથી પ્રકાશ નીકળ્યો. લોકોએ તેને અલ્લાહનો ચમત્કાર ગણ્યો. અખબારોએ આ વાતને વધુ ફેલાવી, અને લોકો ખાતરી કરી લેતા હતા કે પ્રકાશ પંજામાંથી જ નીકળે છે. રાયપુર, ગોંદિયા, બાલાઘાટ, સિઓની, અમરાવતી, અકોલા, ચંદ્રપુર, વારુડ અને અન્ય ઘણી જગ્યાઓથી લોકો કેમ્પટી આવવા લાગ્યા.

ANISએ જાહેર કર્યું કે ચમત્કારોનું કોઈ અસ્તિત્વ હોતું નથી. દરેક ચમત્કાર જેવી ઘટના પાછળ કોઈ વૈજ્ઞાનિક કારણ હોય છે. તેમણે બે લાખ રૂપિયાનું ઇનામ જાહેર કર્યું કે જો કોઈ આ ઘટનાને ચમત્કાર સાબિત કરી શકે તો.

ANISએ લોકોને ત્રણ દિવસમાં તેમની ઓફિસમાં લખવા જણાવ્યું. ૨ જુલાઈની રાત્રે ૯:૩૦ વાગ્યે ANISની ટીમ કેમ્પટી પોલીસ સ્ટેશન પહોંચી અને વહીવટીતંત્રને નિષ્ણાતો નિયુક્ત કરીને આ રહસ્યમય પ્રકાશની તપાસ કરવા વિનંતી કરી. મસ્જિદ સમિતિના પ્રમુખ સફર અલી પહેલવાને અમને ગુંબજની નજીક લઈ જઈને પ્રકાશનું નજીકથી નિરીક્ષણ કરાવ્યું. પરંતુ નજીકથી પ્રકાશ દેખાતો ન હતો. તે ફક્ત ચોક્કસ અંતર અને ખાસ ખૂણેથી જ દેખાતો હતો.

બીજો સમાન દેખાતો પંજો શોભાયાત્રામાં લઈ જવામાં આવ્યો હતો. જ્યારે તે પાછો આવ્યો, તેની ઝીણવટથી તપાસ કરવામાં આવી. તેના મોટા ભાગ પર સુંદર કોતરણી હતી. તે સ્ટેનલેસ સ્ટીલ જેવી ધાતુનો બનેલો હતો, જેનો ૧૦% ભાગ ખાસ ચમકતો હતો, ખાસ કરીને ચાંદની અને પંજાની કિનારીઓ. તેને ખાસ ચમકાવવામાં આવ્યો હતો. પંજાનો કેટલોક ભાગ અંતર્ગોળ (concave) લાગતો હતો. જ્યારે રૂમની બધી લાઈટો બંધ કરીને તેના પર લાલ બીમ નાખવામાં આવ્યો, ત્યારે ચોક્કસ ખૂણેથી ચમક દેખાઈ. નાગપુર યુનિવર્સિટીના ફિઝિક્સ વિભાગના ડો. સુબોધ દેશમુખ અને પ્રકાશના સંશોધક ડો. એસ. વી. મોહરિલે જણાવ્યું કે કોઈ વસ્તુ પોતાનો પ્રકાશ ઉત્સર્જન કરે તે આશ્ચર્યજનક નથી. ફાયરફ્લાય, કેટલીક વનસ્પતિઓ, ખાસ કરીને સમુદ્રી વનસ્પતિઓ, લાકડું, મશરૂમ્સ, ફૂગ વગેરે પ્રકાશ ઉત્સર્જન કરે છે. આને બાયો-લ્યુમિનેસન્સ કહેવાય છે. ભૌતિકશાસ્ત્રીઓએ ડિફ્રેક્શન ગ્રેટિંગ ઘટનાની વાત કરી અને અનુમાન લગાવ્યું કે પંજા પર પડતો પ્રકાશ વિખેરાઈ રહ્યો છે.

ચમત્કારની તપાસ:

બીજા દિવસે આ ઘટનાના વિડિયો ક્લિપ લેવામાં આવ્યા. તપાસકર્તા સૈફુદ્દીન શેખે સૂચવ્યું કે ચોમાસાના વાતાવરણને કારણે પંજા પર 'પેરેલલ પ્લેટ કન્ડેન્સર' જેવી સ્થિતિ બની હશે, જેના કારણે 'સ્ટેટિક' વીજળી ઉત્પન્ન થઈ અને તેના કારણે સ્પાર્કસ નીકળ્યા. પરંતુ આની પુષ્ટિ ન થઈ શકી.

કેટલાક અખબારોના ખોટા સમયના અહેવાલોને કારણે ગેરસમજ ઊભી થઈ કે તપાસ માટે મસ્જિદમાં પ્રવેશવાથી તેની પવિત્રતા ભંગ થશે. નાગપુરના તમામ અખબારોના પત્રકારો ભેગા થયા. મસ્જિદ સમિતિના અધિકારીઓ સાથેની વાતચીતથી ગેરસમજ દૂર થઈ અને તેમણે સંપૂર્ણ સહકાર આપવાનું વચન આપ્યું. પરંતુ સમાચારોની સતત બોમ્બાર્ડિંગથી ચમત્કાર અને સામાન્ય ઘટના વચ્ચેની ચર્ચાએ તણાવ વધાર્યો. આખરે, ૩ જુલાઈ, ૧૯૯૧ના રોજ મસ્જિદ સમિતિના સેક્રેટરીએ એક નોટિફિકેશન જાહેર કર્યું, જેમાં જણાવાયું કે ૨૯ જૂન, ૧૯૯૧ની સાંજે ૭:૦૦ વાગ્યાથી પંજા પર પ્રકાશ જોવા મળ્યો છે. સમિતિએ એ નથી કહ્યું કે આ કુદરતી ઘટના છે કે ચમત્કાર. પ્રકાશ એ હકીકત હતી અને

સમિતિએ લોકોને ગેરમાર્ગે દોરવાનું કોઈ ષડયંત્ર નહોતું કર્યું.

આ નોટિફિકેશનથી સ્પષ્ટ થયું કે બધા સમજદાર લોકો સત્ય જાણવાના પક્ષમાં હતા. આથી, ઉમેશ ચૌબે, મઝહર ખાન, દ્ન્યાનેશ માવલે, સુનીલ વાંજરી, વસંત ચૌહાણ, સુરેશ અગ્રવાલ, અનુજ ચૌબે, બાબા મેહર અને હું, ANISના અન્ય સભ્યો સાથે, ૪ જુલાઈએ ભૌતિકશાસ્ત્રી એસ. વી. મોહરિલ સાથે કેમ્પટી પાછા ફર્યા. નિયંત્રિત પરિસ્થિતિઓમાં પ્રકાશની તપાસ માટે વ્યવસ્થા કરવામાં આવી. પંજા પર પડતા બાહ્ય પ્રકાશને રોકવા માટે કાળા કપડાનું પડદું લગાવવામાં આવ્યું.

પોલીસ ટુકડી અપૂરતી હતી. ચારે બાજુના તણાવને કારણે અપ્રિય ઘટનાની શક્યતા હતી. પરંતુ મસ્જિદ સમિતિ અને પોલીસે બે જૂથો બનાવીને પરિસ્થિતિને નિયંત્રણમાં રાખી. સૈફુદ્દીન શેખે પહેલો પ્રયોગ કર્યો, ત્યારબાદ મોહરિલે તપાસ શરૂ કરી.

જ્યારે પહેલી ટીમ મસ્જિદમાં પ્રવેશી, ત્યારે ભીડે "અલ્લાહ-ઓ-અકબર"ના નારા લગાવ્યા અને "પંજાને હાથ ન લગાડો"ની બૂમો પાડી. કાઝિમ અલીએ મસ્જિદના પીએ સિસ્ટમ દ્વારા ભીડને શાંત કરવાનો પ્રયાસ કર્યો, પરંતુ તે સંપૂર્ણ સફળ ન થયા. થોડા સમય પછી એક મોરચો પોલીસ સ્ટેશન તરફ ગયો.

તપાસ:

આ બધા હોબાળા દરમિયાન, ડો. મોહરિલે મસ્જિદની આસપાસ ચાર કલાક સુધી તપાસ કરી. જોકે તે ચમત્કારિક ગુણધર્મોની ચકાસણી ન કરી શક્યા, તેમણે કેટલાક નિશ્ચિત નિષ્કર્ષો આપ્યા. સંભવિત કારણોની તપાસ કર્યા પછી, તેમણે આ ઘટનાની વૈજ્ઞાનિક સમજૂતી આપી:

મસ્જિદની આસપાસ ઘણા પ્રકાશના સ્ત્રોત હતા, જેમ કે મર્ક્યુરી લેમ્પ, ટ્યુબ લાઈટ, સોડિયમ લેમ્પ અને વાહનોની હેડલાઈટ. પંજો સ્ટેનલેસ સ્ટીલ જેવી ધાતુનો બનેલો હતો અને ખૂબ ચમકાવેલો હતો, તેથી તેના પર પડતો પ્રકાશ પરાવર્તિત થતો હતો. પંજાની સપાટી સંપૂર્ણ સપાટ ન હતી, તેના ઘણા ભાગો વળાંકવાળા હતા. આ પ્રકાશ ૨૫૦ ફૂટ દૂરથી ચોક્કસ બિંદુએ દેખાતો હતો.

આમ, ખાતરી થઈ કે પ્રકાશ વિવિધ સ્ત્રોતોમાંથી આવતો હતો, પંજાની સપાટી પર પડતો હતો અને ત્યાંથી પરાવર્તિત થતો હતો. આમાં કંઈ રહસ્યમય ન હતું. આપણે જાણીએ છીએ કે અંતર્ગોળ અરીસામાંથી પ્રકાશ એક બિંદુ પર કેન્દ્રિત થાય છે. આ જ કારણે પંજાનું પરાવર્તન નજીકથી કે આસપાસના ઊંચા મકાનોની ટેરેસ પરથી દેખાતું ન હતું. આ બધું પ્રકાશના પરાવર્તનના સિદ્ધાંત સાથે સંપૂર્ણ સુસંગત હતું.

રહસ્યના જવાબો:

1. પંજા પરનો પ્રકાશ સ્થિર નથી અને તે ખસે છે. શા માટે?

ભારે ટ્રાફિક અને પવનના કારણે પંજામાં નાનું કંપન થતું હતું, જેના કારણે પ્રકાશનું કેન્દ્ર બદલાતું રહેતું હતું. આથી, એક સ્થિર નિરીક્ષકને પ્રકાશ દેખાતો અને અદૃશ્ય થઈ જતો. પંજાની સપાટીના વિવિધ ભાગોના કેન્દ્ર બિંદુ અલગ હોવાથી, નિરીક્ષકને પંજાના જુદા જુદા ભાગોમાંથી પ્રકાશ દેખાતો.

2. પરાવર્તિત પ્રકાશમાં વિવિધ રંગો કેમ દેખાય છે?

મોટાભાગે પ્રકાશ મર્ક્યુરી લેમ્પમાંથી પરાવર્તિત થતો હતો, જેમાં લીલો રંગ વધુ હતો. વાહનોની હેડલાઈટમાંથી પણ પ્રકાશ આવતો હતો. કેટલોક પ્રકાશ સીધો પંજા પર પડતો, અને કેટલોક આસપાસની દીવાલો પરથી પરાવર્તિત થઈને આવતો, જેનાથી રંગોમાં ફેરફાર થતો. હેડલાઈટનું સીધું પરાવર્તન પીળું દેખાતું, જ્યારે દીવાલો પરથી પરાવર્તિત પ્રકાશમાં લાલ રંગનો ઝાંયો હતો.

3. નજીકથી નાખેલો પ્રકાશ કેમ પરાવર્તિત ન થતો?

પંજાની વળાંકવાળી સપાટી એવી હતી કે ઉપરથી આવતો પ્રકાશ ૨૫૦ ફૂટ દૂર કેન્દ્રિત થતો. નીચેથી નાખેલો પ્રકાશ શેરીમાં ઊભેલા નિરીક્ષકને દેખાતો ન હતો.

4. પંજો છ મહિના પહેલા લગાવવામાં આવ્યો હતો, તો આ પ્રકાશ હવે જ કેમ દેખાયો?

આના ઘણા કારણો હોઈ શકે છે. પંજા પર ધૂળ અને ગંદકીના સ્તર જામી ગયા હશે. ચોમાસાના વરસાદે આ સ્તરો ધોઈ નાખ્યા, જેથી તેની ચમક પાછી આવી. બીજી શક્યતા એ હતી કે પવન અને ગાજવીજથી પંજા થોડો ખસી ગયો હશે, જેના કારણે તેનો પરાવર્તનનો ખૂણો શેરી તરફ નમ્યો અને નીચે નિરીક્ષકને દેખાયો.

પ્રયોગો:

બીજા દિવસે આ ધારણાઓની સત્યતા ચકાસવા પ્રયોગો શરૂ થયા. અમે પોલીસને રાત્રે થોડા સમય માટે વીજળી બંધ કરવા વિનંતી કરી, પરંતુ કાયદો અને વ્યવસ્થાના મુદ્દાઓને કારણે તે નકારવામાં આવી.

અંધારું પ્રકાશ પાડે છે:

૫ જુલાઈ, ૧૯૯૧ના રોજ , અચાનક વીજળી ખોરવાતાં સાંજે ૭:૫૦ થી ૮.૦૫ સુધી કેમ્પટી અંધારામાં ડૂબી ગયું. નજીકના લોકોએ આ તક ઝડપી અને પંજાને અંધારામાં જોવા મસ્જિદ તરફ દોડી ગયા. પરંતુ તેમને ગુંબજની ટોચ પર પંજા સહિત બધે અંધારું જ દેખાયું. આ અણધાર્યા અંધારાએ લોકોનું મનને પ્રકાશિત કર્યું. લોકો એકબીજાને કહેવા લાગ્યા, “ચમત્કારની વાતો બધી ખોટી હતી.” “આપણે એકબીજાને ગેરમાર્ગે દોર્યા.” હવે બધાને સ્પષ્ટ થયું કે મર્ક્યુરી

લેમ્પના પ્રકાશનું ચોક્કસ ખૂણેથી પરાવર્તન થતું હતું, અને આ કોઈ ચમત્કાર ન હતો.

મસ્જિદ સમિતિએ રાહતનો શ્વાસ લીધો. આ રહસ્યમય ઘટનાએ તેમનું જીવન અસ્તવ્યસ્ત કરી દીધું હતું. લોકોને બતાવવા, તેમની સાથે રહેવું, રાતો જાગવું, આ બધાએ તેમની શાંતિ છીનવી લીધી હતી.

થોડા સમય પછી વીજળી પાછી આવી, અને પંજો ફરી ઝગમગવા લાગ્યો. પરંતુ હવે તેનો ડર અને દૈવીય ભાવ ગાયબ થઈ ગયો હતો. લોકો એકબીજાને કહેવા લાગ્યા, “આ તો ફક્ત શેરીની લાઈટોનું પરાવર્તન છે.” વીજળીના આ સમયસરના બંધ થવાથી લોકોની અંધશ્રદ્ધાનો પડદો હટી ગયો. વૈજ્ઞાનિકોની સમજૂતી સાચી સાબિત થઈ. બધા રહસ્યમય પ્રકાશ અંતર્ગોળ પરાવર્તક સપાટીનું પરિણામ હતું, અને આ જ સત્ય હતું.

આ વિવાદે લોકોમાં જિજ્ઞાસા, વિવેચનાત્મક દૃષ્ટિકોણ, પૂછપરછની ભાવના અને વૈજ્ઞાનિક અભિગમ જગાડ્યો, જેણે ANISના મિશનને નોંધપાત્ર સફળતા આપી. જ્યાં સુધી તર્કસંગત અને વૈજ્ઞાનિક દૃષ્ટિકોણની અવગણના થશે, ત્યાં સુધી ચમત્કારો થતા રહેશે, અથવા બનવા માટેની સંભાવના બની રહેશે.

31

ચમત્કાર વિરુદ્ધ અભિયાન : મુદ્દાની

Enter Caption

જ્યારે અખિલ ભારતીય અંધશ્રદ્ધા નિર્મૂલન સમિતિ (ANIS)એ કેટલાક ખ્રિસ્તી મિશનરીઓ દ્વારા ચમત્કારથી લોકોને સાજા કરવા માટે આયોજિત

ચંગાઈ સભા વિરુદ્ધ અભિયાન શરૂ કર્યું, ત્યારે લોકોનું ધ્યાન તેના તરફ ગયું. નાગપુરમાં દરેક જગ્યાએ ૧૫થી ૧૯ ફેબ્રુઆરી, ૧૯૮૯ દરમિયાન વૈશ્વિક નેટવર્ક દ્વારા આયોજિત ચંગાઈ સભાના પોસ્ટરો લાગ્યા હતા. સભાનો દાવો હતો કે ફક્ત પ્રાર્થનાથી તે બીમારીઓને મટાડી શકે છે. આ સંમેલન માટે વિદેશથી ઘણા પાદરીઓ ભારત આવ્યા હતા.

અખબારોમાં આવેલી જાહેરાતોમાં કહેવાયું હતું કે શારીરિક અક્ષમતા, મોતિયા, બહેરાશ, ચામડીના રોગ, અંધત્વ, હાથ-પગની ખોડ-ખાંપણ અને અન્ય ગંભીર બીમારીઓ પ્રાર્થનાના ચમત્કારથી મટાડી આપવામાં આવશે. એવું પણ કહેવાયું કે જે લોકોને બાળક નથી થતું કે પુત્ર પ્રાપ્તિની ઈચ્છા છે , જે ભૂત-પ્રેતથી પરેશાન છે કે જેમને ડોક્ટરી સારવારથી દુઃખ કે દર્દમાં કોઈ ફાયદો ન થતો હોય, તેઓ પણ આ પ્રાર્થના સભામાં આવીને પોતાના દુઃખથી રાહત મેળવી શકે છે. જો કે આ જાહેરાતો ખોટી અને ભ્રામક જ હતી. ANISએ આ જાહેરાતોની નોંધ લીધી અને તેની સામે વાંધો ઉઠાવ્યો. ANIS દ્વારા ચંગાઈ સભાને ખુલ્લો પડકાર ફેંકવામાં આવ્યો. સભા કસ્તૂરચંદ પાર્કમાં યોજાવાની હતી, તેથી અમે સદર પોલીસ સ્ટેશનમાં ફરિયાદ નોંધાવી. સભા મોટા પાયે હોવાથી પોલીસે તુરંત કોઈ પગલાં ન લેવાનું નક્કી કર્યું. અમારો તર્ક હતો કે માત્ર પ્રાર્થનાથી કોઈ બીમારી તરત મટી શકે નહીં, આ ઠગાઈ છે અને તેને રોકવી જોઈએ. અમારી ફરિયાદ ભગવાન કે ધર્મ વિરુદ્ધ નહોતી, પરંતુ ધર્મના નામે લોકોનું શોષણ કરનારા ઢોંગીઓ વિરુદ્ધ હતી.

એ સ્પષ્ટ દેખાતું હતું કે પોલીસ કોઈ પગલાં લેવાની નથી. જો કે જાહેરાતો તો બે અઠવાડિયા પહેલા અખબારોમાં આવી ગઈ હતી. ફરિયાદ નોંધાવ્યા છતાં પોલીસે કોઈ હરકત ન કરી. અમે DCP જૈનને મળ્યા, પરંતુ ફરિયાદ સ્વીકારવાથી કોઈ રાહત ન મળી.

અંતે કોઈ વિકલ્પ ન બચવાથી, સમિતિએ ચંગાઈ સભા વિરુદ્ધ અભિયાન શરૂ કર્યું. અમે અપંગ, અંધ, બહેરા અને મૂંગા લોકોનું જૂથ એકત્ર કર્યું અને તેમને ચમત્કારિક ઉપચાર માટે સભામાં રજૂ કરવાનું નક્કી કર્યું. અમે ૧૫ ફેબ્રુઆરીએ સાંજે ૬:૦૦ વાગે વેરાયટી સ્ક્વેરથી કસ્તૂરચંદ પાર્ક સુધી શારીરિક અક્ષમતા ધરાવતા લોકોની રેલીનું આયોજન કર્યું. ઘણા જાગૃત લોકો, જેમાં ઘણી મહિલાઓ પણ હતી, પ્રાર્થનાથી બીમારીઓ મટાડવાના ઢોંગ વિરુદ્ધ વિરોધ કરવા અમારા અભિયાનમાં જોડાઈ.

અમે રેલી વખતે ચંગાઈ સભાને ખુલ્લો પડકાર ફેંક્યો કે અમારી સાથે ચાલતા કેટલાક બીમાર લોકોને તે સાજા કરી બતાવે. અમારી પાસે લાઉડસ્પીકરની વ્યવસ્થા હતી, જેના દ્વારા અમારા કાર્યકરો અને અપંગ લોકો નારા બોલાવી

રહ્યા હતા. અમે પ્લેકાર્ડ્સ લઈને ચાલતા હતા, જેના પર લખ્યું હતુંઃ 'અંધશ્રદ્ધા છોડો, દેશને મજબૂત કરો', 'પ્રાર્થનાથી અમારા દર્દીને સાજા કરો અને ત્રણ લાખ રૂપિયા જીતો', 'જો પ્રાર્થનાથી સંતાન થતું હોય, તો પતિની શું જરૂર?' એક અંધ વ્યક્તિએ ગળામાં પ્લેકાર્ડ લટકાવ્યું હતું, જેના પર લખ્યું હતુંઃ 'હું અંધ છું, મને રોશની આપો.' હેન્ડિકેપ્ડ પર્સન્સ એસોસિએશનના સેક્રેટરી નામદેવ બલગરે ઘોડીના સહારે ચાલતા ગળામાં પ્લેકાર્ડ લટકાવ્યું હતું, જેના પર લખ્યું હતુંઃ 'હું અપંગ છું, મારી અપંગતા દૂર કરો.' એક મૂંગી વ્યક્તિએ માગણી કરીઃ 'મને મારો અવાજ પાછો આપો.' ભિવાજી બડાગે નામના ત્રણ ફૂટના ઠીંગણા વ્યક્તિએ માગણી કરીઃ 'પ્રાર્થનાના ચમત્કારથી મારી ઊંચાઈ વધારી આપો.' અપંગ પાંડુરંગ ઘેન્ગરે, વસંત પાટુર્ડે અને બહેરા નર્મદા પ્રસાદ શ્રીવાસ્તવે તેમની બીમારીઓ દૂર કરવાની માગણી માટેના નારા લગાવ્યા.

અમારી રેલીને મોરિસ કોલેજ પાસે રોકવામાં આવી અને કસ્તૂરચંદ પાર્ક તરફ જવાની મંજૂરી આપવામાં ન આવી. અમે પોલીસને વિનંતી કરી, "ઠીક છે, અમને કાર્યકરોને ન જવા દો, પરંતુ ઓછામાં ઓછું તમે આ અપંગ, અંધ અને બીમાર લોકોને પ્રાર્થનાના ચમત્કારથી રાહત મેળવવા જવા દો." પરંતુ પોલીસે અમારી વિનંતી માની નહીં. કસ્તૂરચંદ પાર્કમાં, પ્રાર્થના દ્વારા ઉપચાર વિશેના પ્રવચનો અંગ્રેજીમાં આપવામાં આવતા હતા અને હિન્દીમાં અનુવાદ થતો હતો. ઈસુ ખ્રિસ્ત અને તેમના ચમત્કારોના પાઠ શીખવવામાં આવતા હતા. હજારો ભક્તો કોઈ ચમત્કારની રાહ જોતા હતા, પરંતુ કોઈ ચમત્કાર થયો નહીં.

અમે સમાજને જાગૃત કરવા માટે પત્રિકાઓ વહેંચી, જેમાં સ્પષ્ટ સંદેશ હતો કે : 'બહેન જૂઠું બોલે છે.' તેમાં એ પણ લખ્યું હતુંઃ 'પ્રાર્થનાથી ઉપચાર કરી બતાવો.' મોરિસ કોલેજ પાસે પોલીસનો મોટો બંદોબસ્ત હતો. સમિતિના અધિકારીઓએ ભાષણો આપ્યા. એક અંધ વ્યક્તિએ કહ્યું, "હું અમારા વિદેશી મહેમાનોને પૂછવા માંગું છું, શું યુએસએ અને રશિયામાં અંધ લોકો નથી? અને જો હા તો પછી તેઓ અમારા માટે આટલી ચિંતા કેમ કરે છે?"

પોલીસ સહિત, ઘણા શ્રોતાઓએ, માથું હલાવીને આ બાબતને સંમતિ દર્શાવી. આમ તો તેઓ ત્યાં કાયદો અને વ્યવસ્થા જાળવવા માટે ત્યાં ગોઠવાયેલા હતા, પરંતુ અમારા ભાષણોનો આનંદ લઈ રહ્યા હતા. પરંતુ જ્યારે અમે પ્રાર્થના સંમેલન તરફ આગળ વધવાનો પ્રયાસ કર્યો, ત્યારે અમને ઘેરી લેવામાં આવ્યા અને પોલીસ વાનમાં નાખવામાં આવ્યા. અપંગ, અંધ, બહેરા, મૂંગા અને બીમાર આંદોલન કર્તાઓની પણ સાજા લોકો સાથે ધરપકડ કરવામાં આવી. અમને સોનેગાંવ પોલીસ સ્ટેશન લઈ જવામાં આવ્યા અને ચાર કલાક સુધી અટકાયતમાં રાખવામાં આવ્યા. મધ્યરાત્રિએ, અમને વેરાયટી સ્ક્વેર લઈ

જઈ અને છોડી મૂકવામાં આવ્યા.

અમે અમારા કેટલાક કાર્યકરોને ચંગાઈ સભામાં હાજરી આપવા મોકલ્યા હતા. જાહેરાત પ્રમાણે, પ્રાર્થના પૂરી થતાં જ માર્ટિન બ્લૂમેનનો શો શરૂ થયો. તેની શરૂઆત બાઈબલના કેટલાક અંશો વાંચવાથી થઈ. પછી ચમત્કારનો શો શરૂ થયો. એક વ્યક્તિ હતો જેનો કામ પર જતી વખતે પગ ભાગી ગયો હતો. તમામ તબીબી પ્રયાસો નિષ્ફળ ગયા પછી, તે ઇસુ ખ્રિસ્તના આશીર્વાદ મેળવવા આવ્યો. એક છોકરો દસ ફૂટની ઊંચાઈથી પડીને અપંગ થઈ ગયો હતો. બીજી એક વ્યક્તિ, જે જન્મથી અંધ હતી, તે આંખોની રોશની માટે ત્યાં આવી હતી. ચાર-પાંચ એવા લોકોની માહિતી જાહેર કરવામાં આવી અને તેમને ભીડમાં જઈને ઊભા રહેવાનું કહેવામાં આવ્યું. બ્લૂમેનના આદેશ પર, તેના કેટલાક સાથીઓ બે-બેના જૂથમાં, એક વિદેશી અને એક ભારતીય, બીમાર વ્યક્તિ પાસે ગયા. તેઓએ બીમાર ભાગ પર હાથ મૂક્યા—અંધની આંખો પર, મૂંગાના મોં પર, બહેરાના કાન પર—અને એકસાથે તેમના કાનમાં પ્રાર્થના બોલવાનું શરૂ કર્યું. તેઓએ કહ્યું કે તેઓ ઈસુના પ્રતિનિધિ છે. હજારોની ભીડ ચમત્કારની રાહ જોતી ઊભી હતી.

ભીડમાં કેટલાક સાદા કપડામાં પોલીસવાળા પણ હતા, જેમને પણ ચમત્કાર જોવા મોકલવામાં આવ્યા હતા. પરંતુ એક પણ વ્યક્તિમાં સાજા થવાના કોઈ ચિહ્નો દેખાયા નહીં. અંધ અંધ જ રહ્યા, મૂંગા મૂંગા જ રહ્યા. સ્પર્શ દ્વારા ઉપચારનો દાવો સંપૂર્ણપણે નિષ્ફળ ગયો.

અમારી ફરિયાદ પોલીસ સ્ટેશનમાં પહેલેથી જ નોંધાઈ ગઈ હતી. અમારો પડકાર, અમારી કૂચ અને અમારા અભિયાને માહોલને ખૂબ ગરમ કરી દીધો હતો. પોલીસે પોતે સાદા કપડામાં મોકલેલા માણસો દ્વારા ફેઇથ હીલિંગના દાવાની નિષ્ફળતા જોઈ. બીજા દિવસે, પાંચેય વિદેશીઓ પર ૧૯૫૪ના ડ્રગ્સ એન્ડ મેજિક રેમેડીઝ એક્ટ હેઠળ ગુનો નોંધાયો અને તેમની ધરપકડ કરવામાં આવી. પોલીસે વિદેશી પાદરીઓને ઠપકો આપ્યો કે સ્પર્શ દ્વારા ઉપચારના દાવા કરવા એ છેતરપિંડી અને ઠગાઈ છે. આ લોકોમાં અંધશ્રદ્ધા ફેલાવવાનો પ્રયાસ હતો. તેમણે ભોળા લોકોને આવી રીતે ઠગવાનું બંધ કરવું જોઈએ. ચમત્કારના વચનો આપનારા અને નિષ્ફળ ગયેલા વિદેશીઓને કોર્ટમાં રજૂ કરવામાં આવ્યા અને પાછળથી દરેકને ૨૦૦૦ રૂપિયાના જામીન પર છોડવામાં આવ્યા. નારાજ પાદરીઓએ પોલીસને કહ્યું, "અમે વિશ્વભરમાં આવા ફેઇથ-હીલિંગ કાર્યક્રમો કરીએ છીએ, પરંતુ ક્યાંય અમારે જવાબ આપવો પડ્યો નથી, કોઈએ વાંધો ઉઠાવ્યો નથી. આ ફક્ત નાગપુરમાં જ થયું."

વિદેશી ઠગ પાદરીઓની ધરપકડના સમાચાર તમામ અખબારોમાં છપાયા. મિસ્ટર હોટ્સના, રેવ. મેકક્લીન અને કેટલાક પાસ્ટર્સ જેવા વિદેશી પાદરીઓ અને ફેઇથ હીલર્સે જાહેરાત કરી હતી કે તેઓ લંગડાને દોડાવી શકે છે, અંધને જોતા કરી શકે છે, અને સ્પર્શથી કેન્સર જેવી અસાધ્ય બીમારી પણ દૂર કરી શકે છે. તેમની ધરપકડે ઠગ અને ઢોંગીઓને ઉજાગર કરવાનું નવું પ્રકરણ ખોલ્યું. આ વિષય ભારતમાં જ નહીં, વિદેશમાં પણ ચર્ચાનો વિષય બન્યો. ચેન્નઈ, કોલકાતા, ભુવનેશ્વર અને અન્ય ઘણા શહેરોની રેશનાલિસ્ટ્સ એસોસિએશનોએ સંસ્થાને ફોન કરીને વિગતો માગી. અમે તેમને સંબંધિત કાયદાઓની નકલ મોકલી, જેથી તેઓ પોતાના વિસ્તારોમાં આવા અભિયાનો શરૂ કરી શકે.

પાછળથી, નાગપુરમાં રેવ. માઈક ફ્રાન્સિસના ૮ થી ૧૩ માર્ચ, ૧૯૯૪ દરમિયાન કસ્તૂરચંદ પાર્કમાં પ્રવચનોના પોસ્ટર્સ ફરીથી લાગ્યા. ANISએ આગળ આવીને અંધ વિષ્ણુ ડોંગરે અને અપંગ ભગત બોથકરને પ્રવચનમાં મોકલ્યા. જ્યારે તેઓ સાજા થયા વિના પાછા આવ્યા, ત્યારે મિરેકલ મીટિંગ વિરુદ્ધ સદર પોલીસ સ્ટેશનમાં ફરિયાદ નોંધવામાં આવી. ભગત બોથકરે જણાવ્યું કે ફ્રાન્સિસે તેના પોલિયો-અસરગ્રસ્ત પગને સાજો કરવાનો પ્રયાસ કર્યો, પરંતુ તે પ્રયાસ નિષ્ફળ ગયો. જ્યારે પોલીસે બોથકરની ફરિયાદની અવગણના કરી, ત્યારે સમિતિએ પોલીસ કમિશનરને રજૂઆત કરી. ૧૯૮૯ની જેમ, આ વખતે પણ પોલીસે કોઈ સીધા પગલાં લેવાનું ટાળ્યું. જોકે, આ વખતે સમિતિએ કોર્ટના દરવાજા ખખડાવવાનું નક્કી કર્યું અને રેવ. ફ્રાન્સિસ, પોલીસ કમિશનર અને સદર પોલીસ સ્ટેશનના સ્ટેશન ઓફિસર વિરુદ્ધ બોમ્બે હાઈકોર્ટમાં અરજી દાખલ કરી. જસ્ટિસ ગુલાબરાવ પાટીલ અને વિકાસ સિરપુરકરની બેન્ચે અરજી સ્વીકારી. પોલીસ કમિશનર અને સદર પોલીસ સ્ટેશનના ઈન્સપેક્ટરને આઠ દિવસમાં જવાબ આપવા માટે નોટિસ મોકલવામાં આવી. દરમિયાન, માઈક ફ્રાન્સિસ નાગપુર છોડી નાસી છૂટ્યો.

અમારા વકીલો શ્રીહરિ અનેય અને ગિરીશ ચૌબેએ કોર્ટમાં અમારો કેસ રજૂ કર્યો, અને જણાવ્યું કે ખોટા ચમત્કારિક ઉપચારના દાવાઓથી લોકો કેવી રીતે ઠગવામાં આવી રહ્યા છે. બીજા દિવસે અમે પોલીસની નિષ્ક્રિયતા વિરુદ્ધ વેરાયટી સ્ક્વેર પર વિરોધ પ્રદર્શન કર્યું. અમારા ઘણા કાર્યકરો અને સામાન્ય નાગરિકોએ તેમાં ભાગ લીધો.

એક બાળક ભોગ બન્યું:

અમારા વિરોધ દરમિયાન, લશ્કરીબાગમાં છ વર્ષની એક નાની છોકરીનું મૃત્યુ થયું. જાણવા મળ્યું કે નાની રેખા ઈન્દુરકરની ઈન્દિરા ગાંધી હોસ્પિટલમાં કિડનીની સમસ્યા માટે સારવાર ચાલી રહી હતી અને ૮ માર્ચે તેનું ઓપરેશન

થવાનું હતું. કોઈ કારણસર ઓપરેશન એક દિવસ મોડું થયું અને ૯ માર્ચે નક્કી થયું. જોકે, કેટલાક ખ્રિસ્તી મિત્રોએ માતાપિતાને સલાહ આપી કે તેઓ કસ્તૂરચંદ પાર્કમાં ચાલી રહેલા ફેઈથ હીલિંગ સંમેલનની મદદ લે. પાડોશીઓની સલાહ પર, માતાએ ઓપરેશન ટાળીને ૧૧ અને ૧૨ માર્ચે રેખાને સભામાં લઈ ગઈ. જોકે, રેખાને પ્રાર્થનાથી કોઈ ફાયદો થયો નહીં. સભામાં હાજરી દરમિયાન તેની તબિયત વધુ બગડવા લાગી. માતાએ રેવ. ફ્રાન્સિસ જ્યાં ભાષણ આપી રહ્યા હતા ત્યાં પોડિયમ પર જવાનો પ્રયાસ કર્યો. પાદરીના સાથીઓએ તેને કહ્યું, "ઈસુ ખ્રિસ્તનું ધ્યાન ધરો અને તેમની પ્રાર્થના કરો, તે આપોઆપ સાજી થઈ જશે." અડધા કલાક પછી, નિર્દોષ રેખાનું મૃત્યુ થયું.

એક મૃત્યુ થતાં, ફ્રાન્સિસ અને તેના સાથીઓએ પોતાની જવાબદારી છુપાવવાનો પ્રયાસ કર્યો. તેઓએ માતાને ચારસો રૂપિયા આપ્યા અને રિક્ષામાં ઘરે મોકલવાની વ્યવસ્થા કરી. તેમણે તેને ચેતવણી આપી કે આ વિશે કોઈને કંઇ ન કહે, નહીં તો અમેરિકાથી મળનારી મદદ બંધ થઈ જશે. મૃત છોકરીના વિસ્તારના ઉત્તરેશ વાસનિક અને બંદુ જંભુલકરે આ મામલો ANIS સમક્ષ રજૂ કર્યો. સમિતિએ આ દુઃખદ ઘટનાની વિગતો હાઈકોર્ટમાં રજૂ કરેલી અરજીમાં ઉમેરી. અમે ફરીથી ભારપૂર્વક જણાવ્યું કે આ ડ્રગ્સ એન્ડ મેજિક રેમેડીઝ એક્ટ હેઠળ ગંભીર ગુનો છે. અમે એ પણ રજૂ કર્યું કે પોલીસની ફરજ છે કે તે આવા કેસમાં પગલાં લે, પરંતુ તે આમ કરવામાં અનિચ્છા દર્શાવી રહી છે. આખરે, અમારા પ્રયાસો સફળ થયા.

લોકોની આ ખુલ્લેઆમ છેતરપિંડી ધર્મની સ્વતંત્રતાના નામે થઈ રહી હતી. લોકો પોતાના ભગવાન અને ધર્મ પ્રત્યેની શ્રદ્ધાથી એકઠા થાય છે. આવી ઠગાઈની પ્રથાઓ આજે પણ ટેલિવિઝન દ્વારા ફેલાવવામાં આવે છે. જો અંધશ્રદ્ધાનો સામનો કરવો હોય, તો લોકોને તેની ખરાબ અસરો વિશે શિક્ષિત કરવા જરૂરી છે. એ વાત નિર્વિવાદ છે કે માત્ર આવી જાગૃતિ જ લોકોને દિલને બદલેની દિમાગથી વિચારવા માટે પ્રેરી શકે છે.

32
વિદેશમાં અંધશ્રદ્ધા નાબૂદી

'પેરાનોર્મલ દાવાઓની વૈજ્ઞાનિક તપાસ સમિતિ' (CSICOP) એ ન્યૂયોર્ક, અમેરિકામાં મુખ્ય મથક ધરાવતી એક વૈજ્ઞાનિક સંસ્થા છે. આ સંસ્થા એવા લોકોનો પર્દાફાસ કરવામાં સક્રિય છે જે અલૌકિક કે પેરાનોર્મલ શક્તિઓ ધરાવતા હોવાનો દાવો કરે છે. તેણે ઘણા લોકોને વૈજ્ઞાનિક ઢબે તપાસ કરી તેમની ઠગાઈ લોકો સમક્ષ લાવી છે. આ સંસ્થાની દુનિયાભરમાં શાખાઓ છે અને ઑસ્ટ્રેલિયામાં તેની ખૂબ મજબૂત હાજરી છે. તેના પ્રમુખ પોલ કટ્ઝ઼ છે અને મેનેજિંગ ડિરેક્ટર માર્ક પ્લમર છે. માર્ક પ્લમર ૩૫ વર્ષની ઉંમરે ૧૯૮૮માં ભારત આવ્યા હતા. તેઓ ઑસ્ટ્રેલિયામાં વકીલ હતા, પણ હવે તેઓ પોતાનું સમગ્ર જીવન અંધશ્રદ્ધા નાબૂદ કરવામાં સમર્પિત કરી દીધું છે. મેં મુંબઈમાં તેમના લેક્ચરમાં હાજરી આપી હતી. તેમની તીવ્ર ઇચ્છા છે કે તેઓ એવા કોઈ વ્યક્તિને મળે જે ખરેખર પેરાનોર્મલ શક્તિ ધરાવતા હોય.

પ્લમર હંમેશા શંકાશીલ અને વૈજ્ઞાનિક ઢબે તપાસ કરનારા જીવ છે. જ્યારે યુરી ગેલર પહેલી વખત ઑસ્ટ્રેલિયા આવ્યા ત્યારે તેમણે ટીવી શોમાં ફક્ત પોતાની નજરની તાકાતથી સ્ટીલની ચમચીઓને વાંકી કરી બતાવી હતી. પણ CSICOPએ તેને ઠગ સાબિત કરી બતાવ્યો હતો।. જ્યારે પ્લમરે ન્યૂયોર્કથી પ્રકાશિત થતા 'સ્કેપ્ટિકલ ઇન્ક્વાયરર' મેગેઝિન વાંચ્યું ત્યારે તેમનો ઉત્સાહ બમણો થઈ ગયો. આ મેગેઝિને હોન્ટેડ હાઉસ (ભૂતિયા ઘરો) વિશેના વિષયોને આવરી લીધા હતા. સ્કેપ્ટિક્સે તપાસ કરી તો જાણવા મળ્યું કે ત્યાં અહેવાલમાં કહેવામાં આવ્યું હતું તેવું કંઈ જ નહોતું. ઉદાહરણ તરીકે એક લેખમાં લખ્યું હતું: 23 ડિસેમ્બરની અંધારી રાત્રિ હતી, આકાશ કાળાડિબાંગ વાદળોથી ઘેરાયેલું

હતું. પણ હવામાન વિભાગના અહેવાલ મુજબ તે શાંત અને સુંદર રાત્રિ હતી. પ્લમરને સંશોધકોની ભૂમિકા ખૂબ ગમતી હતી. તેમણે 'સ્કેપ્ટિકલ ઇન્ક્વાયરર'ના સંપાદકને પત્ર લખીને ઑસ્ટ્રેલિયામાં આ વિષય પર કામ કરવાની ઇચ્છા વ્યક્ત કરી. ઑસ્ટ્રેલિયાના ડિક સ્મિથ અને પ્લમરે અમેરિકાના જેમ્સ રેન્ડીને ઑસ્ટ્રેલિયા આમંત્રિત કર્યા. તેમણે ભૂત-પ્રેત જેવી વસ્તુઓમાં વિશ્વાસ કરનાર કેટલાય લોકોના મુખોટા ઉતારી નાખ્યા હતા.

Author with James Randy at the Centre for Enquiry Conference
(Washington DC 2009)

Author with Barry Karr at the Centre for Enquiry Conference (Washington DC 2009)

પ્રખ્યાત તર્કવાદી જેમ્સ રેન્ડીએ CSICOP જેવી આંતરરાષ્ટ્રીય વૈજ્ઞાનિક સંસ્થા સ્થાપવામાં મોટો ભાગ ભજવ્યો હતો. રેન્ડી પોતે પ્રખ્યાત વ્યાવસાયિક જાદુગર હતા. એક અમેરિકન માનવતાવાદી સંસ્થાની મદદથી CSICOPની સ્થાપના ૧ મે, ૧૯૭૬ના રોજ ન્યૂયોર્કમાં થઈ. જ્યારે રેન્ડી ૧૯૮૦માં ઑસ્ટ્રેલિયા આવ્યા ત્યારે તેમણે કોઈ પણ વ્યક્તિને જે પોતાના ચમત્કારી દાવા સાબિત કરી શકે તેને ૫૦,૦૦૦ ડોલરનો ઇનામ જાહેર કર્યો.

ઘણા દાવેદારો આગળ આવ્યા. સ્ટીલના ચમચા અલૌકિક શક્તિથી વાંકા કરવા, અસાધારણ અનુભવો ઉભા કરવા, માનસિક ધ્યાનથી ધાતુ ઓળખવી, અદૃશ્ય થવું – આવા લગભગ સો ચમત્કાર કરનારા આવ્યા, પણ નિષ્પક્ષ અને શંકાશીલ નિરીક્ષકોની હાજરીમાં તેઓ બધા નિષ્ફળ ગયા. તેમની હાથચાલાકી બહાર આવી ગઈ અને તેઓ ઠગ સાબિત થયા.

પેરાનોર્મલ શક્તિનો અભ્યાસ કરવા માટે પ્લમરે બધા સંબંધિત સમાચારોની યાદી તૈયાર કરી, ઘટનાઓનો કાળજીપૂર્વક અભ્યાસ કર્યો અને દાવાઓની તપાસ કરી. જેમ જેમ પ્લમર અને તેમના સાથીઓનું સત્યની શોધમાં કામ આગળ વધ્યું તેમ તેમ ઘણા આશ્ચર્યજનક, ખોટા અને કાલ્પનિક ઉદાહરણો સામે આવ્યા.

જે વ્યક્તિ પેરાનોર્મલ શક્તિ ધરાવતો હોવાનો દાવો કરે છે તેના વિશે ત્રણ શક્યતાઓ હોઈ શકે:

1. તે વ્યક્તિ ખરેખર તે શક્તિઓ ધરાવે છે;
2. તે વ્યક્તિ ખરેખર માને છે કે તેની પાસે તે શક્તિઓ છે પણ વાસ્તવમાં તે નથી; એટલે કે તે પોતે ભ્રમમાં છે; અથવા
3. તે વ્યક્તિ જાણે છે કે તેની પાસે તે શક્તિઓ નથી અને લોકોને ઠગવાના હેતુથી જાણી જોઈને ખોટા દાવા કરે છે.

જો કોઈ વ્યક્તિ પોતાની પેરાનોર્મલ શક્તિઓમાં પૂર્ણ વિશ્વાસ ધરાવતો હોય તો તેને સમિતિ સમક્ષ આવવા અને ૫૦,૦૦૦ ડોલર જીતવા માટે આમંત્રણ આપવામાં આવતું. ઘણા દાવેદારોનો સામાન્ય જવાબ હતો કે આ પેરાનોર્મલ શક્તિઓ તેની પળ હોય ત્યારે પોતાની મરજીથી આવે એ કઈ હંમેશા હાજર હોતી નથી. તેથી તેને માપવા કે તપાસવા માટે તે કઈ હરપળ હાજર હોતી નથી. જ્યારે વિજ્ઞાન તો એવી જ ઘટનાને સ્વીકારે છે જે સ્પષ્ટ નિયમો હેઠળ પુનરાવર્તિત થઈ શકે. જો કોઈ કહે કે તેણે UFO (અજાણ્યું ઉડતું વસ્તુ) જોયું છે, તો બીજા દિવસે ત્યાં જવાનો કોઈ અર્થ નથી કારણ કે તે તો ચાલ્યું ગયું હશે અને તે ઘટના હવે પુનરાવર્તિત થઈ શકતી નથી. એ ઘટનાની સાચી તપાસ ફક્ત ખગોળશાસ્ત્રી જ કરી શકે છે.

ઑસ્ટ્રેલિયામાં કેટલાક લોકો દાવો કરતા હતા કે તેઓ પેરાનોર્મલ શક્તિથી સર્જરી કરી શકે છે. આ 'સાયકિક સર્જરી'માં કોઈ એનેસ્થેટિક આપ્યા વગર, કોઈ સર્જિકલ સાધન વગર, શરીર કાપ્યા વગર અને શરીર પર કોઈ નિશાન છોડ્યા વગર સર્જરી થઈ શકે તેવો દાવો કરવામાં આવે છે. પણ એવો એક પણ સર્જન આગળ આવ્યો નહીં કે તેની સત્યતા સાબિત કરે. જેમ્સ રેન્ડીએ ઘણા આવા 'ડોક્ટરો'ને ઉઘાડા પડ્યા છે જે દર્દીઓને આવા દાવાઓથી ઠગતા હતા.

સિડનીની એક કંપની એવો દાવો કરતી હતી કે તે પેરાનોર્મલ શક્તિથી લોકોને હવામાં તરતાં શીખવે છે. પણ તેણે પણ પોતાની આ શક્તિને વૈજ્ઞાનિક ઢબે તપાસ કરવાના પડકારને સ્વીકારવાની ના પાડી. આવું જ મહેશ યોગીની નેચરલ હેલ્થ યુનિવર્સિટીમાં ચાલતું હતું, જ્યાં ટ્રાન્સેન્ડેન્ટલ મેડિટેશનનો કોર્સ ચાલતો હતો. ન્યૂઝીલેન્ડમાં આવો કોર્સ ૫૦૦૦ ડોલરમાં ચાલતો હતો. એક છોકરીએ ૫૦૦૦ ડોલર ભરીને હવામાં તરતાં શીખવા માટે કોર્સ કર્યો. છેવટે પરિણામ સ્વરૂપે તેને તૂટેલો પગ મળ્યો અને હવે તે વ્હીલચેર પર ફરે છે. આ દુર્ઘટના પછી પણ તેને કહેવામાં આવ્યું કે તું હજુ હવામાં તરવાનું શીખી શકે છે. ગ્રાહક સુરક્ષા મંચની મદદથી તેણે કોર્ટમાં કેસ કર્યો અને ન્યાય મળ્યો. સ્કેપ્ટિક્સનું માનવું છે કે આ ઠગ ચમત્કાર કરનારા લોકો ત્યારે ફૂલેફાલે છે જ્યારે પીડિતો હિંમત કરીને આગળ નથી આવતા અને અન્યાયને મૂંગે મોઢે સહન કરે છે.

ઑસ્ટ્રેલિયામાં એન્ટી-મિરેકલ ફોરમે દરેક જગ્યાએ કમિટીઓ બનાવી છે. નાગરિકોમાં જાગૃતિ ફેલાવવા માટે અભિયાન ચલાવે છે જેથી ચમત્કારોને દૂર કરી શકાય. રસ્તા પર નાટકો કરીને સંદેશ આપે છે. જો કે, જ્યારે જ્યારે તમે સત્યને ઉજાગર કરો છો ત્યારે ત્યારે તમારે વિરોધીઓ તરફથી ટીકા સહન કરવી પડે છે.

જે લોકો પેરાનોર્મલ શક્તિનો દાવો કરે છે તેમના દિવસો પૂરા થઈ ગયા છે. સ્કેપ્ટિક્સ ગ્રુપનું મિશન છે કે લોકોના પરસેવાના પૈસા આવા બેઈમાન લોકો દ્વારા ચોરાઈ ન જાય. CSICOPએ દરેક પેરાનોર્મલ શક્તિના દાવાને વૈજ્ઞાનિક અને તર્કસંગત તપાસ હેઠળ મૂક્યા છે. આ સંસ્થાની દુનિયાભરમાં ઘણી શાખાઓ છે. ઑસ્ટ્રેલિયામાં તે ખૂબ અસરકારક રીતે કામ કરી રહી છે.

ચીનમાંઅંધશ્રદ્ધા:

ચીનમાં ઘણા લોકો ચમત્કારી દાવા કરે છે તેથી અમેરિકાની સ્કેપ્ટિક ટીમ આવા દાવાઓની તપાસ કરવા ચીન ગઈ હતી. ટીમમાં પોલ કર્ટ્ઝ, જેમ્સ આલ્કોક, કેન ફ્રેઝિયર, ફિક ક્લાઉસ, માર્ક પ્લમર અને જેમ્સ રેન્ડી જેવા વિદ્વાનો સામેલ હતા. બેઇજિંગ અને શાંઘાઈ જેવા મહત્વના શહેરોમાં લેક્ચર આપીને ચમત્કારના નામે ધંધો કરનાર ઠગોનો પર્દાફાસ કરવામાં આવ્યો હતો. બેઇજિંગમાં એક વ્યક્તિએ સમિતિ સમક્ષ પોતાની જાદુઈ શક્તિ બતાવવા સંમતિ આપી હતી, પણ તે સંમતિ આપીને ગયો તે ગયો તે ક્યારેય આવ્યો જ નહીં.

ક્વિગોંગ/શિંગોંગ (Qigong) એકદમઅનિચ્છનીયછે.

ચીનમાં ઘણા બુદ્ધિજીવી જૂથો તર્કસંગત વિચારધારા માને છે અને અંધશ્રદ્ધાને નાબૂદ કરવાના પ્રયત્નો કરી રહ્યા છે. તેઓ વિશ્વની તર્કવાદી સંસ્થાઓનો અભ્યાસ કરી રહ્યા છે જેથી પોતાના દેશમાં પણ આવા કાર્યક્રમો ચલાવી શકે. તેઓ સારી રીતે જાણે છે કે કેટલાક લોકો ખોટી અલૌકિક શક્તિઓ બતાવીને લોકોના ભોળપણનો લાભ ઉઠાવે છે. ચીનના લોકો પણ વિશ્વના સ્કેપ્ટિક્સ જેટલા જ આતુર છે કે આવા ઠગોને ખતમ કરીને પોતાના દેશની પ્રગતિમાં અડચણ ન આવે તે સુનિશ્ચિત કરવું.

ચમત્કારમાટેએકમિલિયનડોલરનુંઇનામ

૯ એપ્રિલથી ૧૨ એપ્રિલ સુધી સેન્ટર ફોર ઇન્ક્વાયરીએ તેનું બારમું 'વર્લ્ડ કોંગ્રેસ ૨૦૦૯' વોશિંગ્ટન (DC)માં યોજ્યું હતું. વૈજ્ઞાનિક દૃષ્ટિકોણ ફેલાવનારા હાજરો લોકો અહીં હાજરી આપવાના હતા. સંયોગથી હું તે સમયે અમેરિકામાં હતો. મેં 'કમિટી ફોર સાયન્ટિફિક ઇન્વેસ્ટિગેશન ઑફ ક્લેઇમ્સ ઑફ પેરાનોર્મલ'ના સેક્રેટરી બેરી કારનો સંપર્ક કર્યો. જ્યારે મેં તેમને ભારતમાં ANIS અને રેશનલિસ્ટ મૂવમેન્ટના કામ વિશે જણાવ્યું તો તેમણે મને કોંગ્રેસમાં હાજર રહેવા માટે આગ્રહ કર્યો અને અન્ય વ્યવસ્થા પણ કરી આપી.

'સેન્ટર ફોર ઇન્ક્વાયરી' એક એવી સંસ્થા છે જે આધુનિક સંસ્કૃતિના વૈજ્ઞાનિક અને ટેકનોલોજીકલ માપદંડોથી અભ્યાસ કરે છે. તે ધર્મ, માનવતાવાદ અને વૈકલ્પિક વિજ્ઞાનોને લોકોના કલ્યાણ માટે વૈજ્ઞાનિક દૃષ્ટિએ જુએ છે. તે જ્ઞાનના ક્ષેત્રમાં જે પણ નવું આવે તેની તર્કસંગત તપાસ કરવાના કાર્યક્રમો યોજે છે. તેની ઓફિસ લોસ એન્જલ્સ અને ન્યૂયોર્કમાં છે. તે સમયાંતરે કેમ્પ યોજે છે જેમાં વિશ્વભરના સ્કેપ્ટિક્સ ભાગ લે છે. સિમ્પોઝિયમ અને સેમિનાર પણ યોજાય છે જેમાં વિવિધ વિષયો પર વૈજ્ઞાનિક પ્રકાશ પડે છે. પ્રેક્ષકોની શંકા-સવાલના જવાબ પણ આપવામાં આવે છે.

કોન્ફરન્સ વોશિંગ્ટન (DC)ના પાંચ તારા હોટેલ બેથેસ્ડાના હોલમાં યોજાઈ હતી. વિવિધ દેશોમાંથી ત્રણ સો લોકો ભેગા થયા હતા. UK, જર્મની, રશિયા, ચીન, ઇજિપ્ત, પાકિસ્તાન, નોર્વે વગેરે દેશોના વક્તાઓ હતા. આ કાર્યક્રમનું સૌથી મોટું આકર્ષણ જેમ્સ રેન્ડી હતા. ૮૨ વર્ષની ઉંમરે પણ તેઓ આકર્ષક અને મનમોહક વક્તા હતા. તર્કવાદ માટે તેમનું યોગદાન ખરેખર ખૂબ મોટું છે.

છેલ્લા દસ વર્ષથી જેમ્સ રેન્ડી ફાઉન્ડેશને ચમત્કાર સાબિત કરનારને એક મિલિયન ડોલર (ભારતીય રૂપિયામાં પાંચ કરોડ) નું ઇનામ જાહેર કર્યું છે, પણ અત્યાર સુધી કોઈ આ ઇનામ જીત્યું નથી. રેન્ડીએ ખાસ કરીને યુરી ગેલરને અલૌકિક શક્તિની મદદથી ચમચી વાંકી કરી બતાવવાના 'ચમત્કાર'ની વૈજ્ઞાનિક ઢબે તપાસ કરવા માટે આમંત્રણ આપ્યું હતું. અને ત્યારથી ગેલર ઠગ

દુનિયા સામે ખુલ્લો પડ્યો છે.

રેન્ડીએ બર્મ્યુડા ટ્રાયેન્ગલ અને UFOની ઘણી વાર્તાઓનો પણ જવાબ આપ્યો છે. તેમણે સ્ટેજ પર ઘણા 'ચમત્કારી' કાર્યો બતાવ્યા. તેમણે આંગળી વગર સર્જરી કરી બતાવી. તેમણે ગેલરના ચમચા-ચાવી વાંકા કરવાના ટ્રિકને સ્ટેજ પર બતાવીને તેના રહસ્યો છતાં કરી નાખ્યા. તેઓ હંમેશા મોટા કાર્યક્રમોમાં હાજર રહેતા અને વૈજ્ઞાનિક રીતે ચમત્કારો પાછળની ઠગાઈને છતી કરતા. તેમણે વૈજ્ઞાનિક ઢબે સ્થાપિત કર્યું કે બધા જાદુઈ કાર્યો ફક્ત હાથ ચાલાકી જ છે. ચમત્કારના નામે ગોરખધંધો ચલાવતા લોકોનો પર્દાફાસ કરનાર પ્રખર રેશનાલીસ્ટ ૨૦ ઑક્ટોબર, ૨૦૨૦ના રોજ ૯૨ વર્ષની ઉંમરે અવસાન પામ્યા.

મને પોલ કટ્ઝ, સ્કેપ્ટિક ગ્રુપના પ્રમુખને મળવાનું સૌભાગ્ય મળ્યું. મેં રેન્ડીને ડ્રગ્સ એન્ડ મેજિકલ રેમેડીઝ એક્ટ ૧૯૫૪ની એક નકલ આપી. મને આનંદ થયો કે અમેરિકામાં ઘણા કાર્યકર્તાઓએ ભારતના પ્રખ્યાત અંધશ્રદ્ધા વિરોધી બી. પ્રેમાનંદ વિશે પૂછપરછ કરી. અમેરિકામાં અંધશ્રદ્ધા નાબૂદ કરવા માટે ઘણી સંસ્થાઓ છે. આ સંસ્થાઓનો સ્કેપ્ટિક ગ્રુપ દ્વારા સરળતાથી સંપર્ક કરી શકાય છે.

33

અન્ય રાજ્યોમાં આંદોલનની ગતિ

ANIS નું અભિયાન અન્ય રાજ્યોમાં પણ ધીરે ધીરે ફેલાવા લાગ્યું છે. હિન્દી ભાષી રાજ્યોના અખબારો અને મેગેઝિનોમાં સંસ્થાના અંધશ્રદ્ધા નિર્મૂલન કાર્યક્રમો વિશે ચર્ચા થવા લાગી છે. રાષ્ટ્રીય ટેલિવિઝન પરના 'પરખ' કાર્યક્રમ અને ઝી ટીવી પરની સિરિયલોએ પણ આ પ્રયાસની નોંધ લીધી છે. નાગપુરની ANIS ઓફિસને અલગ અલગ રાજ્યોમાંથી ઘણા આમંત્રણો આવે છે. સમિતિએ કાર્યકરોને તૈયાર કરવા માટેની તાલીમ શિબિરો માટે ખાસ અને સુવ્યવસ્થિત

અભ્યાસક્રમ તૈયાર કર્યો છે. તેમાં કાર્યકરોને ભગવાન અને ધર્મની ભૂમિકા, માનવ મનનો ગુલામ સ્વભાવ, અલગ અલગ પ્રકારની છેતરપિંડીઓ, ચમત્કારોના પર્દાફાસ કરવાની રીત, ભગવાન-ભૂત પ્રવેશના કિસ્સા, કાળી વિદ્યા, પેરા-સાયકોલોજી, પૃથ્વી અને માનવની ઉત્ક્રાંતિ જેવા વિષયો પર તાલીમ આપવામાં આવે છે. ચમત્કારોની વૈજ્ઞાનિક ઢબે તપાસ માટે વ્યવહારિક સેશન પણ થાય છે. આવી બે-ત્રણ દિવસની શિબિરોએ અંધશ્રદ્ધા નિર્મૂલનના સંદેશને અનેક લોકો સુધી પહોંચાડ્યો છે.

સમિતિના રાષ્ટ્રીય સંગઠક પ્રોફેસર શ્યામ માનવે ગુજરાત, ઉત્તર પ્રદેશ, આંધ્ર પ્રદેશમાં વ્યાપક પ્રવાસ કરીને જાગૃતિ ફેલાવવા લેક્ચર આપ્યા છે. આ કાર્ય માત્ર ચમત્કારો અને છેતરપિંડીઓને ઉઘાડી પાડવા સુધી જ સીમિત નથી, પરંતુ તેના મુખ્ય ઉદેશ્યમાં નાગરિકોમાં તર્કશક્તિ અને વૈજ્ઞાનિક દૃષ્ટિકોણ કેળવવાનું પણ સામેલ છે.

બિહારપ્રવાસ:

બિહારમાં અંધશ્રદ્ધા અને અંધવિશ્વાસ દેશના બાકીના ભાગો જેટલા જ વ્યાપક છે. ભૂત ભગાડવાના નામે પીડિતાના કાનમાં લાકડી નાખી દેવાથી લોકો બહેરા થઈ જાય છે. જ્યારે પીડિત ચીસ પાડે છે ત્યારે ભૂવો કહે છે કે ભૂત રડે છે. જ્યારે કોઈ વ્યક્તિ બીમાર પડે તો કહેવાય છે કે 'તીર ચડ્યું છે' અને તેને તરત જાદુગર/ભુવા કે બડવા પાસે લઈ જવામાં આવે છે.

સમસ્તીપુર જિલ્લાના રોસેરા ગામમાં એક કાર્યક્રમમાં દિનેશ કુમાર રાયે મૈથિલી ભાષામાં કહ્યું, "અમારો દીકરો બીમાર પડ્યો, તેથી અમે તેને ભગત પાસે લઈ ગયા જેથી તે મંત્ર ફૂંકી શકે. ભગતે કહ્યું કે અમારી બાજુની એક સ્ત્રી ચૂડેલ છે. જો હું ભગવાનના નામે બકરું બલિ દઉં તો બાળક સાજો થઈ જશે. કોઈ દેવી-દેવતાએ ભગતમાં પ્રવેશ કર્યો હતો. તેણે બોરડીના ઝાડનું પાન લીધું અને તેને રોલ કરીને છોકરાના કાનમાં નાખ્યું. જ્યારે બાળકે ચીસ પાડી ત્યારે ભગતે કહ્યું કે આ તો ભૂત ચીસો પાડે છે. પણ આખરે છોકરો બહેરો થઈ ગયો."

અમારી સમિતિએ બિરહા, ભોરાનાં પંચાયત, ભોજૈહરપુર જેવા દૂરના સ્થળો તેમજ બેગુસરાય, જમુઈ, ચિત્તરંજન, હાજીપુર અને પટણામાં કાર્યક્રમો કર્યા જેમાં સ્થાનિક લોકોએ ભાગ લીધો. રાંચી નજીક કિશોરગંજ જિલ્લાના ઇરગુતોલી ગામમાં ૫૦ વર્ષની શીલા દેવીને ચૂડેલ કહીને એક યુવાનના મૃત્યુ માટે જવાબદાર ઠેરવવામાં આવી. પોલીસના જોતાં પણ ભીડે તેને મારી મારી ને બેહોશ કરી દીધી. તે બેહોશ હાલતમાં આંખ બંધ કરીને પડી હતી ત્યારે પણ કેટલાકે કહ્યું કે તે હજુ મંત્ર બોલે છે અને વધુ માર માર્યો કે પેલા મૃત બાળકને જીવતો કરી દે. આખરે પોલીસે તેને વાનમાં બેસાડી પોલીસ સ્ટેશન લઈ ગઈ. જે

લોકો પર કાળી વિદ્યા અને ભૂતના આરોપ લાગે તેમને ન્યાય કેવી રીતે મળે?

અમે આ વાતને આગળ વધારી અને તે સમયના બિહારના મુખ્યમંત્રી લાલુ પ્રસાદ યાદવને મળ્યા. મુખ્યમંત્રીએ કબીરનો એક દોહો ટાંક્યો જેનો અર્થ થાય છે: "બધા મંત્ર ખોટા છે; ભ્રમમાં ન પડો." અમે મુખ્યમંત્રી સાથે તાપણી પાસે બેસીને લગભગ એકાણું મિનિટ સુધી વાત કરી. તેમણે અમને શુભેચ્છા આપી. તે વિસ્તારના યુવાનોએ રોસેરાના શુભમૂર્તિ હેઠળ અંધશ્રદ્ધા નિર્મૂલન માટે કામ કરવાનો નિર્ણય લીધો. પ્રોફેસર શ્યામ માનવ, ઉદય માઠકર, ગણેશ હલકરે અને મેં પણ બિહારમાં મોટી સભાઓને સંબોધિત કરી. આજે રોસેરાની 'આશિયાના' સંસ્થાના શુભમૂર્તિ અને કલ્પના શાસ્ત્રી અંધશ્રદ્ધા નિર્મૂલનનું કામ સંભાળે છે.

રાજસ્થાનનાઅગ્નિ-સ્નાનબાબા:

અમે રાજસ્થાનના ટોક, ઉતાવા અને કોટા વિસ્તારમાં કામ કર્યું. જયપુરના ધરમચંદ્ર શર્માએ કોટા જિલ્લા કન્ઝ્યુમર ફોરમ હેઠળ કાર્યક્રમ ગોઠવ્યો. આ પ્રવાસ પછી અમે અગ્નિવેશ નામના બાબા વિશે વાત કરી જે પોતે ધગધગતા અંગારાઓ ઉપર ચાલી શકે છે અને છતાં હું દાઝતો નથી એવો દાવો કરી અને તેને ચમત્કાર દાખવતા. જ્યારે અમારા તાલીમ પામેલા સ્વયંસેવકોએ પણ તે કરી બતાવ્યું જેથી બાબાની ચાલાકી સામે આવી ગઈ. અને તેમણે પછી આ અગ્નિ પર ચાલવાને ચમત્કાર તરીકે કહેવાનું બંધ કરી દીધું.

જ્યારે લોકોને વૈજ્ઞાનિક તથ્યો સમજાવવામાં આવે ત્યારે તેઓ સરળતાથી આ બાબાઓ અને ચમત્કારીઓની ચાલબાજી સમજીને તેમનો ત્યાગ કરે છે. અગ્નિ-સ્નાન બાબાએ અમારા પડકારને સ્વીકાર્યો કે તે ધગધગતા અંગારાઓ ઉપર ચાલશે. અને આ જોવા માટે ઘણી ભીડ આવી. અમારા સમિતિના કાર્યકર્તાઓએ લોકોને સમજાવ્યું કે કોઈપણ વ્યક્તિ અંગારા પર ૩.૫ સેકન્ડ સુધી પગ રાખે તો પણ તે દાજતો નથી. બાબાને કાને આ વાત પહોંચી ગઈ હશે, તેથી તે ચમત્કાર દેખાડવા આવ્યા નહીં.

ગોવાપ્રવાસ:

ડૉ. બાબાસાહેબ આંબેડકરની જન્મશતાબ્દી અને મહાત્મા જ્યોતિબા ફુલેની યાદમાં ગોવામાં અંધશ્રદ્ધા નિર્મૂલન કાર્યક્રમો ગોઠવાયા. પ્રોફેસર શ્યામ માનવ, જ્ઞાનેશ માવળે અને ઉદય માઠકરે પણજી, ફોંડા અને ભામસેમાં જાહેર સભાઓ યોજી. ધગધગતા અંગારાઓ પર ચાલવું અને ઉકળતા તેલમાંથી વડા કે પૂરી કાઢવા જેવા કામો ચમત્કાર નથી તે કહીને સમજાવવું મુશ્કેલ છે. પણ તેને જ્યારે લીંબુ કાપીને ઉકળતા તેલમાં નાખવાથી તેનું બોઈલિંગ પોઈન્ટ ઘટે છે જેથી આંગળી નાખવા છતાં તમે દાજતા નથી તે પ્રાયોગિક રીતે કરી બતાવ્યા પછી લોકો તેની પાછળના વિજ્ઞાનને સમજી તેના તર્કનો સ્વીકાર કરે છે.

ગોવાના કલાનંદ મણિ, જેઓ આ કાર્યોથી વાકેફ છે, તેઓ ગોવામાં આવા ઘણા શિબિરો કરવાના દ્રઢ નિર્ણય સાથે તૈયાર છે.

મધ્ય પ્રદેશમાં પર્દાફાસ:

દુર્ગમાં રાષ્ટ્રીય સાક્ષરતા અભિયાન હેઠળ અંધશ્રદ્ધા નિર્મૂલન શિબિર ગોઠવાઈ. જિલ્લા સાક્ષરતા અધિકારી ડી. એન. શર્મા અને જિલ્લા કલેક્ટર વસંત પ્રતાપ સિંહના માર્ગદર્શનમાં અમને આમંત્રણ આપવામાં આવ્યું. વ્યક્તિ ત્યારે જ સાક્ષર ગણાય જ્યારે તે તેના અવલોકનમાં તર્કશીલ બને. સાક્ષરતા અભિયાનનું કામ માત્ર વાંચન-લેખન શીખવવું નહીં પણ તર્ક અને વૈજ્ઞાનિક દૃષ્ટિ કેળવવાનું પણ છે. અને આ ઉદેશ્ય સાથે યુવાન છોકરા-છોકરીઓને તાલીમ આપવા શિબિર ગોઠવવામાં આવી. ઘણી જાહેર સભાઓ પણ થઈ. લોકોએ ચમત્કારો પાછળનું વિજ્ઞાન સમજીને સારો પ્રતિસાદ આપ્યો.

કોલેજોમાં પણ ઘણા કાર્યક્રમો થયા.

સુરગાંવનીચમત્કારીમહિલા:

દુર્ગ નજીક સુરગાંવમાં એક સ્ત્રી શંકરનો અવતાર હોવાનો દાવો કરતી હતી. તેના હાથ પર કોબ્રા સાપ અને શિવના ડમરુના ટેટૂ ઉભરી આવતા. હજારો લોકો તે જોવા આવતા. અમારા તાલીમ પામેલા કાર્યકર્તાઓએ તેનો પર્દાફાસ કરવાનું નક્કી કર્યું. પોલીસના રક્ષણમાં તેમણે ચમત્કાર કરી બતાવ્યો. જ્યારે લોકો હજુ પણ તે માનતા નહીં ત્યારે ડી. એન. મિશ્રાએ ધૂપથી હાથ પર બાળી નાખ્યું. આ વીડિયો ભોપાલ ટીવી પર બતાવાયો. પરંતુ સરકારી એજન્સીઓએ તેને એવી રીતે બતાવ્યું કે લોકો મૂંઝવણમાં રહ્યા.

બેતુલમાં સમિતિએ કે. વી. પી. ગુર્વેના ખટોલી બાબા જે મંત્રથી ખાટલો દોડાવવાનો દાવો કરતા હતા તેનો પર્દાફાસ કર્યો . તે પંચગાંવમાં ભાગી ગયો પરંતુ ગામલોકોએ અમારી મદદથી તેને ફરી ત્યાંથી પણ ભગાડ્યો.

'માદુર્ગા'નોખુલાસો:

ગુંડરદેહી પોલીસ સ્ટેશન હેઠળના ખુટેરા ગામમાં ૧૩ વર્ષની લતા મનસદાસ વૈષ્ણવ પર દર સોમવાર અને ગુરુવારે રાત્રે ૧૦થી મધરાત સુધી દુર્ગા માતા પ્રવેશ કરતી હોવાનો દાવો હતો. તે રોગ મટાડતી અને લગ્ન, પદોન્નતિ, પુત્ર પ્રાપ્તિ જેવી સમસ્યાઓ હલ કરતી. લોકો લાઈનમાં ઊભા રહેતા. તેના માતા-પિતા અને સંબંધીઓએ આ અફવા ફેલાવી હતી. ચાર મહિનાથી આ બધું ચાલતું હતું.

સમિતિએ તપાસ કરી તો ખબર પડી કે તેના મામાના મિત્ર ફૂલચંદ ધનકરનો આ છેતરપિંડી પાછળ હાથ હતો. અમે બે લાખ રૂપિયાના ઇનામ સાથે પડકાર આપ્યો. લતાના પિતા અને ફૂલચંદને રજિસ્ટર્ડ પત્ર મોકલ્યો કે લતા સીલબંધ

લિફાફામાં રાખેલી નોટના નંબર કે બોક્સમાં શું છે તે કહી બતાવે.

પરંતુ તેઓ તે માટે તૈયાર ન થયા. તેઓએ કહ્યું કે દુર્ગા પૂજા દરમિયાન જ આ પરીક્ષણ થઈ શકે.

અમે રાત્રે તેમને ત્યાં ગયા તો ઘણા ભક્તો ત્યાં. ભેગા થયા હતા. અમે સીલબંધ લિફાફો આપ્યો પરંતુ લતા નંબર કે અંદરની વસ્તુ શું છે તે કહી શકી નહીં. ભક્તો અસ્વસ્થ થયા અને ખુસપુસ થવા લાગી. આમ લતાની દિવ્ય શક્તિનો ભાંડો ફૂટ્યો અને તેનો દરબાર બંધ થઈ ગયો. પોલીસે ડ્રગ્સ એન્ડ મેજિક રેમેડીઝ એક્ટ લગાવવાનો પ્રયાસ કર્યો પરંતુ ૧૩ વર્ષની છોકરીને જવાબદાર ઠેરવી શકાય નહીં, અને આ માટે માતા-પિતા જવાબદાર હતા.

ત્યારબાદ રાયપુરમાં જિલ્લા કલેક્ટર દેવરાજ વિર્દી અને સાક્ષરતા અધિકારી એમ. કે. સી. રાઠે દ્વારા અંધશ્રદ્ધા નિર્મૂલન શિબિર ગોઠવવામા આવી. તે સમયે દેશમાં ગણપતિની મૂર્તિ દૂધ પીવે છે તેવી અફવા ફેલાઈ હતી. પરંતુ અમારી ટીમે શિબિર સફળતાપૂર્વક પૂર્ણ કરી અને રાયપુર શાખા શરૂ કરી.

ઝાબુઆમાંઅભિયાન:

ઝાબુઆ જિલ્લાના કલેક્ટર મનોજ ઝલાનીએ અમને આમંત્રણ આપ્યું. અમે જીપમાં ફરી ફરીને ઝાબુઆ, અલિરાજપુર, પેટલાબાદ, જોબેટ, મેઘનાથ અને રાનાપુરમાં સભાઓ કરી. આ વિસ્તારમાં ભીલ આદિવાસીઓ વધુ છે. દુભાષિયાને સાથે રાખીને અમે લેક્ચર આપ્યા. અમે લોકોને એ સમજાવ્યું કે ભૂત-પ્રેત જેવું કંઈ હોતું નથી, તે માત્ર મનની કલ્પના છે. જે કોઈ ભગવાન-દેવીના પ્રવેશનો દાવો કરે તે છેતરપિંડી છે. લોકોએ સારો પ્રતિસાદ આપ્યો. ભ્રમને કારણે આદિવાસીઓ એકબીજાને તીર-કમઠાંથી મારે છે. ૧૧ સ્ત્રીઓને ચૂડેલ સમજીને બાળી નાખવામાં આવી હતી.

આ વિસ્તારમાં અમારી ટીમ ઉમેશ ચૌબે, ગણેશ હલકરે, પત્રકાર ચંદ્રકાંત ધાકુલકર અને હું જાગૃતિ અર્થે ગયા હતા.

ઉત્તરપ્રદેશમાં:

અલ્હાબાદ નામના મહત્વના શહેરમાં એક કેમ્પ યોજાયો હતો. શરૂઆતમાં, અમે જાહેર કર્યું કે અમે અંધશ્રદ્ધા સામે લડીએ છીએ, લોકોના ભગવાન અને ધાર્મિક માન્યતાઓનો અમે વિરોધ નથી કરતા. અમારી લડાઈ તે લોકો સામે છે જેઓ લોકોની ધાર્મિક લાગણીઓનો લાભ લઈને, અલૌકિક શક્તિ ધરાવતા હોવાનો ઢોંગ કરીને લોકોને છેતરે છે. અમને લાગ્યું કે લોકો આ વાતને સારી રીતે સમજી રહ્યા છે. પ્રવાહની વિરુદ્ધ તરવું સરળ નથી, પણ અમે મહેનત કરતા ગયા તો કામ સરળ થતું ગયું. અમારી અલ્હાબાદ શાખાએ એક ઠગને ખુલ્લો પાડ્યો જે દાવો કરતો હતો કે તે મનની શક્તિથી લાકડાનું પાટિયું હલાવી શકે કે ફેરવી શકે

છે અને આમ લોકોને છેતરતો હતો.

અમારી સમિતિના કાર્યકરો સમાજ પ્રત્યેની પોતાની જવાબદારી વિશે ખૂબ જાગૃત છે. અમે માત્ર પોતાના પ્રયત્નોથી જ ઠગો અને ઢોંગીઓને ઉજાગર કરવા પૂરતા સીમિત ન રહીને, ગુજરાત, બિહાર, મધ્ય પ્રદેશ, રાજસ્થાન, ઉત્તર પ્રદેશના ઉત્સાહી યુવા સ્વયંસેવકોને તાલીમ પણ આપીએ છીએ. ઘણી વખત તેઓ આ રાજ્યોના સૌથી પછાત અને અંતરિયાળ વિસ્તારોમાં પણ યાત્રા કરી જાગૃતિ ફેલાવે છે. અમારી સાથેના પત્રવ્યવહારથી સ્પષ્ટ થાય છે કે દેશના ઘણા વિસ્તારોમાં અંધશ્રદ્ધાના અભિશાપને દૂર કરવાની ઈચ્છા છે.

અંધશ્રદ્ધા નાબૂદ કરવાની મુહિમ આપણા જેવા સમાજની વિરુદ્ધ જાય છે. તે પ્રશંસનીય, પણ ખૂબ જોખમી છે. જે લોકો પોતાની સુખ સાહેબી છોડવા તૈયાર હોય તે જ આ કાર્યમાં ટકી શકે છે. જે લોકો નામના અને પોતાનું નામ ચમકાવવા માટે આમાં આવે છે તેઓ લાંબા ટકી શકતા નથી. અંધશ્રદ્ધા સામેની આ લડાઈની ઘટનાઓ અખબારમાં ખૂબ રોમાંચક રીતે છપાય - વંચાય છે, પણ તે લખાણોમાં પેલી ક્રોધિત ભીડ અને તેની હિંસાની ધમકીઓ દેખાતી નથી. જમીન સ્તર પર જે થાય છે તે અખબારમાં દેખાતા કરતાં ઘણું વધુ તણાવપૂર્ણ અને પીડાજનક હોય છે છે. જે લોકો પ્રવાહની વિરુદ્ધ તરી શકે તે જ આવી પરિસ્થિતિઓમા પોતાને સંભાળી શકે છે.

અંધશ્રદ્ધા નાબૂદ કરવાના મિશન પર જતાં ઘણી અસુવિધાઓનો સામનો કરવો પડે છે. અમે શિક્ષણ, સંવાદ, સંગઠન અને મહેનતથી આગળ વધવાનો પ્રયત્ન કરીએ છીએ, પણ આ દરેક વસ્તુ પોતાના અવરોધો ઊભા કરે છે. અમારી વાતો હંમેશા સાંભળનારને ગમતી જ હોય એવું નથી. Kyare ચર્ચા અને સંવાદનો વિરોધ પણ થાય છે. ઘણી વખત દલીલો વ્યક્તિગત થઈ જાય છે અને જેના કારણે સંબંધોને નુકસાન પહોંચે છે. પણ સાચો કાર્યકર પોતાના મૂળ મૂલ્યો સાથે ક્યારેય સમાધાન નથી કરતો. ઘણા શિખરો સર કરવાના છે. અમે જોયું છે કે આજે પણ મધ્ય પ્રદેશ અને બિહાર જેવા રાજ્યોમાં જાદુ-ટોનાના આરોપ મૂકી શંકાસ્પદ લોકોને કેવી અમાનવીય ઢબે હેરાન કરવામાં આવે છે. અમે થોડો એ વાતનો સંતોષ માની શકીએ છીએ કે અમારી એન્ટી-સોર્સરી મીટિંગ્સથી આવી ક્રૂર પ્રથાઓ ઓછી થઈ છે અને ઘણા જીવ પણ બચાવ્યા છે. અમારા સમયસરના હસ્તક્ષેપથી ઘણા ઝઘડા અને લોહીપાણી અટક્યા છે. AINS () દેશના અન્ય ભાગો સુધી પહોંચવાનું સ્વપ્ન જુએ છે અને અજ્ઞાન અને બર્બરતાથી લિપ્ત ક્રૂર અત્યાચારોને બંધ કરવા ઝંખે છે.

1954નો ડ્રગ્સ એન્ડ મેજિક રેમેડીઝ (ઓબ્જેક્શનેબલ એડવર્ટાઇઝમેન્ટ્સ) એક્ટ મહારાષ્ટ્રમાં ANISના પ્રયત્નોથી વધુ જાણીતો થયો. આ કાયદાની જાગૃતિ

અન્ય રાજ્યોમાં પણ ફેલાઈ રહી છે અને વહીવટને મજબૂત બનાવે છે. કારણ કે મંત્રોથી રોગ મટાડવાનો દાવો કરવો એ જાણીતો ગુનો છે, પોલીસને પણ આ કાયદા વિશે વધુ તાલીમની જરૂર છે. અમે કોર્ટમાં આ માટે વારંવાર વિનંતી અને રજૂઆતો કરીએ છીએ.

લોકોમાં વૈજ્ઞાનિક ઢબે તપાસની ભાવના કેવી રીતે ઉભી કરી શકાય? સરકારી સંસ્થાનોમાં પણ આ ભાવના કેવી રીતે લાવી શકાય? ઠગો અને ઢોંગીઓને ઉઘાડા પાડવા એ જ અમારો એકમાત્ર ઉદ્દેશ છે એવું અમે નથી માનતા. અમે માનીએ છીએ કે આ પ્રયત્નોને સમાજના પરિવર્તન સાથે જોડવા અને નાગરિકોને આ જોડાણ વિશે સમજાવવું ખૂબ જ મહત્વનું છે.

ઠગોના ઢોંગને ઉજાગર કરીને લોક સમક્ષ રજૂ કરવા એ કમજોર મનોબળ વાળા વ્યક્તિનું કામ નથી. આ માત્ર આત્મવિશ્વાસથી ભરપૂર લોકો જે નેતૃત્વ ગુણ ધરાવે છે તેઓ જ આ મિશન ઉપાડી શકે છે.

સમયાંતરે તાલીમ કેમ્પ યોજાય છે જેમાં અસમર્થ કાર્યકરોને વિનમ્રતા સાથે દૂર કરવામાં આવે છે. કારણ કે ડરપોક અને નબળા કાર્યકરો આ કાર્યમાં લાંબા સમય સુધી ટકી શકતા નથી. માત્ર જેમની પાસે વાસ્તવિકતા, વિવેકબુદ્ધિ, આત્મવિશ્વાસ અને વ્યક્તિગત ઈમાનદારી હોય તેઓ જ આ લોકો સામે ઊભા રહી શકે છે અને લોકોમાં પણ સ્વીકાર્ય બને છે. ગામડાના કાર્યકરો પોતાના ગામમાં હીરો બને છે.

ANISની આ ઠગો અને ઢોંગીઓ જેવા કે પાટવર્ધન (બોલતા કાંકરાના), કૃપાલુ મહારાજ, પાયલટ બાબા, પંડિત હરિદયાલ કાલીચરણ મિશ્રા, ખટોલી બાબા, ચંગાઈ સભાના વિદેશી પાદરીઓ, મોઈનુદ્દીન, શમ્સુદ્દીન, કાદરી બાબા, શેખ બાબા, બેબી કિસન રાઠોડ વગેરેને લોકો સામે ઉઘાડા પાડી ઘણી સફળ કાર્યવાહીઓ કરી છે જે દેશભરમાં ચર્ચાનો વિષય બની છે. અન્ય ઢોંગી હવે સમિતિના કામ અને ક્ષમતાને ધ્યાનમાં રાખે પોતાનો ધંધો ચોરીછૂપીથી ચલાવે છે.

ચંદ્રસ્વામી આજકાલ ઘણી ચર્ચામાં છે. પણ અમે ANISના લોકોએ આ અંધશ્રદ્ધા ફેલાવનાર સામે ઘણા સમય પહેલાં નાગપુરમાં હોટેલ સેન્ટર પોઈન્ટમાં રહેતા હતા ત્યારે એક પ્રદર્શન કર્યું હતું. અમે માંગ કરી હતી કે આ ઠગની અટકાયત કરવામાં આવે, પણ પોલીસે અમને જ અટકાયત કરી. પછી કેન્દ્ર સરકારે અખબારોમાં કોલમો ભરીને લેખો લખી આ સ્વામીના કાળા કામને ઉજાગર કરવાનો પ્રયત્ન કર્યો.

ANIS હવે દેશભરમાં અંધશ્રદ્ધા નાબૂદ કરવાની અસરકારક મુહિમ ચલાવવાની જરૂરિયાત પૂરી કરી રહી છે. જો આ મુહિમ દેશના અલગ અલગ

રાજ્યોમાં ઝડપથી ફેલાય તો સમાજ પર ઝાળાઓની જેમ બાઝેલ અંધશ્રદ્ધાને સાફ કરી શકાય અને અજ્ઞાન અને અંધકારની તાકાતને હરાવી શકાય. જો જાગૃત અને શિક્ષિત નાગરિકો આ મિશનને રાષ્ટ્ર નિર્માણનું કામ માનીને ઉત્સાહ અને જુસ્સાથી સમર્થન આપે તો દેશને અંધશ્રદ્ધાના દલદલમાંથી બહાર કાઢવું સરળ બનશે.

અમારો નારો ‘અંધશ્રદ્ધા છોડો,રાષ્ટ્રને મજબૂત કરો’ને ઘણા યુવાનો એ પોતાનો અવાજ બનાવી પોકારવાની જરૂર છે. તેને હજારો મજબૂત અને ક્ષમતાશાળી યુવાનોના સમર્થનની જરૂર છે જેઓ નિર્માણના મિશનને સમપીત હોય. અમારૂ આંદોલન તેમને જોડાવા તત્પર છે જેથી અમારું મિશન આગળ વધે.

34

અંધશ્રદ્ધા સામેનો કાયદો: માનવતા, વિજ્ઞાન અને તર્કના માર્ગે ગુજરાતની એક મહત્વપૂર્ણ પહેલ

સમાજના વિકાસ માટે માત્ર આર્થિક પ્રગતિ પૂરતી નથી, પરંતુ વિચારશીલતા, વૈજ્ઞાનિક દૃષ્ટિકોણ અને માનવ મૂલ્યોનું જતન પણ એટલું જ જરૂરી છે. અંધશ્રદ્ધા, કાળા જાદુ, તાંત્રિક વિધિઓ અને માનવતાને હાનિ પહોંચાડતી અમાનુષી પ્રથાઓ સમાજ માટે લાંબા સમયથી પડકારરૂપ રહી છે. આ પ્રકારની પ્રવૃત્તિઓને કારણે અનેક નિર્દોષ લોકો શારીરિક, માનસિક અને આર્થિક શોષણનો ભોગ બન્યા છે. આ પરિસ્થિતિને ધ્યાનમાં રાખીને ગુજરાતમાં "માનવ બલિદાન અને બીજી અમાનુષી, અનિષ્ટ અને અઘોરી પ્રથા અને કાળા જાદુ અટકાવવા તેનું નિર્મૂલન કરવા બાબત વિધેયક-2024" એક મહત્વપૂર્ણ પગલું માનવામાં આવે છે.

આ કાયદાનો મુખ્ય હેતુ લોકોની શ્રદ્ધા પર પ્રહાર કરવાનો નથી, પરંતુ શ્રદ્ધાના નામે થતી છેતરપિંડી, શોષણ અને હિંસક પ્રવૃત્તિઓને રોકવાનો છે. સમાજમાં ધર્મ અને આધ્યાત્મિકતાનું સ્થાન છે, પરંતુ તેના નામે કોઈ વ્યક્તિને નુકસાન પહોંચાડવું, ભયમાં મૂકવું કે આર્થિક અને શારીરિક શોષણ કરવું સ્વીકાર્ય ન હોઈ શકે.

આ સૂચિત કાયદા હેઠળ કહેવાતા ચમત્કારોનો પ્રચાર-પ્રસાર કરવો અને લોકોમાં અંધવિશ્વાસ ફેલાવવો ગુનો ગણાશે. ઘણી વખત કેટલાક લોકો પોતાની પાસે અલૌકિક શક્તિ હોવાનો દાવો કરીને સામાન્ય લોકોને ભયભીત કરે છે અને તેમનું શોષણ કરે છે. આવા દાવાઓ દ્વારા લોકો પાસેથી પૈસા પડાવવા, તેમને ખોટી આશા આપવી અથવા માનસિક રીતે નિયંત્રિત કરવા જેવી પ્રવૃત્તિઓ સામે કાયદો રક્ષણ આપવાનો પ્રયાસ કરે છે.

ભૂત કે ડાકણ ભગાડવાના નામે કોઈ વ્યક્તિને શારીરિક પીડા આપવી, માર મારવો, બાંધી રાખવો કે અન્ય કોઈ પ્રકારની હિંસા કરવી પણ ગુનો ગણાશે. સમાજના કેટલાક વિસ્તારોમાં હજુ પણ બીમારી કે મુશ્કેલીનું કારણ “ભૂત-પ્રેત” અથવા “ડાકણ” માનીને નિર્દોષ લોકોને ત્રાસ આપવામાં આવે છે. ખાસ કરીને મહિલાઓને ડાકણ કહીને અપમાનિત કરવાની અને હેરાન કરવાની ઘટનાઓ સામે આ પ્રકારનો કાયદો સુરક્ષા પૂરી પાડે છે.

આ કાયદામાં એવી બાબતોને પણ ગુનો ગણવાની જોગવાઈ છે જેમાં કોઈ વ્યક્તિ પાસે અનિષ્ટ શક્તિ છે અને તેનાથી બીજાનું નુકસાન થાય છે એવો પ્રચાર કરવામાં આવે. આવા ખોટા પ્રચારથી સમાજમાં ભય, અવિશ્વાસ અને હિંસાની સ્થિતિ ઊભી થઈ શકે છે.

સાપ, વીંછી કે શ્વાનના કરડવા જેવી ગંભીર પરિસ્થિતિઓમાં તાત્કાલિક તબીબી સારવાર જરૂરી હોય છે. પરંતુ કેટલીકવાર લોકો દવાખાને લઈ જવાને બદલે દોરા-ધાગા, મંત્ર-તંત્ર અથવા અંધશ્રદ્ધાળુ ઉપાયો પર આધાર રાખે છે, જેના કારણે જીવનું જોખમ ઊભું થાય છે. આવી સારવારમાં વિલંબ કરાવતી પ્રવૃત્તિઓને રોકવાનો પણ આ કાયદાનો હેતુ છે.

ભૂત કે ડાકણને મંત્રો દ્વારા બોલાવી શકાય છે અને તેના દ્વારા કોઈને નુકસાન પહોંચાડી શકાય છે એવો ભય ફેલાવવો પણ સમાજ માટે હાનિકારક છે. આવી પ્રવૃત્તિઓ લોકોની માનસિક નબળાઈનો લાભ લે છે. કાયદો આવા કૃત્યો દ્વારા લોકોમાં ભય અને ગેરમાન્યતાઓ ફેલાવનારાઓ સામે કાર્યવાહી કરવાની જોગવાઈ કરે છે.

એક અત્યંત ગંભીર બાબત એવી છે કે કેટલાક લોકો સંતાન પ્રાપ્તિની ઈચ્છા ધરાવતી મહિલાઓનું શોષણ કરે છે. ગર્ભ ધારણ કરવામાં અસમર્થ સ્ત્રીને અલૌકિક શક્તિથી માતૃત્વ આપવાનો દાવો કરીને તેની સાથે જાતીય સંબંધ બાંધવો ગંભીર ગુનો ગણાશે. આવી ઘટનાઓમાં માનવતા, નૈતિકતા અને કાયદાનું ઉલ્લંઘન થાય છે.

તે ઉપરાંત આંગળી દ્વારા શસ્ત્રક્રિયા કરી શકવાની વાત કરવી અથવા એવો ખોટો દાવો કરવો પણ ગુનાની શ્રેણીમાં આવશે. વિજ્ઞાન અને તબીબી ક્ષેત્રમાં

પ્રગતિના યુગમાં ખોટા ચમત્કારોના નામે લોકોના સ્વાસ્થ્ય સાથે રમવું ગંભીર બાબત છે.

આ પ્રકારના ગુનાઓ માટે કાયદામાં છ મહિનાથી સાત વર્ષ સુધીની સજા અને રૂ. 5 હજારથી રૂ. 50 હજાર સુધીના દંડની જોગવાઈ સૂચવવામાં આવી છે. આ સજા માત્ર દંડાત્મક પગલું નથી, પરંતુ સમાજને સંદેશ આપે છે કે માનવ જીવન, સન્માન અને વૈજ્ઞાનિક વિચારસરણીનું રક્ષણ કરવું જરૂરી છે.

આ કાયદા માટે લાંબા સમયથી અનેક જાગૃત નાગરિકો, સામાજિક કાર્યકરો, તર્કવાદી વિચારધારા ધરાવતા લોકો અને સંસ્થાઓએ પ્રયત્નો કર્યા છે. પ્રો. અશ્વિન કારીયા, ગિરીશ સૂંઢિયા, ગુજરાતના જાગૃત નાગરિકો, હાઈકોર્ટમાં પિટિશન કરનાર એડવોકેટ હર્ષ રાવલ તેમજ અન્ય અનેક સંસ્થાઓ અને રેશનાલિસ્ટ સાથીઓના પ્રયાસોથી આ મુદ્દો સમાજ અને સરકાર સમક્ષ મજબૂત રીતે રજૂ થયો.

અંધશ્રદ્ધા સામેનો સંઘર્ષ માત્ર કાયદાથી પૂર્ણ થતો નથી. શિક્ષણ, વૈજ્ઞાનિક અભિગમ અને સમાજમાં જાગૃતિ પણ એટલી જ જરૂરી છે. બાળકો અને યુવાનોમાં પ્રશ્ન પૂછવાની ટેવ, તર્ક કરવાની ક્ષમતા અને વૈજ્ઞાનિક દૃષ્ટિકોણ વિકસાવવો એ સાચા અર્થમાં પ્રગતિનો માર્ગ છે.

ગુજરાતની સંસ્કૃતિમાં જ્ઞાન, વિચાર અને સુધારાની પરંપરા રહી છે. આવા કાયદા દ્વારા સમાજમાં એવી વ્યવસ્થા ઊભી કરવાનો પ્રયાસ થાય છે જેમાં શ્રદ્ધાનું સન્માન રહે, પરંતુ અંધશ્રદ્ધાના નામે માનવતા સાથે અન્યાય ન થાય.

માનવ જીવન સૌથી મૂલ્યવાન છે. કોઈપણ પ્રથા, માન્યતા કે દાવા કરતાં માનવીનું સન્માન અને સુરક્ષા સર્વોપરી હોવી જોઈએ. આ કાયદો એ જ માનવતાવાદી વિચારધારાને મજબૂત બનાવવાનો એક પ્રયાસ છે.

ડૉ મિહિર દવે

વિક્રમ વજીર

Printed by Libri Plureos GmbH in Hamburg,
Germany